द माइंड जिमविषयी ...

डॉइश बँक येथे १ सप्टेंबर २००० रोजी ९० मिनिटांच्या प्रथम माइंड जिम कार्यशाळेचे आयोजन करण्यात आले.

त्यानंतर –

त्यावर आधारित अशा ६६ कार्यशाळांसाठी विषय तयार करण्यात आले. उदा. 'तणावमुक्ती', 'तुमचा दुसऱ्यावरील प्रभाव', 'नावं लक्षात ठेवणं', 'झाडासाठी लाकूड'.

एक लाख लोकांनी कार्यशाळेत भाग घेतला. ९३% लोकांनी त्याचा उपयोग करणार असे सांगितले.

२७० संघटनांनी कार्यशाळा आयोजित केल्या. त्यात बीबीसी आणि लंडन बिझिनेस स्कूल यांचाही समावेश आहे.

इंग्लंड, अमेरिका, ऑस्ट्रेलिया, फ्रान्स, आयर्लंड, स्पेन, इटली, ऑस्ट्रिया इ. २० देशांतील नामवंत प्राध्यापकांसाठी ५ भाषांमध्ये कार्यशाळा घेतल्या.

हे झालं आकड्यांमध्ये सांगणं.

सर्वांत महत्त्वाचं म्हणजे कार्यशाळेनंतर महिनाभरात सहभागी लोक त्यांचे अनुभव सांगायला पुढे आले. एकजण सांगतो, "मी सोळा वर्षांच्या धूम्रपानाच्या सवयीनंतरही आता सिगारेट ओढणं बंद केलंय. शिवाय चांगलं पौष्टिक अन्न खायची योजना अंमलात आणलीय. हे सारं माइंड जिममुळे झालंय असं नव्हे; पण त्याचा निश्चितच उपयोग झालाय."

दुसरा म्हणाला, ''प्रथम जरा मतांतरे झाली, परंतु नंतर त्याचा सकारात्मक आणि विधायक परिणाम झाला.''

तिसरा म्हणाला, ''माझा माझ्यावरील विश्वास वाढला. आता माझ्या कृतींवर माझं संपूर्ण नियंत्रण राहील.''

''मी पार बदलून गेलोय... माइंड जिम ज्या चिकाटीनं सारं शिकवतं ते फार प्रभावशाली आहे.'' हे उद्‌गार आहेत औद्योगिक तज्ज्ञ व 'पीपल मॅनेजमेंट'चे संपादक स्टिव्ह क्रॅब यांचे.

कँपेन फॉर लर्निंगचे मुख्य कार्यपालक डॉ. बिल लुकास म्हणतात, ''फॉसबुदी यांनी उंच उडीच्या बाबतीत जे केलं ते माइंड जिमनं शिकण्याच्या बाबतीत केलंय.''

माइंड जिम शिक्षण मंडळावरील चार मानसशास्त्रीय प्राध्यापकांच्या मते माइंड जिमची माहिती अद्ययावत असून त्यामध्ये लोकांना उपयोगी पडण्याची तळमळ आहे. त्यासाठी ते नव्या शोधांचा अंतर्भाव या जिममध्ये कसा होईल, यासाठी प्रयोग करत राहतात. उदा. विचारांचा विचार या नव्या संकल्पनेचा वापर या जिममध्ये केलाय.

माइंड जिम तुमच्या मनाला जागं करतं. त्यासाठी लोकप्रिय तंत्र वापरतं, नव्या युक्त्या सांगतं. अशा प्रकारचं हे पहिलंच पुस्तक होय.

या पुस्तकाबरोबरच माइंड जिम ऑनलाईन हे एक धाडसी पाऊलही टाकलंय.

अधिक माहितीसाठी संपर्क करा – www.themindgym.com

वाचकांची प्रतिक्रिया

“स्वत:चा शोध – आयुष्य जगणं सोपं आणि आनंददायी होण्यासाठी कितीतरी उपयुक्त मार्ग या पुस्तकात दाखविले आहेत. खरोखर फार श्रेष्ठ शोध या पुस्तकानं लावलाय.”

– क्रिस्ती ॲलसोप

“जीवनाच्या जंगलात तुमचे युद्ध चालू आहे. यामध्ये यशस्वी होण्यासाठी हे पुस्तक अनेक युक्त्या सुचवेल. त्यासाठी तुमच्यामध्ये आत्मविश्वास निर्माण करेल.”

– डॉ. सॅन्ड्रा स्कॉट, मानसशास्त्रज्ञ

“तणावमुक्ती, सुरळीत जीवन, उत्साहवर्धन, मन:शांती यासाठी हे पुस्तक सदैव तुमच्या हाताशी हवे.”

– एमीला फॉक्स, अभिनेत्री

“मन:प्रेरणा, परिपूर्ण बुद्धिमत्ता याद्वारे रक्तपाताशिवाय सत्ता, संपत्ती व प्रभाव प्राप्त करण्यासाठी हे पुस्तक मार्गदर्शक आहे.”

– द कोर्ट ऑफ रेड सार

“हे पुस्तक म्हणजे माझी व्यायमशाळाच आहे. येथे केव्हाही व्यायाम करता येतो. त्वरित फायदा होतो. कधीही याचा कंटाळा येत नाही. येथे कोणताही भेदभाव नाही.”

– रिचर्ड रीड, संस्थापक, इनोसंट

“आपल्या मेंदूचा पूर्णपणे उपयोग आपण करून घेत नाही. तो करण्यासाठी हे पुस्तक उपयुक्त आहे. मी आधीच अधिक उत्साही झालो आहे.”

– सहार हशेमी, संस्थापक कॉफी रिपब्लिक

“आपल्या मनामध्ये सुधारणा हवीय का? मग सर्वात उत्तम माइंड जिम वाचा. तुम्ही या पुस्तकाच्या प्रेमातच पडाल.”

– रीटा क्लिफ्टन, अध्यक्ष, इंटरब्रँड

प्राध्यापकांची प्रतिक्रिया

"आयुष्य चांगल्या रीतीनं जगण्यासाठी इथं मानसशास्त्र सोप्या आणि चांगल्या कल्पनांमध्ये उतरवलंय. विश्वसनीय, कल्पक आणि व्यवहारी असं हे पुस्तक आहे. याहून अधिक दुसरीकडे पाहायलाच नको."

– प्रा. गाय क्लॅक्स्टन

"या व्यवहारी आणि आनंदमयी पुस्तकातील बौद्धिक आणि शैक्षणिक ज्ञानानं मी फारच प्रभावित झालोय.

– प्रा. पीटर रॉबिन्सन

"मनाचा परिपूर्ण उपयोग व्हावा असं ज्याला मनापासून वाटतं त्याच्यासाठी हे पुस्तक आहे. त्यामध्ये गेल्या ५० वर्षांतील मानसशास्त्रातील संशोधनाचा रोजच्या जीवनात कसा वापर करावयाचा हे सांगितलंय."

– प्रा. इनग्रीड लंट

"रोजच्या जीवनातील आव्हानांना सामोरं कसं जायचं याबाबत उपयुक्त मार्ग इथे दाखवलेत. अर्थपूर्ण आणि निरोगी आयुष्य जगण्यासाठी नव्या सकारात्मक मानसशास्त्रास व्यवहारी जगात आणलंय."

– प्रा. मायकेल वेस्ट

आपल्या स्नेहीजनांना पुस्तके भेट द्या

द माइंड जिम

व्यायामशाळा, पण मनाची...

अनुवाद

श्याम भुर्के

मेहता पब्लिशिंग हाऊस

THE MIND GYM

Translated into Marathi Language by Shyam Bhurke

द माइंड जिम / व्यक्तिमत्त्व विकसन

अनुवाद : श्याम भुर्के
Email : author@mehtapublishinghouse.com

संस्थापक : सुनील अनिल मेहता

प्रकाशक : मेहता पब्लिशिंग हाऊस प्रा. लि.,
१९४१, सदाशिव पेठ, माडीवाले कॉलनी, पुणे ४११०३०.

मुद्रक : ट्रिनिटी ॲकॅडमी फॉर कॉर्पोरेट ट्रेनिंग लिमिटेड

मुखपृष्ठ : चंद्रमोहन कुलकर्णी

प्रकाशनकाल : फेब्रुवारी, २००८ / नोव्हेंबर, २००८ / एप्रिल, २०११ / मार्च, २०१३ / नोव्हेंबर, २०१५ / पुनर्मुद्रण : जुलै, २०२४

किंमत : ₹ ४००

P Book ISBN 9788177669435

अनुक्रमणिका

✆ +91 020-24476924 / 24460313 / Mob. No. 9545000513
Email : production@mehtapublishinghouse.com
Website : www.mehtapublishinghouse.com

- *या पुस्तकातील लेखकाची मते, घटना, वर्णने ही त्या लेखकाची असून त्याच्याशी प्रकाशक सहमत असतीलच असे नाही.*

जाग रे मना!

आपण आजारी पडलो तर काय करतो? डॉक्टरकडे जातो. परंतु आजारपण नसेल व ते पुढे येऊही नये म्हणून आपण काय करतो? आपण जिममधे जातो. शरीर तंदुरुस्त राहावं, लवचीक राहावं, वजन आटोक्यात राहावं यासाठी आपण नियमितपणे जिममध्ये जाऊन शरीराला व्यायाम देतो.

मनाचंही तसंच आहे.

आनंददायी जीवन हवं असेल तर मनाचा परिणामकारक उपयोग करून घेता आला पाहिजे. त्यासाठी आहे माइंड जिम म्हणजे मन:शाळा. इथे आनंदी मन घडवायचं. 'आनंदाचे डोही आनंद तरंग' या उक्तीप्रमाणे आनंदी मनानं आजूबाजूला आनंद निर्माण करायचा.

आनंदयात्री कसा होऊ?

मन या विषयावर मनसोक्त लिहिलं गेलंय. मानसशास्त्र हे आपलं मन आनंदी ठेवायला उपयुक्त आहे याची जाणीव आपणाला व्हायला हवी. मानसशास्त्र ही मौल्यवान संपत्ती आहे. पण हे शास्त्र मूठभर शास्त्रज्ञांच्या चर्चांमध्ये आणि ग्रंथावळीमध्ये अडकून पडलंय. मनाची मशागत कशी करावी यासाठी अनेकांनी अनेक मार्ग सांगितलेत. मानवाला जाणून घेण्याच्या विषयावर मन चाहे लिखाण झालंय. सुखी जीवनाची वाटचाल, यश प्राप्त करण्याची कला अशा विषयावर विपुल लिखाण उपलब्ध आहे. पण त्यातलं हमखास गुणकारी आणि चांगलं नक्की कोणतं हे जाणणं अवघड. यातून मार्ग म्हणजे माइंड जिम!

शरीरशास्त्राचं महत्त्व १९८०च्या दशकात वाढलं. त्या काळात शरीरासाठी व्यायामप्रकार, शाकाहाराचे मानवास होणारे लाभ यावर व्याख्यानं, प्रात्यक्षिकं मोठ्या प्रमाणावर झाली. त्यानंतरचं म्हणजे १९९० ला संपणारं दशक होतं अध्यात्माचं. योग, ध्यान, फेंगशुई अशा विषयाकडे अनेकांचा कल वाढला होता. मानवी जीवन समाधानी व्हायचं असेल तर केवळ शरीर व अध्यात्म याकडे लक्ष

देऊन चालणार नाही, तर मन या महत्त्वाच्या विषयाकडेही वळावं लागेल. ही त्रिमिती पूर्ण होणं आवश्यक आहे. सन २००० पासून सुरू झालेलं हे दशक मन या विषयाने प्रेरित झालं आहे. या मनाचा अभ्यास करण्यासाठी, त्याला प्रात्यक्षिकाची जोड देण्यासाठी चला माइंड जिममधे!

प्रथम असं मनात आलं की फिटनेस क्लबमध्ये ९० मिनिटांची एक अशा प्रकारे कार्यशाळा घ्यायची. प्रत्येक कार्यशाळेचा विषय वेगळा ठेवायचा. उदाहरणार्थ संघर्ष कसे कमी करावेत, रागावर नियंत्रण कसं ठेवावं, नैराश्य दूर कसं करावं. हे विषय हाताळताना प्रात्यक्षिकांवर भर द्यायचा. पण कार्यशाळेचा उपयोग भाग घेणाऱ्याला त्याच्या घरी, दारी, कार्यालयात सर्वत्र व्हायला हवा. प्रात्यक्षिकांची रचना करताना अल्बर्ट आइन्स्टाईनचं तत्त्व डोळ्यांपुढे ठेवलं–

"Everything should be made as simple as possible but no simpler."

उपयुक्त मानसशास्त्रीय ज्ञान विद्यार्थ्यांच्या पानात वाढलं जाईल. पण ते भरवलं जाणार नाही. त्याचा रसास्वाद ज्याचा त्यानं घ्यायचा, अगदी एखाद्या सुग्रास जेवणाचा घ्यावा तसा.

मी हा विषय काही जिमच्या मालकांशी बोललो. ते म्हणाले, "तुम्ही फार मनावर घेणार नसाल तर मनापासून सांगतो. या जिमप्रमाणे माइंड जिम चालणार नाहीत. परंतु ९० मिनिटांत मनासंबंधीचे उपयुक्त विषय शिकविलेत तर ते लोकांना आवडतील. उदा. विचार कसा करावा, बोलावं कसं, कार्यप्रवृत्त कसं करावं इ. वेगवेगळ्या संस्थांमधून याला चांगला प्रतिसाद मिळेल."

मी त्याप्रमाणे विविध कार्यालयं, कारखाने, संस्था यातून या मन:शाळा सुरू केल्या. एक लाख जणांनी यात भाग घेतला. त्या लोकांना ही कल्पना खूपच आवडली. ९३% प्रशिक्षणार्थींनी हे ज्ञान प्रत्यक्ष आचरणात आणायचं असा दृढनिश्चय केला. ८८% प्रशिक्षणार्थींनी 'या वर्गाला जा' अशी मित्रांना शिफारस करायचं ठरविलं.

जिम कोणासाठी?

योग हा शब्द जुळणे या अर्थी आहे. शरीर आणि मन जुळणे म्हणजे योग साधणे होय. या शरीर व मनाची सांगड आपण घालत असतो. निरोगी शरीरात आनंदी मन वसतं. प्रफुल्लित मनाची माणसं चांगली दिसतात. या जिममध्ये याची प्रचीती तर येईलच. पण पुढील लाभही होतील–

- प्रत्येकजण जिमला आपल्या गरजेप्रमाणे जातो. कोणाला वजन कमी करायचं असेल तर कोणाला स्टॅमिना वाढवायचा असेल.

  तसेच माइंड जिमचं आहे. इथे मनाचे वेगवेगळे व्यायामप्रकार सांगायला शिक्षक आहेत. पण आपल्याला आवश्यक वाटतात त्या प्रकाराकडे आपण अधिक लक्ष द्यावं.

- सर्व मनोव्यायामप्रकार शिकणंही चांगलं. त्यामुळे एका गोष्टीसाठी व्यायाम करताना दुसरा प्रश्न सुटायला मदत होऊ शकते. आपलं सुटलेलं पोट कमी व्हावं म्हणून उठाबशा मारण्याचा व्यायाम प्रकार करीत असू तर त्यामुळे पाठदुखीही कमी होण्यास मदत होते. तसंच मनाचंही आहे. रागीटपणा कमी व्हावा म्हणून आपण काही कार्यपद्धती शिकलो तर तणावही कमी होऊ शकतो.
- वाघाच्या शिकारीची तयारी केली तर किमान ससा तरी हाती लागतो. तद्वतच मॅरेथॉनची तयारी केली तर स्वत: किमान तंदुरुस्त तरी राहू.

  तसेच कामाच्या ठिकाणाचे ताणतणाव सहजपणे हाताळण्यास शिकलो तर घरातले तणाव काहीच वाटणार नाहीत.
- आधी कष्ट मग फळ. मन:शाळेत मेहनत ही करायलाच हवी. काही प्रयोग अगदी सोपे वाटतील. काही अवघड, पण प्रयत्नाने साध्य होणारे, जितकी तपश्चर्या अधिक तितकी फलप्राप्ती अधिक.
- या प्रयोगास सर्वांचे सस्नेह स्वागत आहे. वय, लिंग, बुद्धी, पात्रता, धर्म, व्यवसाय काहीही असो. या! वेळेचं बंधन नाही. गर्दीची वेळ, निवांत वेळ असाही प्रकार नाही. केव्हाही या! मनाच्या प्रगतीसाठी प्रयत्न करण्यास सर्व दिवस शुभ आहेत.

मन:शाळेत जाण्यापूर्वी

अभ्यासास सुरुवात करण्यापूर्वी येथील काही तत्त्वे लक्षात घेऊया.

- आपण विचार कसा करायचा हे आपल्या हातात आहे. अमुक एक पद्धतीनंच विचार करणारा संगणक आपल्या डोक्यात बसविलेला नाही. आपल्याला हितकारक होईल असा बदल आपण आपल्या वागण्यात, बोलण्यात करू शकतो.
- आपणा सर्वांना यश प्राप्त होणार! व्यायामशाळेत जाणारा प्रत्येकजण पैलवान हरी बिराजदार होत नसला तरी सुदृढ होतोच. तसं या मन:शाळेत आपण अगदी संत ज्ञानेश्वर झालो नाही तरी 'आनंदाचे डोही आनंद तरंग' याचा अनुभव घ्यायला लागू.
- आपली बुद्धिमत्ता प्रगल्भ होणार. बुद्धिमत्ता म्हणजे केवळ ज्ञान किंवा प्रश्न सोडविण्याची क्षमता नव्हे. त्यामध्ये कल्पकता, भावना, शारीरिक व सामाजिक जाण अशा अनेक गोष्टींचा अंतर्भाव असतो.
- आपण जे काही करतो ते सवयीनं होत जातं असं मानण्याची आपली प्रवृत्ती असते. 'हे असं चालायचंच' असाही निराशावादी सूर काही वेळा आपण व्यक्त करतो. पण काम करण्यासाठी अनेक पर्याय असू शकतात. त्यातला चांगला

पर्याय निवडण्याची क्षमता या मन:शाळेमुळे आपल्यात येते.

सतत कोडी सोडवणे, घड्याळ लावून वेगवेगळी कोडी असलेले खेळ खेळणे यामुळे आपली बौद्धिक पातळी उंचावते असा आपला समज आहे. काही जण तर डाव्या हाताने डोसा खाल्ल्यामुळे कार्यप्रवणता वाढते असं म्हणतात. या किंवा व्हिडिओ गेम पेक्षाही माइंड जिम आपल्याला एक वेगळीच दृष्टी देते.

यात नवं ते काय?

माइंड जिममध्ये नव्या कल्पना आहेत का इतरांनी सांगितलेल्या एकत्रित केल्यात? यात दोघांचाही मिलाफ आहे. गेल्या शंभर वर्षांतील मानसशास्त्रीय संशोधनांचा अभ्यास करून, सद्य:स्थितीत त्यातील काय उपयुक्त आहे याचा विचार करून माइंड जिमला आकार दिलाय. प्रथम घरातच प्रयोग करून पाहिले. मग प्रत्यक्ष कार्यशाळेत वापरले. ज्या जुन्या गोष्टी आजही उपयुक्त आहेत असं वाटलं त्याही 'जुने ते सोने' या उक्तीप्रमाणे आचरणात आणल्या.

उदाहरण म्हणून आपण तणाव हा विषय पाहू. या विषयावर इतकं विपुल लिखाण झालंय की कोणीही एक व्यक्ती त्याच्या संपूर्ण आयुष्यात ते वाचूही शकणार नाही. पण इथं अगदी संतांच्या उपदेशापासून सध्याच्या शरयु रांगणेकर, डॉ. प्र. चिं. शेजवलकर अशासारख्या मानसशास्त्र व व्यवस्थापन शास्त्र तज्ज्ञांपर्यंतच्या ज्ञानाचा एकत्रित उपयोग केलाय.

माझा मेंदू मोठा हवा का?

मुंबईमधील ड्रायव्हरला जास्त रस्ते लक्षात ठेवावे लागतात. त्यामुळे त्यांच्या मेंदूमधील अधिक भाग दीर्घ स्मरणासाठी वापरला गेलाय. जर ड्रायव्हिंगच्या कामात अधिक वर्षं गेली असतील तर मेंदूमधील असा वापरलेला भाग अधिकच असतो. त्यामुळे ते अधिक हुशार असतात असं अनुमान मात्र बरोबर ठरणार नाही. कारण त्यांच्या मेंदूचा राहिलेला भाग त्यामानाने लहान असेल. शिवाय मेंदूच्या आकारावर बुद्धिमत्ता अवलंबून नसते. पुरुषांचा मेंदू स्त्रियांपेक्षा १६% अधिक आकाराचा असतो. त्यामुळे ते १६% ने अधिक हुशार असतात असं म्हणण्याचं धाडस कोण मायेचा पूत करेल?

तुम्ही आता माइंड जिमचे मेंबर झाला आहात. पुढील प्रत्येक धडा तुम्हाला उपलब्ध आहे. खुल्या मनानं वाचा–

'Minds are like parachutes, they operate only when open'

■

संपूर्ण पुस्तक वाचत बसू नका!

आपण जिममध्ये जातो. हव्या त्या व्यायाम प्रकाराचा वापर करतो. कोणी स्थिर सायकलचे पॅडल मारतो, तर कोणी वजन उचलण्याचा वजनदार व्यायाम घेतो.

या पुस्तकातील अनुक्रमणिकेतून तुम्हाला काय हवं हे पाहा. तेवढंच वाचा. येता जाता आवडीचा भाग वाचा.

आपल्या आवश्यकतेनुसार पाच कार्यक्रम इथे दिलेत.

- हवं ते प्राप्त करा – नियंत्रण मिळवा.
- आवडते व्हा – प्रभाव पाडा.
- वस्तुनिष्ठ विचार
- तणाव मुक्ती.
- निर्मितिक्षम विचार.

या प्रत्येक विभागाच्या सुरुवातीस त्यात काय आहे हे संक्षिप्त रूपानं दिलं आहे. तुम्हाला प्रथम काय हवंय ते ठरवा. तणावमुक्त व्हायचंय का निर्मितिक्षम व्हायचंय, त्याप्रमाणे त्या विभागाकडे प्रथम वळा.

पृष्ठ ७ ते १० वरील कार्यक्रमापैकी एक निवडा.

जिममध्ये शक्तीसाठी, बराच वेळ कार्यरत राहण्यासाठी जसे वेगवेगळे शारीरिक कार्यक्रम असतात तसेच इथं मनासाठी वेगवेगळे कार्यक्रम आहेत.

स्वत:च कार्यक्रमाची आखणी करा.

सध्याचे तुमचे प्रश्न सोडवायला कोणते धडे अधिक उपयुक्त आहेत ते ठरवा. त्यासाठी पृष्ठ १२ ते १३ वरील प्रश्न पहा. ते सोडवा. त्यांचा सुयोग्य वापर करा.

नेहमीचा मार्ग म्हणजे हवा तो भाग सुरुवातीपासून शेवटपर्यंत वाचून काढायचा. ती तुमचीच जिम आहे. हवं तेव्हा, हवा तेवढा वापर करा.

ऑनलाईन माइंड जिम

● प्रश्नपत्रिका पूर्णपणे भरा. मित्रांना दाखवा. दिलेल्या उत्तराबद्दल त्यांची मतं अजमावा. ती तुमच्या मताशी कितपत जमतात ते पहा.

● माइंड जिमच्या समविचारी सदस्यांचा सल्ला घ्या.

● आपल्या प्रयत्नांची वरचेवर नोंद ठेवा. तुलनेमुळे काय बदल झाला ते कळतं.

● www.the mindgym.com इथं भेट द्या. म्हणजे तुम्ही या जिमचे सदस्य झालात. संगणकाकडे जायचं नसेल तरी हरकत नाही. इथं सर्व काही विस्तारानं मांडलंय.

माइंड जिमचे कार्यक्रम

हे पहा चार कार्यक्रम–

१. आपणास जे हवं ते प्राप्त करा– आपणास काही प्राप्त करावयाचं आहे. परंतु त्यामध्ये येणाऱ्या अडथळ्यांमुळे ते प्राप्त होत नाही. तेव्हा काय करायचं ते इथं पहा.

२. आवडते व्हा– ज्यांना खूप मित्र असावेत असं वाटतं, त्यांना हा कार्यकम आवडेल. ते स्वत: लोकप्रिय होतील. मोठे होतील.

३. आदरणीय व्हा– आपण आपणाभोवतीच्या मंडळींच्या कौतुकाचा विषय व्हायला हवं. त्यांनी आपल्याला आदरणीय समजायला हवं. त्यासाठी हा कार्यक्रम.

४. वादळावर मात करा– काहीजण आयुष्यात गोंधळून जातात. त्या स्थितीतून बाहेर पडण्यासाठी हा कार्यक्रम आहे. अचानक उद्भवणाऱ्या आव्हानांना सामोरं जाण्याचं सामर्थ्य यामुळे प्राप्त होईल.

यासाठी पृष्ठ ७-१० पहा.

हवं ते प्राप्त करा

आपल्याला काय हवं हे माहिती आहे. पण ते कुठं आहे हे माहिती नाही अशांसाठी हा कार्यक्रम.

जो आवडतो सर्वांना

ज्यांना मित्र, नातेवाईक, समाज यांच्यामध्ये मिसळावं, मोठं व्हावं वाटतं त्यांच्यासाठी...

आदरणीय व्हा!

आपल्याला लोकांनी विचारावं, चांगलं म्हणावं वाटतं? मग खास तुमच्यासाठी...

वादळावर मात करा

अडचणी आहेत, प्रश्न आहेत. ती आव्हानं म्हणून स्वीकारा. त्यांना सामोरं जाण्यासाठी...

कार्यक्रम आखणीतील पाच पाऊले

पहिले पाऊल

पान १२ व १३ वर तुमच्यासाठी उत्तरांचे पाच पर्याय दिले आहेत. ते खालीलप्रमाणे–

१. हे सर्वसाधारपणे खरं आहे किंवा हे मला तितकंसं महत्त्वाचं वाटत नाही.
२. हे ठीक आहे. पण माझ्या दृष्टीनं इतर गोष्टी अधिक महत्त्वाच्या आहेत.
३. होय! असं झालं तर मस्तच.
४. व्वा! हे म्हणजे सर्वात चांगलं होईल. मला ते लवकर हवंय!
५. यासाठी मी जीव ओतून काम करेन.

उत्तरांचे अनुक्रमांक म्हणजेच त्यांचे गुण आहेत. सर्वाधिक पटेल त्यास ५ गुण द्या.

पान १२ व १३ वर तुमच्यासाठी प्रश्न दिले आहेत. प्रश्नासमोरील गोल तुमच्या उत्तरासाठी आहेत व त्यापुढील अक्षरे पान १४ वरील धड्यांची निर्देशक आहेत.

दुसरे पाऊल

पान १२ व १३ वरील प्रश्न वाचून त्यासाठी आपल्याला सर्वाधिक कोणते उत्तर पटते ते वरील पाच विकल्पातून निवडायचे.

प्रश्न वाचा. प्रश्नासमोरील गोलात १ ते ५ यापैकी गुण द्या. सर्वांतच ५ गुण मिळाले तर तुमच्यासारखा गुणवान अन्य कोणीही नाही!

तिसरे पाऊल

पान १४ पहा. पान १२ व १३ वर आपण दिलेल्या गुणांची नोंद पान १४ वरील प्रत्येक धड्याच्या अक्षरासमोर करा. संबंधित अक्षर पान १२ व १३ वर जितके वेळा आले असेल तितके वेळा त्याच्या समोरील गुण पान १४ वर मिळवत जा.

चौथे पाऊल

पान १४ वरील ३ गोलातील गुणांची बेरीज एकूण गुण म्हणून दाखवा.
सर्वाधिक गुण दाखविणाऱ्या धड्याकडे जास्त लक्ष द्या. अधिक रस घ्या.
आता तुमचा कार्यक्रम आखायला तुम्ही तयार झालात.

पाचवे पाऊल

सुरुवात करा सर्वाधिक गुणाच्या धड्यापासून. नंतर त्यापेक्षा कमी गुणाचा धडा. पण दोन धड्यांना समान गुण प्राप्त झाले असतील तर पुस्तकात प्रथम येईल तो निवडा. दुसरा मार्ग म्हणजे सर्व धड्यांना मिळालेले सरासरी गुण काढा. समजा सरासरी गुण ८ आहेत तर आठच्या वर गुण असलेले धडे प्रथम हाती घ्या.

आपल्या विकासाचा मार्ग आपणच आखा

प्रत्येक विधानास महत्त्वाप्रमाणे १ ते ५ गुण द्या.
ते गोलामध्ये लिहा.

१ – साधारणपणे खरे आहे.

२ – ठीक आहे.

३ – असं झालं तर मस्तच.

४ – हे म्हणजे एकदम बेस्ट.

५ – यासाठी मी जीव ओतून काम करेन.

पुढीलप्रमाणे व्हावं असं मला वाटतं...	पुढील गोलांमधील गुण पृष्ठ १४ वरील संबंधित अक्षरांपुढच्या गोलात लिहा.	या गोलांमध्ये गुण लिहा
एखादी गोष्ट त्यानी वेगळ्या पद्धतीनं करून दाखवावी असं मी सांगितलं तर ते आनंदानं मान्य करतात.	छ ठ	○
मोठमोठ्यानं वादावादी करणाऱ्यांना शांत करून त्यांच्यामध्ये विधायक बोलणी घडवून आणतो.	च ट	○
'आता मार्ग संपला' असं जेव्हा इतरांना वाटतं तेव्हा मी नवा मार्ग शोधून काढतो.	द न प	○
निराशा मला ठाऊक नाही.	ण त थ	○
मी लवकर चिडत नाही.	घ ढ ण	○
ज्या गोष्टीमध्ये मी हूशार नव्हतो त्याही मी करून दाखविल्या.	ख	○
मी पुन्हा नव्यानं कामाला प्रारंभ करतो.	ग	○
मी जेव्हा कडक शब्दात ऐकवतो तेव्हा ती गोष्ट ऐकणारा चांगल्या अर्थानेच घेतो.	ड	○
नेहमीच्या प्रश्नांकडे मी नव्या दृष्टीने पाहू शकतो.	द	○
माझ्यात खूप शक्ती असावी.	क ख ङ्	○
मला गाढ झोप यावी.	थ	○
मला काही सांगायचं असतं तेव्हा इतरांनी ते लक्ष देऊन ऐकावं.	झ	○
लोकांना नकोसं वाटतं ते मी सांगायचं टाळत नाही.	ठ ड	○
माझ्या काळज्या दूर व्हाव्यात.	ढ ण	○

१ – साधारणपणे खरे आहे.
२ – ठीक आहे.
३ – असं झालं तर मस्तच.
४ – हे म्हणजे एकदम बेस्ट.
५ – यासाठी मी जीव ओतून काम करेन.

पुढीलप्रमाणे व्हावं असं मला वाटतं...	पुढील गोलांमधील गुण पृष्ठ १४ वरील संबंधित अक्षरांपुढच्या गोलात लिहा.	या गोलांमध्ये गुण लिहा
माझं जीवन कुठं चाललंय याची मला जाण यावी.	ग	◯
निर्मितिक्षमतेचा विचार करणारी अभ्यासू मंडळी मला मिळावीत.	ध	◯
मला अधिक वेळ मिळावा.	घ ङ	◯
मला नव्या माणसांशी सहज जमवून घेता यावं.	ज	◯
परिस्थिती बरोबर फरफटत जाण्यापेक्षा परिस्थितीवर माझं नियंत्रण असावं.	क ग घ	◯
तुटेल इतका वाद मी ताणू नये.	ट त	◯
मोठ्या माणसांनी मला बरोबरीनं वागवावं.	च छ झ	◯
लोकांनी माझं ऐकावं.	छ ज	◯
मी लोकांशी जुळवून घ्यावं.	ज ट	◯
फार कष्ट न करता मला फलप्राप्ती व्हावी.	क ख ड ढ	◯
मी तार्किकदृष्ट्या जसा विचार करतो तशीच माझ्यात सर्जनशीलता यावी.	ध	◯
मला नव्या गोष्टी शोधण्याचा विचार करता यावा.	द ध न प	◯
मला हवा तेव्हा थोडा आराम करता यावा.	त थ	◯
मला वाटतं त्याप्रमाणे माझ्या सभोवतालच्या लोकांनी वागावं.	च ठ	◯
मला प्रेरणा देणाऱ्या गोष्टी सतत घडाव्यात.	न प	◯
कठीण काळात सल्ला विचारण्यासाठी लोकांनी माझ्याकडे यावं.	झ ड	◯

नियंत्रण हवं

(क) नशीबवान आपण ◯ + ◯ + ◯ = ◯

(ख) अतिकठीण प्रश्न ◯ + ◯ + ◯ = ◯

(ग) नवा अध्याय ◯ + ◯ + ◯ = ◯

(घ) सूत्रधार ◯ + ◯ + ◯ = ◯

(ङ) शुभस्य शीघ्रम् ◯ + ◯ + ◯ = ◯

योग्य मत

(च) परिणाम ◯ + ◯ + ◯ = ◯

(छ) प्रभाव ◯ + ◯ + ◯ = ◯

(ज) नाती जोडा ◯ + ◯ + ◯ = ◯

(झ) अस्तित्व ◯ + ◯ + ◯ = ◯

कटू शब्द

(ट) वादावादीला पूर्णविराम ◯ + ◯ + ◯ = ◯

ठ माझे प्रामाणिक मत ◯ + ◯ + ◯ = ◯

ड वाईट बातमी ◯ + ◯ + ◯ = ◯

तणाव आणि आराम

(ढ) तणावातील आनंद ◯ + ◯ + ◯ = ◯

(ण) तणावफुगे फोडा ◯ + ◯ + ◯ = ◯

(त) दीर्घश्वसन ◯ + ◯ + ◯ = ◯

(थ) मन:शांती ◯ + ◯ + ◯ = ◯

निर्मितिरस

(द) जीवनात रस घ्या ◯ + ◯ + ◯ = ◯

(ध) तार्किक विचारवंतांसाठी निर्मितिक्षमता ◯ + ◯ + ◯ = ◯

(न) मुक्त विचारवंतांसाठी निर्मितिक्षमता ◯ + ◯ + ◯ = ◯

(प) दिवास्वप्नं पाहणाऱ्यांसाठी निर्मितिक्षमता ◯ + ◯ + ◯ = ◯

पाठात काय सांगितलंय

(क) नशीबवान आपण – आपण नशीबवान आहोत. आपणास यश मिळणार. आपण दीर्घायुषी होणार. ही भावना आपणास बरंच काही साध्य करण्यास साहाय्यभूत ठरते. आपणास याची जाणीव झाली आहे ना? नसल्यास ती व्हावी म्हणून काय कराल?

(ख) अतिकठीण प्रश्न – सर्वात अधिक बोलणं कोणाशी होत असेल तर आपलं आपल्याशी. आपल्या डोक्यात सतत विचारचक्र फिरत असतं. या विचारांचा आपणास लाभ व्हायला हवा. त्यापासून ताप होता कामा नये.

(ग) नवा अध्याय – माझ्या जीवनात नवा अध्याय सुरू करायचा आहे. पण एक मन माघार घेतंय. आपलं आयुष्य सुखी व यशस्वी करण्यासाठी मला महत्त्वाचा निर्णय घ्यायला हवा. तो निर्णय मी कसा घ्यावा हे शोधून काढा.

(घ) सूत्रधार – आपण असाहाय्य झालात? परिस्थिती आटोक्याबाहेर गेली असं वाटतं? पुन्हा जोमानं कामाला लागा. स्वत:च्या हाती सूत्रं घ्या. हव्या असलेल्या गोष्टी साध्य करून घ्या.

(ङ) शुभस्य शीघ्रम् – चांगल्या कामाला उशीर कशाला? वेळकाढूपणा हा आपला शत्रू होय.

(च) परिणाम – योग्य तो परिणाम साधायचा असेल तर लोकांची आपल्याकडून काय अपेक्षा आहे हे जाणा. त्याप्रमाणे आपल्यात त्वरेने बदल करा.

(छ) प्रभाव – लोकांवर प्रभाव पाडणाऱ्या मूलभूत गुणांचा अभ्यास करा. हा अभ्यास कृतीत आणून त्यांची मनं जिंका.

(ज) नाती जोडा – जुन्या मित्रांपासून ते अगदी नव्या ओळखीच्या लोकांपर्यंत सर्वांशी संपर्क ठेवा. सारे आपलेसे होतील हे पहा.

(झ) अस्तित्व – लोक कितीही मोठे असू दे. तुमचं म्हणणं त्यांनी ऐकलंच पाहिजे. त्यांना तुमच्याकडे आकृष्ट करता आलं पाहिजे.

(ट) वादावादीला पूर्णविराम – शब्दाने शब्द वाढतो. चांगला मार्ग काय निघतो याचा विचार करून बोला. जवळिकीचं नातं निर्माण करा.

(ठ) माझे प्रामाणिक मत – सभोवतालच्या लोकांना त्रास न देता, मूर्ख न समजता त्यांच्यात आपण बदल घडवू शकतो.

(ड) वाईट बातमी – सर्व वाईट बातम्यांना चांगल्या बातम्यात परिवर्तित करता येत नाही. परंतु वाईट बातम्यांचा परिणाम सौम्य करता येऊ शकतो.

(ढ) तणावातील आनंद – काही तणावातून चांगलं घडतं तर काही तणावातून फार मोठी हानी पोहोचते. या दोन प्रकारच्या तणावातला फरक शोधायचा.

लाभदायी तणावात वृद्धी करायची तर हानिकारक तणाव कमी करायचा.

(ण) तणावफुगे फोडा– वाईट परिणाम करणाऱ्या तणावावर मात करून त्यातूनही चांगल्या घटना कशा घडवून आणायच्या हे सांगणारी नऊ प्रात्यक्षिके पहा. जणू लाभदायी नवग्रहच.

(त) दीर्घश्वसन – आपण श्वास कसा घेतो व कसा घ्यावा हे पाहून त्वरित मन:शांती कशी प्राप्त करायची हे शिकू या.

(थ) मन:शांती – पूर्ण मन:शांती मिळेल. शरीराला मालीश तरी करावं लागतं. त्याहीपेक्षा कमी वेळात हे साध्य होईल. प्रत्यक्ष पहा.

(द) जीवनात रस घ्या – निर्मितीसाठी मन विचारानं प्रवाहीत राहिलं पाहिजे. त्यासाठी 'गोष्टी सांगेन युक्तीच्या चार' अशी योजना आखलीय.

(ध) तार्किक विचारवंतांसाठी निर्मितिक्षमता – नव्या कल्पनांना उदय देणाऱ्या गोष्टी तार्कीक विचारामधून येऊ शकतात.

(न) मुक्त विचारवंतांसाठी निर्मितिक्षमता – नेहमीच्या विचार करणाऱ्या पद्धतीला फाटा देऊन नव्या कल्पना अंमलात आणून जुने प्रश्न सोडविता येतात.

(प) दिवास्वप्नं पाहणाऱ्यांसाठी निर्मितिक्षमता – आतापर्यंत विचार केला नाही अशा नव्या वाटेनं जाण्यासाठी इथं प्रोत्साहन मिळेल. त्यातून नव्या कल्पनांची निर्मिती होईल.

चला सुरुवात करूया.

आपल्याला मिळालेल्या नव्या गोष्टींचा सुरेखपैकी उपयोग करूया. आपलं जीवन आनंदी करूया, दीर्घकाळासाठी!

■

नियंत्रण हवं
(मीच आहे माझ्या जीवनाचा शिल्पकार)

किती तरी दिवसांनी बायकोला घेऊन 'नवरंग' चित्रपट पाहायला गेलो तर काय 'हाऊसफुल' चा फलक झळकलेला. नवरंग ऐवजी सारा बेरंग झाला. संगणकावरील सर्व माहिती सेव्ह करायची होती. त्यापूर्वीच सारा डेटा करप्ट झाला. रेल्वे स्टेशनवर अगदी रिझर्वेशनचं तिकीट हाती घेऊन गेलो, तर पुढे घडलेल्या अपघातामुळे गाडीच रद्द झालेली. एकूण काय आमचं नशीबच फुटकं! हे जग सारं आपल्या विरुद्ध असल्यासारखं वागतंय. आपल्याला खायला उठलंय.

आपले जसे विचार असतील तसा आचार असतो. 'ठेविले अनंते तैसेची राहावे' असं म्हणणारे नव्या बदलांना सामोरं जायला तयार नसतात. 'जे नशिबात असेल तेच होणार', 'नशिबी आलेले भोग भोगलेच पाहिजेत' असले विचार सोडून दिले पाहिजेत. 'प्रयत्नांनी परमेश्वर' या उक्तीप्रमाणे विचार करून कामाला लागलं पाहिजे. माझं भाग्य माझ्या हातात आहे. माझं भवितव्य ठरविण्याचा अधिकार माझ्यात आहे. ते सामर्थ्य माझ्यात आहे. असा विचार करायला लावणाऱ्या युक्तीच्या गोष्टी इथे सांगितल्या आहेत.

परिस्थितीनं आपला ताबा घेण्याऐवजी आधीच आपण पुढील विचार करून योजना आखली पाहिजे. त्याप्रमाणे कृती करून परिस्थितीवर मात केली पाहिजे. 'शुभस्यशीघ्रम्' आणि 'सूत्रधार' हे पाठ वाचल्यावर तुम्हाला परिस्थितीवर आपलं नियंत्रण कसं ठेवायचं हे कळेल.

मी कोण होणार, माझं आयुष्यातलं ध्येय काय, मी त्या मार्गाने नीट चाललो आहे ना, नसल्यास दिशा कशी बदलायची हे समजून घ्यायला 'नवा अध्याय' हा पाठ उपयोगी पडेल.

आपण कोणत्याही परिस्थितीत असा, त्या परिस्थितीत सुधारणा कशी करायची याचा सकारात्मक विचार करायला इथं सांगितलाय. निराशेनं गंजून गेलेल्या मनाला उभारी देण्याचं सामर्थ्य यात आहे.

चला प्रकाशमय भवितव्य घडवूया. तुम्हीच व्हा तुमच्या जीवनाचे शिल्पकार!

■

(क) नशीबवान आपण

काहीजण नशीबवान असतात. त्यांना नेहमी यश प्राप्त होतं. या यशाचं काय बरं गमक असेल?

आपल्याला वाटतं ही जादू असेल. त्यांचे ग्रहच चांगले असतील. पण नंतर प्रत्यक्ष त्यांनी केलेले योजनाबद्ध प्रयत्न कळल्यावर सत्य समजतं.

काही माणसं अधिक भाग्यवान का ठरली याचं गमक जेव्हा आपल्या ध्यानी येतं तेव्हा आपणही भाग्यवान होऊ शकतो याची जाणीव निर्माण होते. आपण ध्येय ठरवतो. ते पूर्ण करण्यासाठी जिद्दीनं कामाला लागतो. आपण परिस्थितीकडे पाहण्याचा आपला दृष्टिकोन सकारात्मक ठेवला की आपणही भाग्यवान आहोत हे जाणवायला लागतं.

सबंध पुस्तक न वाचता फक्त आशावादी विचार करणं सुरू केलं तरी तुम्हाला पुढील गोष्टी प्राप्त होतील.

- अधिक मिळवाल. निराशेनं पछाडलेल्या विक्रेत्यापेक्षा आशावादी विक्रेत्याची विक्री अधिक होते.
- दीर्घायुषी व्हा. खूप खूप जगा. आशावादी हे निराशावादींच्या तुलनेत दीर्घायुषी असतात.
- लोकप्रिय व्हा. पंडित जवाहरलाल नेहरूंनी जनतेला आशावाद दिला. ते अधिक लोकप्रिय ठरले.
- इतरांशी संबंध सुधारतील. स्वत:ला भाग्यवान समजणारे खरंच भाग्यवान ठरतात. पत्ते खेळताना त्यांना हव्या असलेल्या पानांची जोडी जमते. प्रेमातही हवी ती जोडी जमते.

आशावादी आणि निराशावादी यातला फरक ओळखायला शिकणं आवश्यक आहे. जगाकडे पाहण्याची आपली दृष्टी कशी आहे हे जाणण्यासाठी पुढील प्रश्नपत्रिका सोडवू या. इथं दहा विधानं दिली आहेत. प्रत्येक विधानाला चार विकल्प

दिलेत. त्यातील सर्वाधिक योग्य वाटणाऱ्या विधानाला जास्तीत जास्त १० गुण द्यायचे. त्यानंतर त्यामानानं जरा बरोबर वाटणाऱ्या विधानाला कमी गुण द्यायचे. असं चवथ्या विधानापर्यंत यायचं. पण एक गोष्ट लक्षात ठेवायची ती म्हणजे चारी विधानांचे मिळून दहा गुण झाले पाहिजेत. उदा. अ विधान उत्तराजवळचं वाटलं ब आणि क विधान कमी बरोबर व सारखंच महत्त्वाचं वाटलं, ड अगदी चूक वाटलं तर कदाचित आपलं उत्तर पुढीलप्रमाणे असेल.

अ ⑥
ब ②
क ②
ड ⓪

आता सोडवू या पुढील प्रश्न.

१. कोणतेही कारण नसताना ते माझ्यावर रागावले आहेत.

अ. आज त्याचं काही बिघडलं आहे. ○
ब. ते स्वभावानं तिखटच आहेत. ○
क. हे मी केवळ पाहत राहिलोय! ○
ड. माझंच काही चुकलं असणार. ○

२. माझा नवीन प्रकल्प फेटाळला गेला.

अ. यावरून मी पुढील कामासाठी योग्य तो धडा घेईन. ○
ब. मीच भरपूर चुका करून ठेवल्या होत्या. ○
क. पुढ्यात सुंदर कल्पनेचं ताट वाढून ठेवलं तरी त्यांना आस्वाद घेता आला नाही. ○
ड. माझी बढतीची संधी गेली. ○

३. मेजवानीसाठी हॉटेल बुकींगसाठी फोन केला तर हॉटेल फुल्ल!

अ. यापेक्षा दुसरं अधिक चांगलं हॉटेल मिळेल. ○
ब. मी तरी कसा? आधी फोन करायला नको का? ○
क. हे हॉटेल बुकींगचं काम माझ्याच गळ्यात कसं काय पडलं? ○
ड. छे! माझी ही संध्याकाळ वाया गेली. ○

४. आज मित्रांसाठी म्हणून मी खास मोदक केले. ते जरी चांगले झालेत

म्हणत होते तरी ते बिघडले असावेत. कारण कित्येकांनी मोदकाला हातही लावला नव्हता.

अ. यापुढे नवा पदार्थ करताना मी प्रथम घरात करून तो जमतो ना पाहीन. मगच पाहुण्यांसाठी करेन. ○

ब. माझं सगळंच बिनसलंय. यजमान कसा नसावा याचं हे उदाहरण आहे. ○

क. ते जर चांगले झालेत म्हणत होते तर कदाचित चांगले झालेही असतील. ○

ड. हे पाहुणे माझ्याकडे यायचं पुन्हा नाव काढायचे नाहीत. ○

५. मित्राचं घर काही केल्या लवकर सापडेच ना.

अ. मी कसा चुकलो हे लक्षात ठेवीन. पुढच्या वेळी असा प्रश्न येणार नाही. ○

ब. मी जरा वेंधळाच आहे. ○

क. त्यांनी पत्ता सांगताना चुकीच्याच खुणा सांगितल्या. ○

ड. मला उशीर झाल्यामुळे ते नाराज असणार. ○

६. वर्तमानपत्रातील एक माहितीपूर्ण लेख मला वाचायला मिळाला. आता या माहितीच्या आधारे मी माझ्या ग्राहकांवर आणि सहकाऱ्यांवर छाप पाडणार.

अ. मी माझं ज्ञान अद्ययावत ठेवतो हे चांगलंच आहे. ○

ब. एक चांगली संधी चालून आली. ○

क. माझ्या बाबतीत चांगल्या गोष्टी घडून येतात. ○

ड. माझ्याकडून लोकांची किमान एवढी तरी अपेक्षा असणारच. ○

७. दुहेरी टेनिसमध्ये मी जिंकलो.

अ. आम्ही दोघेही चांगले खेळणारे आहोत. ○

ब. प्रतिस्पर्धी बेताचेच होते. ○

क. मी चांगलाच टेनिसपटू आहे. ○

ड. हे यश सहकाऱ्यामुळेच मिळालं. ○

८. मी आणलेली भेटवस्तू माझ्या मित्राला एकदम आवडते.

अ. भेटवस्तू खरेदीत मी तरबेज आहे. ○

ब. मित्रानं त्याला काय हवं याची कल्पना दिली होती म्हणून बरं! ○

क. माझ्यासारखी खरेदी इतरांना जमत नाही. ○

ड. पण इतकी चांगली भेटवस्तू पुढच्या दिवाळीला मिळणं कठीणच. ○

९. मी केलेला स्वयंपाक साऱ्या मैत्रिणींना फार आवडला.

अ. स्वयंपाकात मी तरबेज आहेच मुळी. ○
ब. माझ्या मैत्रिणींना बहुतेक सगळं आवडतंच. ○
क. मी जिथे हात लावीन तिथं चांगलंच होणार. ○
ड. स्वयंपाक फार सुरेख झाला होता असं नव्हे, माझा आधीचा स्वयंपाक ○
बिनसला होता ना, त्यामुळे त्यांच्या अपेक्षा बेताच्याच होत्या. ○

१०. 'माझा पोषाख चांगला आहे' असं त्यांनी म्हटलं.

अ. हा पोषाख मला शोभून दिसतो. ○
ब. खरं तर पोषाखातलं त्यांना काही कळत नाही. ○
क. त्यांनी माझी थट्टा करायला हे म्हटलं असावं. ○
ड. हे ऐकल्यावर बरं वाटलं. ○

वरील प्रश्नांच्या उत्तरावरून काय समजायचं ते नंतर पाहू.

आशावादी आणि निराशावादी– लाभदायी कोण?

आशावादी दीर्घायुषी होतात

मुंबईमधील मानसशास्त्र संशोधन केंद्रात ९०० रुग्णांची तपासणी करून ते कितपत आशावादी व सकारात्मक वृत्तीचे आहेत याची पाहणी केली. याच रुग्णांची नोंद तीस वर्षांनंतर केली तेव्हा लक्षात आलं की त्यातील २०० रुग्ण हे जग सोडून गेले आहेत. कोण किती जगले याचा तुलनात्मक अभ्यास केल्यावर असा निष्कर्ष निघाला की आशावादी माणसांचं आयुष्य निराशावादी माणसांपेक्षा १९% अधिक होतं.

पण काही शंकाखोर म्हणतील, आयुष्यमान हे आहार, व्यायाम, कामाचा ताण, रोग इ. गोष्टींवर अवलंबून असतं. तेव्हा अशा निष्कर्षांची 'सत्यता' पडताळून पाहायला एकाच वातावरणातले लोक आणून तपासणी व्हायला हवी.
याबाबतीत एका पाहणीचे निष्कर्ष लक्षात राहण्याजोगे आहेत. भारतीय सैन्यदलात भरती झालेल्या जवानांची मानसशास्त्रज्ञांनी माहिती गोळा केली. सारे समान वयाचे, शिक्षण एकसारखे. त्यांना आपण सैन्यात का भरती झालात यासारखे प्रश्न विचारले. माझ्या हातून देशसेवा घडेल. मी देशातील सर्व बंधूभगिनींचं संरक्षण करेन

अशी सकारात्मक उत्तरं देणारे होते. तसेच नकारात्मक व निराशावादीही होते. कुठेच नोकरी मिळेना म्हणून सैन्यात आलो. पोटापाण्याचा प्रश्न तरी सुटेल! या पाहणीत असं लक्षात आलं की सकारात्मक उत्तरं देणाऱ्यांपैकी ९०% जण वयाच्या ८४ व्या वर्षी अजूनही जिवंत होते. जे नकारात्मक उत्तरं देणारे होते त्यापैकी केवळ ३४% लोक जिवंत होते. तसेच सकारात्मक उत्तरं देणाऱ्यांपैकी ५४% लोकांचं सध्याचं वय ९४ होतं. तेव्हा शास्त्रज्ञांच्या मते ''आशावादी तो दीर्घायुषी.''

आशा बाळगेल तो अधिक कमवेल.

आशावादी केवळ दीर्घायुषी होतो असे नाही तर त्याला निराशावादी माणसाच्या तुलनेत यशही अधिक प्राप्त होते.

भारतीय विमा महामंडळात भरती करण्यात आलेल्या विमा एजंटांची पहाणी मानसशास्त्रीय दृष्टिकोनातून करण्यात आली. 'मी व्यवसाय करेनच' असा होकारात्मक विचार करणाऱ्यांचा विमा व्यवसाय, 'जमलं तर बघू', 'एकंदरीत काम अवघडच आहे' असं नकारात्मक बोलणाऱ्यांपेक्षा ५४% ने अधिक झाला.

मुंबईत लोकसभा निवडणुकीत हमखास निवडून येणारे स. का. पाटील उभे होते. त्यांना निवडणुकीत हरविणं महाकठीण काम होतं. पण जॉर्ज फर्नांडीस उभे राहिले व त्यांनी मतदारांना सकारात्मक विचार दिला की ''तुम्ही स. का. पाटील यांना पाडू शकता. मी निवडून येणारच.'' आणि स. का. पाटील पडले.

आशावादी व निराशावादी

आम्हाला शाळेमध्ये एक धडा होता.

दोन बेडूक होते. ते मोठ्या दह्याच्या भांड्यामध्ये पडले. थोडा वेळ ते त्यात पोहत राहिले. एक निराशावादी होता तर दुसरा आशावादी. निराशावादी म्हणाला, ''भांडं इतकं मोठं आहे की या दह्यातून एवढी उंच उडी मारणं अशक्य आहे. आता आपण वाचणार नाही. तेव्हा पोहून दमण्यात काय अर्थ आहे. मेलेलं बरं.'' तो निराशेत गतप्राण झाला.

आशावादी म्हणाला, ''आपल्याला पोहता येतंय. अंगात शक्ती आहे तोवर पोहत राहायचं. काही तरी घडून आपला जीव वाचूही शकेल.'' तो रात्रभर पोहत राहिला. त्या पोहण्यामुळे दही घुसळत राहिले. त्यावर लोण्याचा गोळा जमा झाला. लोण्यावरून उडी मारून तो भांड्याबाहेर आला.

एक होता, अंधार आहे म्हणून रडणारा तर दुसरा होता, केव्हातरी प्रकाश येईल म्हणून आशेनं पाहणारा. एक होता वाईट विचार करणारा तर दुसरा होता 'चांगलं घडेल' म्हणणारा.

भाग्य आणि अंधश्रद्धा

मांजर आडवं गेलं की काम होत नाही असं मानलं जातं. एका मंत्री महोदयांच्या गाडी पुढून मांजर आडवं गेलं तर त्यांनी गाडी थोडी मागं घ्यायला लावली! ताफ्यातल्या दहा गाड्यांना थोडं मागं जावं लागलं!

अशुभ म्हणून १३ आकडा टाळणारे लोक आहेत. शनिवार न कर्त्याचा वार, असं म्हणणारे महाभाग आहेत. अंधश्रद्धा बाळगणारे भाग्यवान व अभागी असे दोन्ही प्रकारचे लोक आहेत. पण पाहणीअंती असं ध्यानात आलं की स्वत:ला कमनशिबी समजणारे लोक अधिक प्रमाणात अंधश्रद्धेवर विश्वास ठेवतात.

आशावादी चांगली घटना घडल्यावर 'अशा घटना नेहमी घडत असतात' असं म्हणून आनंद व्यक्त करतात तर निराशावादी 'असं केव्हातरीच घडतं' म्हणून त्या आनंदाचा आवाका कमी करतात.

वाईट घटना घडली तर आशावादी म्हणतो, 'एखादे वेळी असं घडतं' तर निराशावादी 'या वाईट घटनांनीच आयुष्य भरलंय' असं रडतखडत सांगतो.

चांगला आशावाद कोणता?

चांगलं घडलं की ते आपल्यामुळं आणि वाईट घडलं तर ते दुसऱ्यामुळं असा विचार करून आनंदात राहणारे काही आशावादी होते. याउलट काही वाईट घडलं की 'आमचं नशीबच खडतर' असं म्हणून स्वत:ला कमी लेखणारे निराशावादी होते. त्यांच्या बाबतीत चांगलं घडलं तर ते दुसऱ्या कोणामुळे असेल असं मानून आपल्याच आनंदावर विरजण घालणारे हे होते.

आशावादांवर विसंबून राहणाऱ्यांबाबत एक धोका संभवतो. सर्व वाईटाबद्दल दुसऱ्यांच्या नावानं खडे फोडत बसलं की झालं. त्यामुळे प्रश्नाचं मूळ शोधण्याचे कष्ट ते घेत नाहीत व प्रश्न हाताबाहेर गेला की मग लक्ष जातं. त्यावेळी त्यावर इलाज करणं अवघड जातं.

आशावादी माणसानं मध्यममार्ग स्वीकारायला हवा. सगळं यश माझ्यामुळेच मिळालं असं म्हणता कामा नये तसंच सारं काही इतरांमुळेच झालं, माझा त्यात काहीच भाग नव्हता इतकं नैराश्यही नको. 'यशात माझा जसा वाटा आहे तसाच सहकाऱ्यांचाही आहे. हा सांघिक विजय आहे.' असा मध्यममार्ग हवा. यालाच जागरूक आशावाद म्हणतात. आशावादीने गाफील राहून चालायचं नाही.

जागरूक आशावादी असणं हे उत्तम. आपण या गुणाच्या कितपत जवळ आहोत

हे पडताळून पाहण्यासाठी आपण सोडविलेल्या प्रश्नपत्रिकेचा उपयोग करूया.

निकाल पहा!

आपण दिलेल्या उत्तरापैकी सर्व अ ची बेरीज करा. तसेच ब, क, ड यांचीही स्वतंत्रपणे बेरीज करा.

अ ◯ ब ◯ क ◯ ड ◯

आता आपण कितपत आशावादी आहोत वा निराशावादी आहोत हे पाहण्यासाठी पुढीलप्रमाणे मांडणी करा.

(अ+क) – (ब+ड) = ◯

उत्तर जर अधिक आलं तर आपण आशावादी, सकारात्मक दृष्टिकोन ठेवणारे आहोत. उत्तर जर वजा आलं तर आपण निराशावादी, नकारात्मक दृष्टीनं पाहणारे आहोत. जितके जास्त अधिक गुण तितके जास्त आशावादी व जितके जास्त वजा गुण तितके जास्त निराशावादी. हे गुण जास्तीत जास्त १०० असू शकतात.

आपण कितपत जागरूक आशावादी आहोत?

अ दाखविते जागरूक आशावादीत्व तर क दाखविते अवास्तव आशावादीत्व. अवास्तव माणूस सारासार विचार न करता सतत आशावादी राहतो. आपला क हा अ पेक्षा अधिक असेल तर आपण आपल्या आशावादाचा पुनर्विचार करायला हवा. विचाराचं अधिष्ठान देऊन आशावाद पडताळून पाहायला हवा.

खालील प्रश्नांची उत्तरं देताना जर आपण क या विकल्पाला २ पेक्षा अधिक गुण दिले असतील तर आपण डोळे झाकून आशावाद जोपासणारे अवास्तव असे असण्याची शक्यता जास्त.

प्रश्न	अवास्तव आशावादींचा प्रकार
१, २, ४	प्रश्नाकडे दुर्लक्ष – महत्त्वाचा प्रश्न असूनही त्याकडे दुर्लक्ष केल्यामुळे तो प्रश्न पुढे अधिकच गंभीर स्वरूप धारण करतो. "असेल हरी तर देईल खाटल्यावरी" असं म्हणून बसून चालणार नाही.
३, ५	जबाबदारी टाळणे – काही चुकलं असेल तेव्हा त्याला कारणीभूत व्यक्तींमध्ये 'मीही असू शकतो' हे मान्य न करणं. यामुळे बाकीचे लोक चिडतात. त्यामुळे आपलं इतरांशी पटेनासं होतं व असे प्रश्न पुन्हा पुन्हा निर्माण होतात.
६, ७, ९	पोकळ आशावाद – 'प्रयत्नेवीण वाचाळता व्यर्थ आहे' अशा प्रकारची

	माणसं स्वत:च्या अंगी किती बळ आहे हे न ओळखता फक्त काम होईल म्हणत बसतात.
८, १०	अवजावी अपेक्षा – इतरांबद्दल वास्तवापेक्षा जास्त किंवा कमी अपेक्षा ठेवल्या जातात. त्यामुळे त्यांच्या कर्तृत्वाबद्दल किंवा नाकर्तेपणाबद्दल आपण विचार न करता जास्तच चांगलं बोलत राहतो. त्यामुळे त्यांच्याकडून खरंच काम होईल का नाही हे नेमकं कळत नाही. त्यांना आपण वाजवीपेक्षा जास्त महत्त्व देतो किंवा खूप कमी लेखतो.

निराशावादींच्या तऱ्हा

ब आणि ड मध्ये वर्गीकरण झालेल्या निराशावादीमध्ये फरक आहे. अमुक एक कारणामुळे हा निराशावाद आहे असं सरळपणे सांगणारे ब वर्गीय आहेत तर ड वर्गीय हे आपला निराशावाद अधिक जोर देऊन प्रकट करतात. त्यामध्ये अनेक घटकांचं प्राबल्य असतं.

जर आपण ब गटामध्ये मोडणारे निराशावादी असू तर सत्य काय आहे हे सकारात्मकरित्या सांगावं. ते वेगवेगळ्या परिस्थितीत कसं बदलेल हेही समजावून घ्यावं. वाईट घडलं असेल तर 'एखादेवेळी असं घडतं', 'नेहमीच घडतं असं नाही' अशी समजूत करून घ्यावी. सकारात्मक पद्धतीनं सांगताना, 'या संकटातून कोण वाचलंय', 'दैवजात दु:खे भरता दोष ना कोणाचा, पराधीन आहे जगती पुत्र मानवाचा' असं सांगून नैराश्यावर आशावादाची फुंकर घालावी.

आपण ड विकल्पाला पुढील प्रश्नांना उत्तरं देताना २ किंवा अधिक गुण दिले असतील तर आपला निराशावाद हा केवळ कारणं सांगून भागणारा नाही. त्याला अनेक कारणं असू शकतील. आपल्याला जागरूक आशावादी व्हायचं आहे ना, मग या कारणांचा अभ्यास करायला हवा.

प्रश्न	अवास्तव निराशावादाचा प्रकार
१, ३	आपण स्वत:ला नको तितकं जबाबदार धरून चुकीचं सारं खापर आपल्याच माथी मारून घेण्याची प्रवृत्ती.
२, ६, ८, ९	छोट्या गोष्टीचा बागुलबुवा करून अवास्तवपणे मांडणे. निराशेच्या राईचा पर्वत करणे. ही मंडळी, आशेच्या दिसणाऱ्या किरणाकडे पूर्ण दुर्लक्ष करतात.
४, ५	सत्य पडताळून न पाहता आपण 'अन्य लोकांना असं वाटत

	असेल' असं गृहीत धरून त्रास करून घेतो.
७, १०	यशाचं श्रेय स्वतः न घेणं. आपण इतरांचं कौतुक करण्यात पुढे असू. पण आपणही जो सहभाग दिला आहे त्याची जाणीव सर्वांना करून द्यायला हवी. प्रसिद्धी पराङ्मुख हा गुण आहे. पण कामाचं चीज न झाल्यास निराशावाद येण्याचा धोकाही ध्यानात घ्यायला हवा.

निराशावादातूनही फायदे?

आपण आतापर्यंत असं पाहिलं की आशावाद हा निराशावादापेक्षा चांगला. पण थोडी, तुरळक का होईना उदाहरणं आहेत की तिथं आशावादापेक्षा निराशावाद चांगला ठरतो.

सुरेश कुलकर्णी हे राष्ट्रीयीकृत बँकेत यशस्वी शाखाधिकारी म्हणून काम पाहत होते. त्यांना सर्व गोष्टीत आशावाद दिसायचा. ते बिनधास्त आशावादी होते. बँकेत स्वेच्छानिवृत्ती योजना आली. ती त्यांनी त्वरेनं स्वीकारली. हाती आलेल्या रकमेतून स्टेशनरी दुकान काढलं. पण ते चाललं नाही. सारे पैसे गेले.

याच बँकेत सुरेश देशपांडे हे हेडक्लार्क मात्र निराशावादी होते. ते नेहमी म्हणायचे काही मोठं काम करायला गेलं तर आपल्यावर गंडांतर यायचं. त्यासाठी अधिकारी हुद्द्याच्या परीक्षेलाच ते कधी बसले नाहीत. अधिकारी झाल्यावर आपण दिलेलं कर्ज थकीत झालं तर? नकोच ती बढती! देशपांडे यांची प्रगती संथपणे झाली. ते स्पेशल असिस्टंट पोस्टवर बँकेत सुखात राहिले. कुलकर्ण्यांसारखी वरची जागा मिळविण्याचा त्यांनी कधीच प्रयत्न केला नाही.

याच बँकेत परिस जोशी हे अधिकारी होते. त्यांच्याकडे कुलकर्णी यांचं काम पाहण्याची जबाबदारी चालून आली. ते जागरूक आशावादी होते. या नव्या जबाबदारीमुळे काय लाभ व हानी होऊ शकते याचा पडताळा त्यांनी घेतला. अगदी वाईटात वाईट काय घडेल याचाही अंदाज घेतला. आपलं वा बँकेचं नुकसान होऊ नये म्हणून आपलं ज्ञान व कौशल्य वाढवायचं ठरविलं. आपण कारकून असल्यापासून बँकेत विविध जबाबदाऱ्या घेतल्या. त्या यशस्वीरित्या पार पाडल्या. त्यामुळेच या पदापर्यंत आपण पोहोचलो आहोत याची जाणीव ठेवली. आता जोशी यशस्वीपणे काम करतील आणि पुढचीही बढती मिळवतील.

जागरूक आशावादीला आपण आशावादी केव्हा व्हावं व निराशावादी केव्हा असावं हे पक्कं माहिती असतं.

पुढील तीन परिस्थितीत निराशावाद उपयुक्त ठरू शकतो.

१. फार मोठे निर्णय घेताना.

कुलकर्णींनी चांगली बँकेतली नोकरी सोडून अनुभव नसताना दुकान थाटले. थोडा निराशावाद ठेवून नोकरीतच राहिले असते तर सुखात राहिले असते.

२. चुकांमुळे गंभीर परिणाम होतात.

मुंबईला जायचं ठरलं. पण गाडीचा ड्रायव्हर आला नाही. शेजारचे गृहस्थ एक ड्रायव्हर देतो म्हणाले. पण त्याबरोबर त्यांनी एक पुस्ती जोडली– ड्रायव्हरला दूरच्या प्रवासाचा जरा कमी अनुभव आहे हं! अशा ड्रायव्हरबरोबर प्रवास करताना आपण आरामात बसू शकू का? इथं आशावाद उपयोगाचा नाही.

३. दुःखाच्या खाईत आपण त्यातले लाभ सांगणं चुकीचं.

एकाचे वडील वारले. तो दुःखात आहे. अशावेळी त्याला नुसतं भेटणं, सांत्वनपर बोलणं ठीक. यात निराशावाद दिसला तरी तो आवश्यक आहे. पण इथं आशावाद आणण्यासाठी त्या गृहस्थाला पुढील उपदेश करणं उपयुक्त नाही–

''वडील वारल्यामुळे तुझा फायदाच झाला! तुला आता वारसाहक्कात मालमत्ता मिळेल. तू भाग्यवान आहेस!''

हे काही अपवाद सोडले तर सारांशानं असंच म्हणावं लागेल की जगात यशस्वी व्हायला आशावादच अधिक उपयोगी आहे!

आपली मळलेली वाट तपासून पहा.

बहुसंख्य लोकांचा जीवनाकडे पाहण्याचा दृष्टिकोन ठरलेला असतो. विशिष्ट प्रसंगी कसं वागायचं हेही ठरलेलं असतं. मग आपण सर्ववेळी तोच दृष्टिकोन ठेवतो. सत्य पडताळून पहायचं, त्यात भावनेचा अंश आणायचा नाही असं ठरवलं तर तो कामावर असताना त्या पद्धतीनं वेळापत्रक सादर करतो. घर घेताना वास्तवाचं भान ठेवतो. 'मी म्हणजे सगळं मोजून मापून पाहणारा' अशी त्याची धारणा असते. पण जिथे भावनेनंही काही निर्णय घ्यावे लागतात तिथे अशा प्रवृत्तीमुळे विरुद्ध परिणाम होण्याची शक्यता असते.

आपण लहानाचे मोठे कोणत्या वातावरणात झालो त्याचाही आपल्या स्वभावावर परिणाम होत असतो. शाळेत आपण कोणत्याही कार्यक्रमात भाग न घेणारे असू तर मोठेपणीही प्रगतीसाठी फार धडपड करण्याची प्रवृत्ती रहात नाही. त्याउलट जर पालक सतत सांगत असतील की, ''प्रयत्नाने या जगात काय अशक्य आहे?'' गुरुजी वर्गात सांगत असतील की, ''प्रयत्ने वाळूचे कण रगडता, तेलही गळे'' तर आपण जीवनाकडे आशावादी दृष्टीनं पाहायला लागतो.

आपण जीवनाकडे कशा पद्धतीने पाहतो हे लक्षात येणं महत्त्वाचं. ते लक्षात आल्यावर त्यामध्ये बदल करायला हवा का हे पाहायचं. यासाठी येथील प्रश्नपत्रिका

उपयोगी आहे. त्यातील उत्तरावरून आपल्या लक्षात येईल की आपला निराशावाद कसा कमी करायचा. जागरूक आशावाद कसा वृद्धिंगत करायचा.

समजणं हा एक भाग आणि कृतीत आणणं हा दुसरा भाग.

पुढील पाठात आपण निराशावादी कल्पना सोडून आशावादी कसं बनायचं हे पाहणार आहोत. आत्तापर्यंत आपण बरंच काही साध्य केलंय. आशावाद आणि निराशावाद यातला फरक ओळखायला शिकलोय. सुरुवात तर चांगली झालीय.

मनासाठी काही सराव करूया!

१. संपूर्ण आयुष्य नैराश्यानं ग्रासलेलं घालविलं अशा मित्राचे, नातेवाइकांचे, प्रसिद्ध व्यक्तींचे विचार ऐका.

२. आशावादानं भरलेलं जीवन जगणाऱ्या व्यक्तीची मुलाखत ऐका.

निराशावादात पछाडलेल्या व्यक्तीला जागरूक आशावादी घडविण्याचा हा पाहा एक आठवड्याचा कार्यक्रम.

पहिला दिवस– नुकत्याच घडलेल्या चांगल्या प्रसंगाबद्दल, सकारात्मक आशावाद व निराशावाद अशा दोन पद्धतीनं विचार करा. आतापर्यंत आपण केलेल्या विवेचनाप्रमाणे त्यातील मुद्दे शोधा. हाच प्रकार एखाद्या वाईट गोष्टीबद्दल करा.

दुसरा दिवस– वरच्याप्रमाणेच दुसरे दोन प्रसंग निवडा. त्यांचं विश्लेषण करताना दोन अधिक सकारात्मक कारणं निवडा.

तिसरा दिवस– तुम्ही स्वत:शी संवाद करताना एखाद्या घटनेबद्दल नकारात्मक कारणं देता. हेच सकारात्मक सांगा.

चौथा दिवस– दिवसातील प्रत्येक तासात आपण आशावादी विचार केला का ते पहा.

पाचवा दिवस– दिवसभरात दोन प्रसंग दोन मित्रांना सांगा. ते सांगताना जाणीवपूर्वक आशावादी विचार पटवून द्या.

सहावा दिवस– निराशावादी बोलणाऱ्याचं म्हणणं ध्यानपूर्वक ऐका. तेच वक्तव्य आशावादी विचारानं खुलासा करत मांडा.

सातवा दिवस– संपूर्ण दिवस 'जागरूक आशावादी' सारखा विचार करा, बोला.

आतापर्यंत आपण आशावादी विचार करण्यात तज्ज्ञ झाला असणार. जितका सराव अधिक तितके विचारही सहजतेनं येतील.

■

(ख) अतिकठीण प्रश्न

'खोलीतला पसारा आवर.'

'मीच का आवरायचा?'

'तू आवरला नाहीस तर तुला टीव्ही बघू देणार नाही.'

'हे बरोबर नाही. सलीलला खोली न आवरताच टीव्ही बघायला कसं दिलं?'

'सलीलची खोली तुझ्याइतकी अस्ताव्यस्त नाही.'

'दाखवतो, त्याचीही खोली अस्ताव्यस्तच आहे.'

आपण लहानपणापासून वादावादी करायला शिकतो. मग तोच गुण मोठेपणी राहतो. काही वेळा तो वाढतोही. पाय आपटणे, दरवाजा आपटणे, खोलीत स्वत:ला तीन तीन तास बंद करून घेणे असले प्रकारही होतात.

मतभिन्नता व्हायला कोणताही विषय पुरेसा होतो. राजकारण, पैसा, इंडियन आयडॉल कोण होणार, स्टेशनला जायचा जवळचा रस्ता कोणता, सोफासेटला कोणत्या रंगाचं कापड घ्यायचं, एक ना दोन, हजार विषय असतात. एकाचं मत ठाम असतं आणि दुसरा त्याचं मत कसं चुकीचं हे हिरिरीनं मांडत असतो.

या वादावादीत सहभागी न होणारी एक व्यक्ती आहे. कधी सामील झालीच तर भांडण फारसं न वाढवता क्षणार्धात ते मिटवून टाकते.

ती व्यक्ती म्हणजे तुम्ही आहात.

पण काही वेळा हे आपल्याच मनात असतं. आयुष्यात महत्त्वाचे निर्णय घेताना मन होय किंवा नाही यात दोलायमान झालेलं असतं. महाविद्यालयात कोणत्या शाखेत जावं, सिगारेट सोडणं, वधू परीक्षा, इ. वेळी आपणास द्विधा मन:स्थितीतून जावंच लागतं.

आपल्या मनात विविध प्रकारचे प्राणी वास करीत असतात.

मानवाची व्याख्या करताना म्हटलंय मनुष्य हा विचार करणारा प्राणी आहे. मनुष्य हा बोलणारा प्राणी आहे. मनुष्य हा हसणारा प्राणी आहे. पण प्रत्येक वेळी तो प्राणी आहे हे मान्यच केलंय! आपल्यामध्ये एक प्राणी संग्रहालयच वसलं आहे.

आपल्यातील लांडग्याचा शोध घ्या. आपण वाघ बनू शकाल! एकेका प्राण्याचा शोध घेता घेता काही प्राण्यांना तुम्ही मनातून काढून टाकू शकाल!

स्वत:शी बोलणं चांगलं!

मकरंदला बुद्धिबळ खेळायला आवडतं. बहुतेक वेळा आपल्यापाशीच खेळत असतो. एकदा त्याचा मित्र सतीश हे नुसतं पाहत होता. मकरंद पांढरी सोंगटी दुसऱ्या घरात हलवायचा. मग काळ्या सोंगटीनं खेळी करायचा. हे पाहून सतीश म्हणाला,

''नेहमी तूच हरतोस असं तुला वाटत नाही!''

''उलट नेहमी मीच जिंकतो.'' मकरंद म्हणाला.

सतीश निराशावादी तर मकरंद आशावादी असल्याचं दिसतं. पण आपल्या मनात एक विचार येतो की अशा पद्धतीनं खेळणं जरा चमत्कारिकच आहे. स्वत: विरुद्धचे डावपेच स्वत:च आखायचे आणि ते स्वत:च हाणून पाडायचे हे काम एकंदरीत अवघडच.

यावर मकरंदचं म्हणणं ऐका. तो म्हणतो की पूर्वीचे सर्व विचार तो बाजूला सारतो. स्वत: उठून पटाच्या दुसऱ्या बाजूला जाऊन बसतो. समोरच्या डावाकडे अगदी नव्या दृष्टीनं पाहतो. दुसऱ्याशी खेळण्याइतकं साम्य अशा खेळात नाही हे तो मान्य करतो. तरीही तो आत्मविश्वासपूर्वक सांगतो की या पद्धतीनंही खेळात प्रगती ही होतेच.

आपण स्वत:लाच प्रश्न विचारायचं म्हटलं की खूपच अवघड वाटतं. याचं महत्त्वाचं कारण म्हणजे आपलं म्हणणं हे बरोबरच असं आपण गृहीत धरलेलं असतं. आपले विचार चुकीचे असते तर आपण यापूर्वीच आपल्यात सुधारणा केली नसती का? असं मन सांगतं. तेव्हा आता कशाला काळजी करायची!

'मीच बरोबर', 'करीन ती पूर्व' ही वृत्ती आपल्या प्रगतीला मारक आहे. एकदा आपण गोष्टी गृहीत धरून चालायला लागलो की आपण कधी चूकही असू शकतो असा गंभीरपणे विचार करत नाही. मनाचा आळशीपणा आणि आपल्याकडे पाहण्यात केलेली डोळेझाक यामुळे गृहीत गोष्टींची आपण तपासणी करीत नाही.

आपल्या गृहीत गोष्टी या आपण आपल्या मनाशी संवाद साधण्यातला महत्त्वाचा अडथळा ठरत असतात. त्यामुळे आपल्या क्षमतेप्रमाणे आपली वाढ होत नाही.

भाषा विषय माझे कच्चे आहेत असं म्हणणारा त्याची इंग्रजी सुधारण्याचा प्रयत्न सोडून देतो. माझे विचार न पटणारे असतात अशी खूणगाठ मनाशी मारलीत तर मी कितीही पटवून सांगण्याचा प्रयत्न केला तरी पालथ्या घड्यावर पाणी पडणार!

मनाशी बोलण्याचे सहा टप्पे

माइंड जिमच्या एका वर्गाला रवी आला होता. विषय होता, आपलं भाग्य

आपल्या हाती. त्याच्या मनात जे चाललं होतं तसंच त्याचं सरांशी संभाषण झालं. त्यातील विचारपद्धती लक्षात घेण्यासाठी आहे. आपण आपल्याशी संवाद साधू तेव्हा वापरण्यासारखी आहे.

पहिली पायरी – गृहीतं

रवीच्या मनात भीती होती की आपल्याला लोकांपुढे उभे राहून बोलता येत नाही. वास्तविक पाहता त्याच्या सध्याच्या कामात त्याला दर दोन महिन्यांतून एकदाच समूहापुढे उभं राहून बोलावं लागे. परंतु त्याच्या या भाषण भीतीमुळे त्याच्या कंपनीत तो मागे पडला. बढती मिळाली नाही. तो म्हणायचा–

''मी चर्चेला उभा राहिलो की कोणी ना कोणी उभं राहून माझ्या मनाशी सहमत नसल्याचं सांगे. कोणीतरी जागेवरच असा काही प्रश्न विचारे की, त्याचं माझ्याकडे उत्तर तयार नसे. त्यामुळे मी बाष्कळ बडबड करीत आहे असं चित्र निर्माण होई. याउलट माझे साहेब मध्येच मला थांबवून माझे राहिलेले मुद्दे सांगत. सारेजण माझ्याकडे निर्विकार चेहऱ्याने पाहत. माझ्या भाषणाच्या वेळी मला सारखा कागद पाहावा लागे. इतक्या वर्षांत एकाही श्रोत्यानं माझं भाषण चांगलं तर राहोच बरं सुद्धा झाल्याचं म्हटलं नाही. मला हे जमत नाही. मी चांगला वक्ता नाही.''

वरवर पाहता 'आपण चांगला वक्ता नाही' हे रवीचं म्हणणं पटतं. परंतु मनाची समजूत काढायला काही कारणं सांगणं यात धोका आहे. निराशावादी विचार आपल्या समर्थनार्थ अशी कारणं काहीही करून शोधून काढतात. रवीच्या अंतर्मनात असंच घडलं असणार.

दुसरी पायरी – पुरावा

रवीशी चर्चा करताना असं लक्षात आलं, की त्याच्या व्याख्यानाच्या वेळी, सर्व वेळी सर्व प्रशिक्षणार्थींनी ढम्म चेहरे ठेवले नव्हते. काही जण मान हलवून प्रतिसाद देत होते तर काहीजण लिहूनही घेत होते. प्रोजेक्टरवर वापरलेल्या स्लाईडच्या प्रती सर्वांना वाटल्या तरीही त्यांनी लिहून घेतलं होतं म्हणजेच त्याच्या व्याख्यानात त्यांनी रस घेतला होताच.

काही लोकांनी काही वेळा व्याख्यान चांगलं झाल्याचंही म्हटल्याचं रवीनं मान्य केलं. काहींना त्याची वक्तृत्वकला पसंत पडली नव्हती तरीही त्यातून दिलेलं ज्ञान आवडलं होतं.

रवीला हेही पटलं की या कंपनीचा म्हणून एक स्वभाव आहे. इथं काही चांगलं केलं की तसं बोलून दाखवीत नाहीत. काही बोललं नाही म्हणजे चांगलं झालंय समजा असं म्हणतात. मात्र चुकीवर बोट ठेवायला एका पायावर तयार असतात. मग असं लक्षात आलं की वेगवेगळ्या विषयावर रवीनं अठरा व्याख्यानं दिली. पण चुकलंय असं कोणीच म्हटलं नाही.

व्याख्यानात जो अवघड प्रश्न विचारला जायचा तो एकाच विभागातून. असं लक्षात आलं की एकतर तो प्रश्न त्यावेळी विचारणं सयुक्तिक नव्हतं आणि दुसरं म्हणजे ते काम रवीकडं नव्हतं. पण रवीनं चुकीचंच डोक्यात ठेवलं होतं, की वक्त्याच्या प्रत्येक प्रश्नाचं उत्तर देता आलंच पाहिजे. तो उगाचच श्रोत्यांची क्षमा मागून आपली फजिती करून घेत होता.

हे सारे पुरावे पाहता रवी हा वाईट वक्ता नव्हता. पण त्यानंच काही गोष्टी गृहीत धरल्यानं चुकीचे निष्कर्ष काढले होते.

तिसरी पायरी – पर्यायी अर्थ

पुरावा सादर करूनही जर प्रश्नाचं समाधान होत नसेल तर पर्यायी अर्थ देण्याचं पुढील पाऊल उचलायचं.

रवीच्या प्रश्नात नेमका मुद्दा काय आहे ते पाहूया. रवीची व्याख्यानं कंपनीतील अन्य विभागातील लोकांसाठी असत. त्याचे विषय तांत्रिक व क्लिष्ट बाबी समजावून देणारे असत. त्यामुळे श्रोते शांत चित्तानं ऐकत. यावरून ते मख्खपणे बसत असा अर्थ काढणं चुकीचं आहे. ते तल्लीन होऊन ऐकत असा अर्थही निघू शकतो.

रवी बोलताना त्याचे साहेब मध्ये बोलत याचा अर्थ रवी बरोबर बोलत नव्हता असं नाही. साहेबांना त्या कामाचं श्रेय घ्यायचं असेल म्हणूनही ते मध्ये बोलत असतील. नंतर असंही लक्षात आलं की रवीनं केलेल्या कित्येक चांगल्या कामाचं श्रेय साहेबांनी लाटलं होतं.

रवीला भाषणात टिपणांचे कागद वापरावे लागत. यामध्ये काही गैर नाही. कित्येक वक्ते अवघड विषयाच्या वेळी टिपणांचा वापर आवर्जून करतात.

आपण अयशस्वी होत आहोत असं रवी म्हणतो तेव्हा यशस्वी शब्दाची व्याख्या त्याला नीट समजली नसण्याची शक्यता आहे. यशस्वी वक्ता कोण? जो श्रोत्याला हसवतो तो? जो हाती टिपण न घेता उत्स्फूर्तपणे बोलतो तो? जर विनोदी वक्ता म्हणूनच वक्त्यास पाचारण केलं असेल तर त्याच्याकडून विनोदाचीच अपेक्षा असणार. पण कंपनीमधील व्यवसायवृद्धीच्या व्याख्यानात अशी अपेक्षा नसते.

चौथी पायरी – म्हणून काय झाले!

वरील सर्व गोष्टीनेही रवीचं नैराश्य कमी होत नसेल तर त्याला जमत नाही या त्याच्या प्रश्नावर उत्तर आहे– 'म्हणून काय झालं! So what!'

रवीच्या संभाषणकलेच्या अपयशामुळं तो मागं पडत आहे. बढती मिळत नाही. आत्ता वय केवळ ३२ आहे. संपूर्ण करीअर घडवायचं आहे. पण कंपनीतील इतर अधिकाऱ्यांकडे पाहिलं तर बरेच जण वयानं त्याच्यापेक्षा जास्त आहेत पण हुद्द्यानं कमी आहेत. काही जणांचं वक्तृत्व त्याच्यापेक्षाही बेताचं आहे पण त्यांनाही बढती मिळू शकली होती. त्यांनी चांगल्या वक्त्याला बरोबर घेऊन कंपनीचं काम केलं

होतं. काहींनी बोलण्याच्या कामापेक्षा लिखाणात प्रगती करून दाखविली होती. यासाठी निराश न होता म्हणायचं– "असं झालं असलं म्हणून काय झालं!"

पाचवी पायरी – विचारांचा अपव्यय.

रवीची खात्री पटलीय, तो चांगला वक्ता नाही. आपण त्याला तो चांगला वक्ता असू शकण्याची अनेक कारणं सांगितली. सगळ्या गोष्टी गृहीत धरून चालू नकोस सांगितलं. एवढं करूनही त्याला ते पटत नसेल तर विचार व वेळेचा अपव्यय नको. रवीचं म्हणणं मान्य– तो चांगला वक्ता नाही. मग आता त्वरेनं चांगला वक्ता होण्याच्या तयारीला लागावं हे बरं!

सहावी पायरी – कामाला लागा

आपण माणूस आहोत. माणूस विचार करू शकतो. बोलू शकतो. माझ्यात हे सामर्थ्य आहे. मी चांगला वक्ता होणारच. सुरुवातीची फजिती झालेले पुढे मोठे वक्ते झाले आहेत. आचार्य प्र. के. अत्रे यांची शाळेत कथा सांगताना फजिती झाली होती. परंतु प्रयत्नानं आणि आत्मविश्वासानं ते इतके मोठे वक्ते झाले, की अत्रे यांची सभा म्हणजे लाखाची सभा असं समीकरण झालं. सुप्रसिद्ध साहित्यिक पु. ल. देशपांडे यांना आजोबांनी श्रोत्यापुढं गोष्ट सांगायला उभं केलं तेव्हा त्यांची फजिती झाली होती. परंतु पुढे सरावानं ते हवेहवेसे वक्ते झाले. अपयश ही यशाची पायरी आहे. आपण 'आपल्याला जमणार नाही' हा विचार काढून टाकायचा. 'मला जमणारच' म्हणायचं. आपली विचार करण्याची पद्धत बदलता आली पाहिजे. ते जमणं हेच मोठं सामर्थ्य आहे. मग रवीमध्ये बदल होईल. तो आत्मविश्वासानं बोलणारा पट्टीचा वक्ता बनेल.

केवळ विचार करण्याची पद्धत बदलून चालणार नाही. आपल्यामधील कमतरता घालविण्यासाठी प्रयत्न सुरू करायचे.

व्याख्यानाच्या वेळी विचारल्या जाणाऱ्या संभाव्य प्रश्नांचा अभ्यास करायचा. ज्या प्रश्नांची उत्तरं देणं कठीण वाटतं अशावेळी कशा पद्धतीनं उत्तर द्यायचं याचा सराव करायचा. उत्कृष्ट वक्ता होण्यासाठी एखाद्या अल्पकालीन वर्गालाही जायचं. या विषयावरची पुस्तकं वाचायची. सी.डी. पहायच्या. इंटरनेटवरील संकेतस्थळं पहायची. सर्व बाजूंनी जय्यत तयारी करायची.

स्वत:च्या मनातले 'जमणार नाही' हे जुने विचार काढून टाकल्यावर आता 'जमणार' या विचारानं आपण प्रेरित झालो आहोत. आता कृती कशी आणि केव्हा करायची हे ठरवायला मनाशी संवाद साधायचा.

काही काळानं असं लक्षात येईल की रवी या मन:शाळेत आल्यावर पुढील गोष्टी घडल्या.

चांगलं तेच मी पाहीन

काही माणसांना सांगून सांगून आपला घसा कोरडा पडतो. पण त्यांच्यात काहीही बदल होत नाही. काहींच्या बाबतीत तर आपण बोलण्यापूर्वीच आपल्याला माहिती असतं, की काहीही उपयोग होणार नाही. गाढवापुढं वाचली गीता– उपयोग काय? काहीवेळा तर असं मनात येतं की साऱ्यांना समजावण्याचा हा खटाटोप कशासाठी करायचा? त्यामुळे माझ्या पगारात काही वाढ होणार आहे का? मला मदतीला चार माणसं जास्त मिळणार आहेत?

होय, या उपद्‌व्यापाचा लाभ आहेच. माइंड जिममध्ये येतानाचे माझे विचार आणि मन:शाळेत झालेलं मतपरिवर्तन यात लाभदायी फरक पडतो. तो कसा हे काही वाक्यांवरून पाहू.

त्रासदायी मनोगत	**लाभदायी पुनर्विचार**
त्यांच्याइतकं मला कळत नाही.	त्यांच्यापेक्षा काही गोष्टी मला जास्त समजतात. एकमेकांना त्या शिकवू. सारे अधिक ज्ञानी होऊ.
ते माझ्यापेक्षा मोठे आहेत.	माझ्यासारखेच ते एक माणूस आहेत. अपेक्षा, भीती, असुरक्षितता यांनी भरलेले.
माझ्या मनाचा त्यांच्यापुढे नेहमी पराभव होतो.	मी त्यांच्या हिताचीच गोष्ट सांगत असतो. एवढ्यापुरती तरी ही एकरूपताच ना!
त्यांना माझं कधीच पटत नाही.	त्यांना का पटत नाही हे मी जाणून घेतलंय. त्यांना पटावं या दृष्टीनं मी सर्व प्रयत्न करीत आहे.
मला जमणार नाही.	समजा अगदी वाईट घडलं तरी, काय होईल? त्या अनुभवातून मी नवं शहाणपण शिकेन.
ते हट्टी आहेत. त्यांना सांगण्यात अर्थ नाही.	ते असा विचार का करतात ते समजत नाही. यावेळी हे जाणून घेण्याची ही मला संधीच मिळाली आहे. मी त्यांना जाणून घेण्याची संधी म्हणून या गोष्टीकडे पाहीन.

मनातला संवाद – ७ टप्पे	
१. मी काय गृहीत धरून चाललो आहे.	हा नकारात्मक विचार झाला. मी जे मानीत आलो ते सकारात्मक असेल तर ते बदलण्याची गरज नाही. त्यासाठी मनाशी संवादही नकोय.
२. मी जे गृहीत धरून चाललोय ते बदलण्यासाठी माझ्याकडे काय पुरावे आहेत?	मनाशी भरपूर बोला. पुरावे शोधून काढा. ज्यांना प्रथम जमलं नाही, पण नंतर शक्य झालं अशी उदाहरणे डोळ्यांसमोर आणा.
३. पुरावा नसेल तर परिस्थितीत बदल करण्यासाठी आणि कसं समजावता येईल?	एक नाही तर दुसरे बदल करण्यास अनेक कारणं शोधा. त्यातील ज्याची मात्रा लागू पडेल असं वाटेल ते प्रथम वापरा.
४. पुरावे किंवा अन्य विकल्पाने काम होत नसेल तर मग होऊन होऊन परिणाम काय होणार?	बरंच काही घडेल असं वाटत होतं. पण प्रत्यक्षात एवढं काही घडलं नाही. उगाच बाऊ करतोय.
५. एवढं होऊनही आपण आपल्या मूळच्या विचाराशी आग्रही असू तर असा विचार आपणास कितपत उपयोगी पडणार आहे?	असा नकारात्मक विचार काही कामाचा नाही. वेगळ्या पद्धतीनं विचार करू या. इथून पुन्हा सुरुवात करू.
६. या विचारातून बाहेर पडायला मी काय करावं.	परिस्थिती बदलायला मी खूप काही करू शकतो. काय काय शक्य आहे ते लिहून काढावं. त्यामुळे नव्या कल्पनाही पुढे येतात.
७. कृती करू या. केव्हा?	निवडलेल्या कल्पना आता राबवायच्या. योग्य वेळी.

१. आपण वक्ता होऊ शकतो याची जाण आली.

२. आपली वक्तृत्वकला जितकी चांगली असायला पाहिजे तेवढी नाही हे ध्यानात आलं.

३. आपल्यामध्ये सुधारणा करून आपण चांगले वक्ते होऊ शकतो हा आत्मविश्वास वाढला.

दोन व्यक्तींमधे संवाद होऊन वरील गोष्टी घडल्या तशाच एकाच व्यक्तीमधील

मनातील विचारानंही हे घडू शकतं.

सांग दर्पणा!

स्वत:च्या बाबतीत काहींनी असा समजा करून घेतलेला असतो की आपण दिसायला काही चांगले नाही. ते अनेक प्रकारे व्यक्त होत असतं. उदा. ''माझ्याशी लग्न करायला कोणी तयार होईल असं वाटत नाही. त्या दृष्टीने मला कधी मागणीही आली नाही.'' या विचाराचा कहर म्हणजे ती पुढे म्हणते की मला रेडिओवर जिथे दिसण्याशी संबंध नाही त्या कार्यक्रमात तरी घेतील की नाही ही शंका आहे.

आता आपण पाहिलेल्या मनातल्या संवादाच्या ७ टप्प्यांचा इथे उपयोग करूया.

पुरावा

- माझ्या नातेवाइकांना मी सुंदर वाटते का?
- माझ्या मित्रांपैकी कोणी मला सुंदर म्हटलं का? किंवा तसं दर्शविलं का?
- माझ्या शरीराची ठेवण पाहता लोक मला सुंदर म्हणतील का?

पर्यायी मार्ग

- प्रत्येकालाच आपण सुंदर असावं असं वाटत असतं. त्यामुळे हे फक्त माझ्यापुरतं आहे असं नाही.
- एखाद्याला मी आकर्षक वाटले नाही म्हणजे मी कोणालाच आवडणार नाही असं नाही.
- माझी तुलना मी दूरदर्शनवर व मासिकातून दिसणाऱ्या छायाचित्रांशी करते आहे का? अशा पद्धतीची तुलना अयोग्य ठरेल. परंतु काही बाबतीत मी त्या छायाचित्रातील व्यक्तीपेक्षाही चांगली असू शकते.
- मी रुबाबदार नाही हे ठरविणारी माणसं खरोखरच त्या पात्रतेची आहेत का? याच लोकांच्या म्हणण्यावर मी अनुमान काढत आले का?

परिणाम

- व्यक्ती तितक्या प्रकृती. प्रत्येकाची सौंदर्याची कल्पना वेगळी.
- जास्तीत जास्त काय होईल? मला देखणा साथीदार मिळणार नाही. तरीही मी आयुष्यात बरंच काही करून दाखवीन.
- केवळ आकर्षकतेवर निवड करणारे जरा स्वत:ला शहाणेच समजणारे असतात. त्यांच्यापासून मी चार हात दूर राहते.
- मला उथळ प्रेम नको. जे लवकरच आटण्याची शक्यता.

उपयुक्तता

- मी रुबाबदार नाही म्हटल्यानं तसंच होण्याची भीती. त्यापेक्षा मी आकर्षक

आहे म्हटल्यानं आपण रुबाबदार वाटू. मी आता झपाट्यानं बदलू लागले आहे. आकर्षक होऊ लागले आहे.

कृती

- आनंदी रहा.
- आहार, व्यायाम इ. कडे लक्ष देऊन शरीर बांधेसूद करा.
- रुबाबदार कपडे वापरा.
- नव्या चांगल्या गोष्टीत रस घ्या.
- केशरचनाही चांगली करा.
- तुम्हाला पसंत करणाऱ्या व्यक्तीबद्दलच्या आपल्या कल्पनांत बदल करा.

सुरेशला सिगारेट सोडायची आहे. तसं त्यानं अनेक वेळा ठरविलं. पण अजून तरी यश आलं नाही. त्याच्या मनातले संवाद पहा–

मुलाखतकार : सुरेश, तुला सिगारेट सोडायची नाही का?

सुरेश : हो. कधीतरी सोडायची तर आहे, पण...

मुलाखतकार : मला हे तुझं उत्तर पटत नाही. तुला सिगारेट सोडायची आहे किंवा नाही?

सुरेश : पण आत्ताच सोडायला हवी का?

मुलाखतकार : मी ती सोडण्याबद्दल बोलत नाही. पण एकंदरीत तू निर्णय पुढे ढकलणारा आहेस तर.

सुरेश : तसंच काही नाही.

मुलाखतकार : मग तू निर्णय घ्यायला तयार झाला आहेस. तू सिगारेट सोडायला तयार आहेस.

सुरेश : ठीक आहे. पण खरं सांगू का सिगारेट ओढायला मला आवडतं.

मुलाखतकार : नेहमी? अगदी सकाळी अंथरुणात उठून बसल्याबरोबर.

सुरेश : इतकी नाही हं.

मुलाखतकार : म्हणजे तुला सिगारेट ओढणं आवडत नाही.

सुरेश : तू माझ्या तोंडी काहीही शब्द घालत आहेस. सकाळची सिगारेट नको. पण दिवसभरात कितीतरी वेळा ती हवीशी वाटते. विशेषत: चांदण्या रात्री लोणावळ्याच्या गच्चीत बसल्यावर.

मुलाखतकार : अशी अगदी तल्लफ येते ती किती वेळा? आठवड्याने, महिन्याने का वर्षाने?

सुरेश : वर्षातून एकदा.

मुलाखतकार : तसेच सकाळी तुला सिगारेट नकोच असते. म्हणजे या ३६५

दिवसावरून तू लोणावळ्याला एक दिवसावर येऊ शकतोस.

सुरेश : तू माझ्या बोलण्याचा चांगलाच विपर्यास करतो आहेस.

मुलाखतकार : तू दिलेल्या माहितीवरून मी बोललो. बरं मला सांग, सिगारेट ऐवजी तुला काय चालेल?

सुरेश : कितीतरी चांगली माणसं सिगारेट ओढतात.

मुलाखतकार : तू विषय गंभीरपणे घेत नाहीस. सिगारेट ओढणारी माणसं त्यांचे स्वास्थ्य बिघडवत आहेत. तू चांगला विचारी माणूस आहेस. ब्रेक तुटलेली गाडी चालवायला तू कधीही तयार होणार नाहीस.

सुरेश : मी तोंडदेखलं बोलतोय असं म्हणायचंय.

मुलाखतकार : मी जाणायचा प्रयत्न करतोय की तू का सिगारेट ओढत असशील. आतापर्यंत पटण्यासारखं तू एकही कारण देऊ शकला नाहीस. तू कंटाळलेला असतोस तेव्हा सिगारेट ओढतोस का?

सुरेश : अं, हां, काही वेळा कंटाळा आल्यावर किंवा काय करावं सुचेना झालं की...

मुलाखतकार : म्हणजे सिगारेट ओढावी वाटतेच.

सुरेश : मला माझं म्हणणं मांडू दे. काही वेळा मी सिगारेट ओढतो. नाहीतर मी तरी दुसरं काय करणार? 'मी सिगारेट सोडली' या भ्रमात मी रहावं का? 'सिगारेट सोडायचीच' असं तरी मी ठरविलं आहे का हेही समजेना झालं आहे.

मुलाखतकार : कोणाच्याही सूचनेला एकदम नाही म्हणणारा तू नाहीस हे मी जाणतो. बरं जरा थांबूया.

सुरेश : या विश्रांतीत मी एखादी सिगारेट ओढली तर...

मुलाखतकार : त्यात काही विशेष नाही. अपवाद म्हणून ओढ आणि पुन्हा सिगारेट सोडण्याचा निश्चय चालू ठेव. खाण्याचं बंधन पाळणाऱ्यांत मध्ये थोडे शेंगदाणे खाल्ले म्हणून उपवास मोडत नाही. संशोधनाचे निष्कर्ष सांगतात, शरीराला हव्या वाटणाऱ्या गोष्टींचा हव्यास तीन दिवसच टिकतो. त्यानंतरची आस ही मानसिक असते. तुझी मनोधारणा भक्कम आहे ना?

सुरेश : हो. मी ठरविलं तर...

मुलाखतकार : तू ठरविलंस का? हो किंवा नाही सांग.

सुरेश : बघूया.

मुलाखतकार : कोणी सांगून हे जमत नसतं. तू दर वेळी तुला तल्लफ आली की तुझा हात नकळत सिगारेटकडे जातो.

सुरेश : मी यावर काय करू?

मुलाखतकार : तुला सिगारेटची आवश्यकता नसते. फक्त अशा स्थितीत ती प्रतिक्रिया असते. तू पुन्हा मनाशी ठरव. सिगारेटीशिवाय राहायचं. मनाला रिझविण्यासाठी दुसरं चांगलं काही शोध.

सुरेश : पण मला सिगारेटची फारच तल्लफ आली तर?

मुलाखतकार : सिगारेट न ओढण्याचे फायदे आठव. पैशाची बचत, जिना चढताना धाप न लागणं, तंबाखूनं डोकं जड न होणं, चांगली भूक लागणं, छानपैकी जेवता येणं इ. मग तू सिगारेट सोडण्याचा निर्णय का घेत नाहीस?

सुरेश : बघूया. मी पंधरा दिवस सिगारेट सोडतो. आणि मग पुढे ठरवितो.

मुलाखतकार : एक महिन्यासाठी ठरव.

सुरेश : ठीक आहे.

मुलाखतकार : मी तुला त्यानंतरही तुझी प्रतिज्ञा चालू ठेवायला लावणार. त्यासाठी तुला शुभेच्छा.

हा संवाद तुम्हाला पटेलच असं म्हणता येणार नाही. परंतु तुम्हाला स्वतःशीच वाद संवाद करावा लागेल.

सुरेशचं म्हणणं हे खरोखर दोन व्यक्तींमधील असतं तर पटलं नसतं. इथं एकाच व्यक्तीच्या मनात चाललेला हा वादविवाद आहे. अशावेळी जी बाजू जिंकावी वाटेल त्या बाजूचं बोलणं असेल.

वरील संवादात मुलाखतकार सुरुवातीस आक्रमक होता. नंतर तो समजुतीच्या स्वरात बोलू लागला. हे जाणीवपूर्वक होतं. हुशार मुलाखतकाराप्रमाणे त्याला सुरेशला समजावून सांगायचं होतं. जिंकायचं नव्हतं.

असो, संवाद एखाद्या वेळी होतो. थांबल्यासारखा वाटतो. पुन्हा भविष्यात हाच संवाद होऊ शकतो. आपलं ध्येय साध्य होईपर्यंत आपल्या मनाशी बोलत राहायचं.

आशावादी व्हायचं का नाही हाच निर्णय घ्यायचा.

आपल्या मनातील संवादामुळे नकारार्थी विचार कमी व्हायला मदत होते. याच विचारांनी भारलेलं विपुल साहित्यही आहे.

'नटसम्राट' नाटकात आप्पासाहेब बेलवलकर प्रश्न विचारतात– जगावं की मरावं? दुःखानं भरलेल्या ह्या जगात जगण्यासारखं काही आहे हेच आशावादी विचार साहित्यातून दिसतात.

आपला संवाद यशस्वी होण्यासाठी...

१. मार्मिक प्रश्न

अभ्यास करून समीक्षकाप्रमाणे असा मार्मिक प्रश्न विचारायचा की दुसऱ्या बाजूची समजूत पटली पाहिजे.

२. विधानाची छाप

दुसऱ्यास असं काही सांगायचं की तो आपल्या विचारात एकदमच पकडला जाईल. हाच प्रकार स्वत:च्या विचारांशीही करायचा!

३. प्रश्नांकित नजर

आपल्या विचारांना ताडून पहा. त्यांना प्रश्न विचारा. त्यांची योग्यता ठरवा.

४. प्रश्नांची पुनरावृत्ती

पुन्हा पुन्हा तोच प्रश्न विचारून हवं ते उत्तर मिळवायचा प्रयत्न करा.

स्वत:शी संवाद कसा साधायचा– ९ मुद्दे

१. आपल्यात काय बदल करायचा हे जाणून घ्यावं. उदा. आपल्या क्षमतेच्या तुलनेत आपण काम करायला हवं.

२. आपल्या मताशी घट्ट राहू नका. तडजोड करण्याची तयारी ठेवा.

३. आपली बाजू मांडणारे आपण वकील आहोत असं समजा. जास्तीत जास्त मुद्दे गोळा करा.

४. वकिलाची बाजू ऐका. त्यावर एकदम हल्ला करू नका.

५. प्रतिवादासाठी जास्तीत जास्त मुद्दे शोधा. आपल्या बाजूनी असणारा मुद्दा आपण जास्त जोर देऊन मांडतो.

६. आग्रही मुद्दा आणि समर्थन करणारा मुद्दा यातील फरक लक्षात घ्या. बेतानेच मुद्दा मांडला तर मतपरिवर्तन होणार नाही. बदलायचंच नसेल तर खूप जोरकसपणे मांडा.

७. आपल्या मतांसाठी ज्या गोष्टी आपण गृहीत धरतो त्या तपासून पहा. आपल्याला पेटी वाजवता येत नसेल तर काही बिघडत नाही.

८. आपली मतं आपल्याला उपयुक्त आहेत का हानिकारक यावर जय पराजय ठरतो. आपण गृहीत धरत असलेली गोष्ट आपल्या हिताआड येत असेल तर ती दूर केली पाहिजे.

९. मतांचा आदर राखताना कधी इकडे तर कधी तिकडे असं मन दोलायमान होण्याची तयारी हवी. हट्टीपणा नको.

(ग) नवा अध्याय

मधुबन बंगल्याच्या गच्चीवर आरामखुर्चीमध्ये तुम्ही पहुडले आहात. सूर्यास्ताचं मनोहारी दृश्य पाहत आहात. थोड्याच दिवसांनी तुमचा ८० वा वाढदिवस साजरा होणार आहे. आपल्या आयुष्यातील महत्त्वाच्या निर्णयामुळे काय काय घडलं याचा विचार तुम्ही करीत आहात.

तुम्हाला आठवतं, कायदा विषय सोडून तुम्ही जर्मन विषय घेतलात. घर सोडून बेंगलोरला गेलात. एकट्याला भटकंती करावी लागली. तिथे एका व्यक्तीशी परिचय झाला. तीच पुढे तुमच्या आयुष्याची साथीदार झाली. तुम्ही दोघांनीही तुमच्या नोकऱ्यांवर पाणी सोडलं. संगणक क्षेत्रात पदार्पण केलं. जर्मन भाषेचं सॉफ्टवेअर तयार केलं.

जर तुम्ही दुसऱ्याच्या सल्ल्यानं वागला असतात तर हे काहीही तुम्हाला जमलं नसतं. तुमच्या वडिलांनी तुमच्या कायदा विषयासाठी एवढी धडपड केली होती की त्यांनी तो विषय सोडायला कदापि परवानगी दिली नसती. तुमचा खास दोस्त तुम्हाला म्हणाला होता की बेंगलोरला जाऊ नकोस. भाषेपासून सर्व प्रश्न आहेत. बेंगलोरला पहिली नोकरी सोडताना शेजारी म्हणाला होता की नोकरी सोडून व्यवसायात पडताय, रस्त्यावर याल. तुम्ही हे सारं आठवत सायंकाळचं विहंगम दृश्य पाहत आहात. चेहऱ्यावर स्मितहास्य विराजमान झालं आहे.

थोड्याच दिवसांनी वाढदिवस समारंभाला सारे नातेवाईक जमले. एका मुलीनं विनंती केली की याप्रसंगी तुमच्या नातवंडांना आणि पतवंडांना मार्गदर्शन करा. तुम्ही मनाशी ठरविता की त्या सायंकाळी आपल्या मनात आलेल्या आठवणी सांगाव्यात.

काय करावं हे आपल्याला अनेकजण सांगतात. त्यातील आपण बहुतेक सगळं करू शकतो. आपल्याला निर्णय घ्यायचा असतो तो 'करावं' किंवा 'न करावं' यातला. पण बहुतेक लोक करणं कसं अवघड आहे आणि म्हणून करू नये असं सांगतात. ते स्वत:ही करीत नाहीत व दुसऱ्यांनाही करू देत नाहीत. 'करू शकतो' हा पर्याय आहे याचं त्यांना भानच राहात नाही.

“आपल्याला काहीही जमेल म्हणजे सुंदर मोरही बनता येईल?” एका पणतूनं प्रश्न विचारला.

“काही गोष्टी अशक्य असतील” हसत हसत तुम्ही उत्तर दिलंत. “पण बहुतेक गोष्टींना पर्याय असतो. तुम्ही अवकाशवीर बनू शकता, प्राध्यापक होऊ शकता नाही तर घरात आळसावून पडून राहू शकता. काय व्हायचं हे आपण ठरवायचं.”

'नाही' दोन अक्षरांचा शब्द

'मनाजोगं' हा एक शब्द म्हणून चांगला आहे. पण वादामध्ये चांगला नाही. आपण कित्येक तत्त्वांचं आचरण करीत आहोत. त्यांच्या अधीन आहोत. उदा.

- चांगल्या व मोठ्या कंपन्यांमधील नोकरीत सुरक्षितता अधिक.
- चांगलं काम मिळायला विद्यापीठातलं शिक्षण हवं.
- पतिपत्नीच्या वयात फार अंतर असता कामा नये.
- अधिक गुण मिळविणाऱ्यांना चांगल्या नोकऱ्या मिळतात.

आयुष्यात निवड करताना 'नाही' या शब्दास नाही म्हणावं.

'हो' की 'नाही'

भोजनानंतर विश्रांती घेत बसला आहात. तुमची १५ वर्षांची पणती तुमच्याजवळ येऊन विचारते,

“तुमचा सल्ला मला आवडला. सारं काही शक्य आहे हे तत्त्व मलाही पसंत आहे. त्यामुळे प्रत्येक गोष्टीसाठी खूप कष्ट करावे लागतील. पण काय करावं आणि काय करू नये हे कसं ठरवायचं? शाळेत आणि घरी आम्हाला जे शिकवलं जातं त्यात 'एका ध्येयाने जावे' असंच असायचं.”

आता गुरुपदेशाची ती वाट पाहतेय. आपण हे सांगू शकू का या विचारात तुम्ही आहात. आपल्या जुन्या मंत्रापेक्षा नव्या पिढीला त्यांच्या वाटा शोधू देत असं वाटू लागलं का?

“मी तुम्हाला एक गोष्ट सांगतो.” मी पतवंडांना जवळ घेऊन सांगू लागलो, “मी आठ वर्षांचा असताना घर बदललं. नव्या घराजवळच माझ्यापेक्षा एक वर्षानं मोठा मुलगा राहत होता. त्याच्या वाढदिवसाच्या पार्टीचं मला आमंत्रण आलं. फारशी ओळख नव्हती. 'गेल्यावर आपल्याकडे कोणी फारसं लक्ष दिलं नाही तर किंवा चेष्टा केली तर...' या विचारानं मी नाही म्हटलं.

“वाढदिवसाच्या दिवशी दुपारपासून मुलं तिथं जमू लागली. त्यातील काही माझ्या ओळखीची होती. खेळत होती, गात होती. मला माझ्या घरात हे सारं कळत होतं. आपण न जाण्याची चूक केली यामुळे खूप वाईट वाटलं.

“तेव्हापासून मी ठरवलं की संधी सोडायची नाही. पुढे काय घडेल याची काही वेळा आपण खूपच काळजी करतो त्यामुळे मागे राहतो.”

‘तुमच्या प्रश्नाचं उत्तर द्यायचं झालं तर ‘नाही’ ला ‘हो’ मध्ये रूपांतरित करा. ‘करेन’ आणि ‘करणार नाही’ यातील ‘करेन’ निवडा.’

मनुष्य हा विचार करणारा प्राणी आहे हे म्हणताना आपल्यापैकी काहींमध्ये दोन प्रकारचे अविचार दडलेले दिसतात.

लहानाचं मोठं होताना आपल्याला अमुक केलं नाही तर त्रास होईल असं सांगितलं जातं. उदा. शाळेत पाटीपूजन केलं नाही तर अभ्यासात मागे पडणार! हीच भीती पुढे चालू राहते, ही झाली अविचारी भीती.

खोट्या भीतीनं आपण ते केलं नाही किंवा ती संधी मी घेतली नाही असं म्हणत राहतो. ‘मी चार्टर्ड अकाउंटंट व्हायला हवं होतं’, ‘लग्नासाठी ते स्थळ मी सोडायला नको होतं’ असं म्हणत राहतो.

दुसरा प्रकार म्हणजे अविचारी प्रभाव.

भ्रामक भीतीमुळे यांचे पाय कधीच जमिनीवर घट्ट नव्हते. मी त्यामध्ये कशाला पडलो असे ते बोलत राहतात. बरेचसे छोटे उद्योग दरवर्षी बंद पडतात ते या अशा अविचारी प्रभावाखालच्या लोकांचे असतात.

एकंदरीत पाहता हे दोन्ही प्रकार एकमेकांचा प्रभाव वाढवायला मदत करतात. हा फार मोठा धोका आहे. अविचारी प्रभावाखालील व्यक्तीचं अपयश हे भ्रामक भीतीनं असल्याचं सांगितलं जातं. “चांगली नोकरी सोडलीस तर काय होईल बघ” असं तो सांगतो.

“मला वाटतं मी असं करायला नको.” असं म्हणण्यासाठी पुढील भागात मार्गदर्शन आहे. पण अधिकाधिक सल्ला आहे तो “मी असं करायला हवं होतं.” म्हणणाऱ्यांसाठी आहे.

आपल्या जीवनाची सफर करायला तयार व्हा!

पुढील अस्तित्व चक्राला चार आरे आहेत. कृती, योजना, तयारी आणि प्रयोग. या पद्धतीनं आपण आपल्या जीवनाची आखणी करतो.

कृती –

आपला सर्वाधिक वेळ जातो तो आपल्या नेहमीच्या कामात. उदा. लिखाण, वाहन चालविणं, वाचन, बैठकांना उपस्थित राहणं, कार्यक्रमांना हजर राहणं, स्वयंपाक करणं, नृत्य, धावणं, मित्रांसमवेत गप्पागोष्टी, विनोद सांगणं, प्रेम करणं. हे सारं आपण एकाचवेळी करीत नसलो तरी हे चालू असतं. त्यामुळे आपण व्यस्त राहतो.

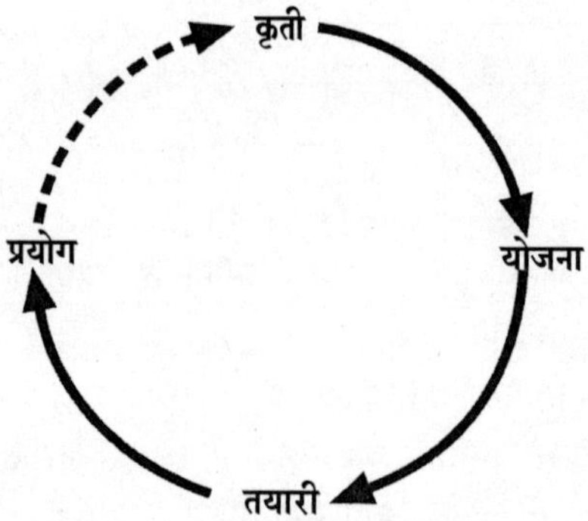

काही वेळा पुढे काय होईल याचा अंदाज आपण बांधत असतो. पुढील योजना आखतो. 'मी मुंबईला गेलो असतो तर मी कोण झालो असतो?', 'माझ्या उरलेल्या आयुष्यात मी शेती करीत बसलो', 'मी सुखात जगतो आहे ना?' असा विचार करतो.

बऱ्याच वेळा आपण 'तयारी' करण्यास सुरुवात करतो. आपण मुंबईस जागा पाहायला लागतो. इस्टेट एजंटना सांगून ठेवतो. योजनेपेक्षा प्रत्यक्ष तयारी कठीण असल्याचं ध्यानात येतं.

त्यानंतरचा टप्पा आहे प्रत्यक्ष अनुभवाचा. गाव सोडून मुंबईला जाणं, सामान हलविणं आणि तिथे राहणं. स्थिरस्थावर होणं. पुन्हा कामाला लागणं असं हे चक्र आहे. हे चक्र चक्रावणारं नाही. फक्त आव्हान आहे ते या चक्रात योग्य वेगानं योग्य वेळी फिरत राहण्याचं.

चक्र कसं असू नये

एक विनोदी किस्सा आहे.

एक व्यापारी सुटी घेऊन समुद्रकिनारी आराम करायला आला होता. मच्छीमार मासे पकडत होते. ते पाहण्यात त्याला मौज वाटत होती. नारळ पाण्याचे घुटके घेत व्यापारी त्या कोळ्याला म्हणाला–

''तू नुसते मासे पकडतोस. त्यापेक्षा एक हॉटेल काढ. त्यात खास माशांचे पदार्थ ठेव. हॉटेल एकदम जोरात चालेल. मग त्या हॉटेलच्या अनेक शाखा काढ. भारतभर शाखा विस्तार झाल्यावर चांगलं नाव होईल. मग परदेशातही हॉटेल काढ. साऱ्या उद्योगसमूहाची एक मोठी कंपनी स्थापन कर. त्यांच्या शेअर्सची स्टॉक एक्सचेंज मार्केटमध्ये रोज उलाढाल होऊ लागेल. भरपूर पैसा मिळेल. मग सेवानिवृत्त होऊन समुद्रकिनारी येऊन रहा. मजेत मासे पकडायचा छंद जोपास!''

''मग मी आत्ता तेच करतोय!'' कोळ्यानं उत्तर दिलं.

कृती एक लोहचुंबक

आपण कृती, योजना, तयारी, प्रयोग या चक्रातून प्रवास करीत असतो. याचवेळी आपल्या मनामध्ये संवाद चालू असतो. त्यामुळे काही वेळा चक्र पुढे जाण्याऐवजी आपण आहे तेच करीत राहतो. लोहचुंबकाप्रमाणे त्यातच ओढले जातो.

काहीवेळा विचार हे फार संवेदनशील असतात. ते आपल्याला वेळ वाया घालवू देत नाहीत. चुकीच्या मार्गाला जाऊ देत नाहीत. पण काही वेळा हे विचार आपल्याला पुढील संधी घेण्यापासून परावृत्त करतात. आपल्याला मोठ्या प्रगतीपासून वंचित करतात. कोणते विचार स्वीकारायचे व कोणते नाकारायचे यातच खरं कौशल्य आहे.

फ्रान्स सायकल स्पर्धा

जगातील सर्वात लांब पल्ल्याची सायकल स्पर्धा म्हणजे 'फ्रान्स सायकल स्पर्धा.' पॅरिसच्या अंतिम रेषेपर्यंत जायचं म्हणजे हजारो मैलांचा प्रवास करावा लागतो. हे सारं ३ आठवड्यांत करायचं. संपूर्ण जगातील क्रीडापटूंना हे आव्हानच असतं.

अमेरिकेत सायकलपटू ग्रेग लिओंडला हे आव्हान पेलायचं होतं. परंतु त्याच्यावर खुनी हल्ला झाला. बंदुकीनं त्याच्यावर गोळीबार झाला. चाळीस गोळ्या त्याच्या शरीरातून काढल्या गेल्या. त्याला इस्पितळात दाखल करण्यात आलं. बरंच रक्त गेलं होतं. एका फुप्फुसालाही जखम झाली होती. सुदैवानं तो बचावला. पण आता तो सायकल स्पर्धेत भाग घेऊ शकणार नव्हता.

लान्स आर्मस्ट्रॉंग हा विख्यात सायकलपटू होता. पण त्याला कॅन्सर झाला. त्याचा प्रादुर्भाव फुप्फुस व मेंदूपर्यंत पोहोचला. त्याच्यावर शस्त्रक्रिया करण्यात आली. डॉक्टरांनी वाचण्याची शक्यता ५०% असल्याचं सांगितलं. पुन्हा सायकलींग करणं तर दुरापास्तच होतं.

पण जगातलं आश्चर्य घडलं. या दोघांच्याही शब्दकोशात 'जमणार नाही' हे शब्द नव्हते. त्यांनी डॉक्टरांचे अंदाज खोटे ठरविले. पुन्हा सायकलींग सुरू केलं. दोघांनीही ह्या स्पर्धेत भाग घेऊन ते यशस्वी झाले. लान्सने तर हा टप्पा पुढे सहा वेळा गाठला!

संवाद १ : स्वप्नाळू माणसं पराभूत होतात.

- मी परिस्थितीशी जमवून घ्यायला हवं.
- केवळ स्वप्न पाहण्यात अर्थ नाही. त्यामुळे माझी निराशाच होईल.
- मला जे मिळालंय त्यात मी समाधानी आहे.
- वर्तमानात जगायला हवं. आज चाललंय ते महत्त्वाचं.

असे विचार भविष्याचा विचार करू देत नाहीत. ते योजनेकडे जाऊ देत नाहीत. पुन्हा ‘कृत्य– आहे ते करीत रहा’ कडे आणतात. मन:शाळेत भाग घेतलेली व्यक्ती जेव्हा खालील आकृती पाहते तेव्हा तिच्या ध्यानात येतं की आपण ‘कृत्य’ यातच अडकून पडलो आहोत. संपूर्ण जीवनाचा कधी विचारच केला नाही.

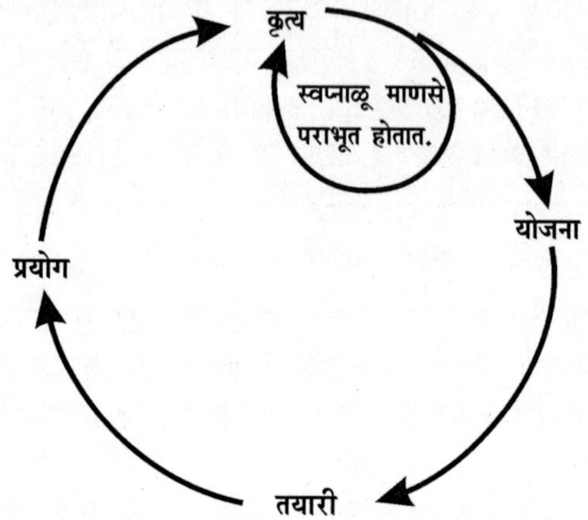

नेहमीच्या कामात गुंग राहणं, पुढच्या कामाची काळजी करणं, यात वेळ जातो. ही व्यक्ती सुखी नसते असं नाही. पण अधिक सुखी होण्यासाठी आणखी काय करायला हवं होतं इकडे ध्यान दिलं जात नाही. नवी संधी आलीच तर ती इतरांच्या प्रयत्नानं येते. ती संधी साधण्याऐवजी पुन्हा मूळ ‘कृत्य’ मार्गाकडे यायला लागते.

संवाद २ : खरे पहा

- ते कधीही प्रत्यक्षात येणार नाही.
- ही कल्पना छान आहे पण आधी दिवसभराची कामं उरकू या.
- तिथे आधीच कोणीतरी पोहोचलं असणार.
- ते मला जमेल असं वाटत नाही.
- त्यात फारच जोखीम आहे.

‘स्वप्नाळू माणसांना जमत नाही’ या संवादातून आपण पुढे ‘योजना आखूया’ या टप्प्याकडे गेलो तरी आहे हे बरं आहे या विचाराचं ‘कृत्य हे लोहचुंबक’ आपल्याला अजूनही खेचत असतं. पुढे जायला आपण युक्तिवाद करतो. पण ते मागे ओढतं. ‘स्वप्न हे स्वप्नातच बरं वाटतं; ते प्रत्यक्षात अवघड असतं.’, ‘आहे इथं थांबणं चांगलं नाही पण पुढील योजना व्यवहारी नाही’ अशा विचारानं ‘कृत्य’ची काठी योजनेच्या चाकात आडकाठी आणते.

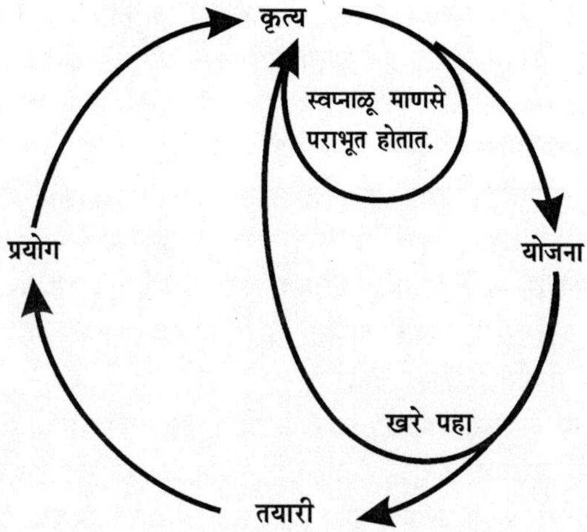

दोर कापणे

नेहमीच्या कामातून पुढे जायला योजना आखली, त्यासाठी तयारी केली की मग प्रत्यक्ष नवी गोष्ट करण्याचा प्रयोग करावयाचा असतो. सीमारेषा ओलांडायची असते. इथे 'हो', 'नाही' चा संघर्ष तीव्र होतो. 'कृत्य' चं लोहचुंबक मागे खेचतच असतं. मी नोकरीचा राजीनामा देऊ का, नको. योजना आखून तयारी केली तरी प्रत्यक्ष प्रयोगाच्या वेळी 'कृत्य'चं लोहचुंबकत्व फारच प्रभावी झालेलं असतं. दोर कापू का नको होतं. दोर कापले की आता मार्ग पुढील संघर्षाचाच असतो. मावळे सिंहगडावर चढून गेल्यावर तानाजीनं सैन्यास इशारा दिला. गडावरून परत जाण्याचे दोर कापले आहेत. आता फक्त जिंकण्यासाठी लढाई करायची.

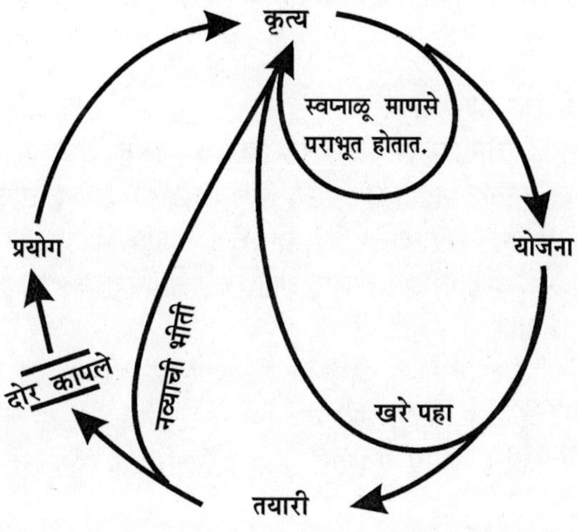

संभाषण ३ : महाभयंकर प्रलय – नव्याची भीती.

आपण दोर कापून जोमानं पुढं जात नाही त्याचं कारण नवीन काही प्रयोग केला तर जणू काही महाभयंकर प्रलयच होणार अशी भीती आपल्या मनात असते. जाहिरात कंपन्यांनी एकदा त्यांच्या पाहणीचे निष्कर्ष जाहीर केले. त्यात त्यांनी म्हटलं नवीन कोणतीही वस्तू बाजारात आली की ती आवडीनं घेण्याची प्रवृत्ती मुंबईमध्ये आहे. त्या खालोखाल दिल्ली व चेन्नई शहरांचा क्रमांक लागतो. कोलकाता शेवटच्या क्रमांकावर आहे. नवीन टूथपेस्ट आली तर ती ते घेणार नाहीत. आमच्या वडिलांपासून जी पेस्ट वापरत आलेत ती ठीक. या पाहणीच्या आधारे प्रॉमिस टूथपेस्ट प्रथम मुंबईत विक्रीला आणली.

नवीन गोष्ट न करण्यापेक्षा करून बघण्यातही एक समाधान मिळू शकतं. किमान ती गोष्ट करायची राहिली हे तर आपण आयुष्यभर उगाळत बसणार नाही.

मोठे निर्णय घेताना आपण फार घाबरतो. अनेकदा असा निर्णय घेतो की नव्यापेक्षा 'आहे ते बरं!' काहीजण नव्याची भीती म्हणजे महाभयंकर प्रलय किंवा जीवनातला भूकंप आहे हे जुमानत नाहीत. नवीन योजना कष्टप्रद असणार हे मान्य करतात व त्यासाठी प्रयत्नांची पराकाष्ठा करतात. ज्यांच्या हे ध्यानात येत नाही ते संधी गमावून बसतात.

मनाचा ब्रेक

दोर कापून पुढे झेपावणं हे सर्वच वेळी योग्य असेल असं नाही. आपल्या काही शंका, भीती खऱ्याही असू शकतील. धरमतर खाडी पोहण्याचं माझं स्वप्न असेल तर इतकं पोहणं मला जमणार का याचा विचार करायला हवा.

आपण पुढे जायचं का नाही हे आपल्या हिताचं की अहिताचं हे पाहूनच ठरवावं लागेल.

दोर कापून पुढे न जाणं योग्य?

- दोन्ही बाजूंचा विचार करून आपण ठरविलं की नव्या फंदात पडायचं नाही. परंतु इतरांचा आग्रह झाल्यावर आपण निर्णय बदलण्याची शक्यता आहे.
- आपल्या निर्णयानं आपल्याला पुढे मनस्ताप होणार नाही, या निर्णयामुळे जास्तीत जास्त काय परिणाम होणार आहे, चांगला किंवा वाईट, याचा विचार आपण केला आहे.
- याच परिस्थितीत दुसरा कोणी असेल तर आपण काय सल्ला देऊ? पुढे जाऊ नको असा असेल तर आपल्याही बाबतीत तेच करावं.
- 'हो', 'नाही' करता करता एकदाचे आपण निर्णयाला पोहोचलो. मनावरचा ताण गेला.

अविचारी भ्रामक भीतीला घालवा.

'मी ते करायला नको होतं', 'मी त्याचा विचार आधीच करायला हवा होता' असं म्हणणारे हे भ्रामक भीतीनं पछाडलेले असतात. ते जरी नवी योजना हाती घेत नसले तरी ती घेण्यासाठी थोडे पुढे जातात. त्यांना 'कृती- आहे तसे रहा'चं लोहचुंबक कमी प्रमाणात खेचतं. ते योजना आखतात. तयारी करतात. पण तिथून पुढं जायला थबकतात. यावर उपाय म्हणजे तयारीवर अधिक भर हवा. नंतरच पुढे जायचं.

- सर्व फायदे, तोटे यांचा विचार करून निर्णय घेताना स्वत:ला दिलेली सूचना म्हणून त्याचा वापर करा.
- नवी नोकरी स्वीकारल्यावर व सध्याची नोकरी सोडल्यावर आपल्या राहणीमानात फार फरक पडणार आहे का? नवी नोकरी चांगली असेल, पण सध्याची नोकरीही चांगली होऊ शकेल. सध्याच्या साहेबांचा त्रास होत असेल तर त्यांची बदली होऊ शकते.
- क्षणिक सुखापेक्षा दीर्घकालीन आनंदाचा विचार करा.
- यापूर्वी घेतलेल्या निर्णयामुळे पश्चाताप करण्याची वेळ आली अशा निर्णयाबद्दल विचार करा. त्या अनुभवाचा लाभ घेऊन आता हुशारीने निर्णय घ्या.

डोकं का हृदय

पुण्याच्या फर्ग्युसन महाविद्यालयातील एका युवतीचं त्याच महाविद्यालयातील युवकावर प्रेम होतं. पुढे त्या मुलाच्या काही गोष्टी तिला आवडेनात. तिनं मैत्री तोडावी का असा विचार केला. निर्णयाप्रत येण्यासाठी एका कागदावर मुद्दे लिहिले. डाव्या बाजूचे मुद्दे होते मैत्री सोडावी यासाठी. तो फोन करत नाही, दिलेल्या वेळी येत नाही, प्रेम असल्याचं बोलत नाही, वाढदिवसाची तारीखही विसरला... आगगाडीसारखी यादी वाढत जाऊन मागील पानावर पोहोचली.

उजव्या बाजूला, मैत्री सुरूच राहावी यासाठी फक्त लिहिलं होतं–

'माझं त्याच्यावर प्रेम आहे' उजवी बाजू उजवी ठरली!

मैत्री चिरंतन टिकली आहे.

इथं हृदयाने निर्णय घेतला. अनेक निर्णय हृदयानं घेतलेले असतात. जीवनातील अतिमहत्त्वाचे निर्णय हृदय आणि डोकं दोहोंच्या समन्वयानं घ्यावेत.

मनाचे व्यायाम

१. आत्मचरित्रे वाचा. त्यांनी आयुष्याला कलाटणी देताना निर्णय कसे घेतले ते समजावून घ्या.

आपण पाहिलेल्या जीवनचक्रात ती व्यक्ती कोठे आहे. ती चक्रात कोठे कोठे

फिरत राहते ते पहा.

आपल्या आयुष्यातील महत्त्वाचा प्रसंग आठवा. उदा. नोकरी निवडताना. या चक्रातील कोणत्या टप्प्यात आपण केव्हा, किती वेळ होतो ते पहा. आहे या टप्प्यात राहणं बरोबर आहे का? नसल्यास तिथून हलण्यास कोण मज्जाव करीत आहे? आपल्या मनातील संवादात सुधारणा हवी का? पहा.

मित्र त्याच्या जीवनातील स्थित्यंतरे सांगतो आणि विचारतो 'मोठं स्थित्यंतर करताना कोणते प्रश्न विचारात घ्यावे लागतील?' तुम्ही त्याला पुढील प्रश्न विचारा.

- बदलांमुळे अधिकाधिक किती वाईट घडू शकेल?
- बदल घडल्यास काय परिणाम होतील?
- बदल घडल्यास साधारणत: काय होईल?
- त्यातून निष्पन्न काय होईल?
- त्यासाठी अधिक माहिती काय हवी?
- ती माहिती कशी मिळेल?
- बदल न करता आहे या स्थितीत राहण्याचं ठरविलं तर काय होईल?
- खरंच बदल कसा होणार?

त्याला अजूनही निर्णय घेता येत नसेल तर पुढीलपैकी काही प्रश्न विचारा.

- तुमचं अंतर्मन काय म्हणतं?
- ती कारणं पटतात का?
- ते पर्याय प्रत्यक्षात आणले तर एक वर्षानंतर काय स्थिती असेल?
- कोणता निर्णय घेतल्यावर एक वर्षानी त्याबद्दल अभिमानानं सांगाल?

परिस्थितीप्रमाणे प्रश्नात बदल करावेत. दिलेल्या प्रश्नांची उत्तरं ऐकल्यावर त्याप्रमाणेही बदल करावेत. त्यावरून आपण नव्या अभ्यासास सुरुवात करावयाची की नाही हे तरी समजेल.

■

(घ) सूत्रधार

वाढदिवसाच्या पार्टीचं लोण आता आपल्याकडे चांगलंच रुजलंय. चांगली नोकरी मिळाल्यावर येणारा हा वाढदिवस. घरी शंभर जणांना बोलावलंय. 'नाचेंगे, खायेंगे... इट इज टाईम टू डिस्को' असे अनेक कार्यक्रम आखलेत. असं वाटतंय जंगी पार्टी व्हायला हवी. लोकांनी कित्येक वर्षं ती आनंदानं आठवली पाहिजे.

पण त्यासाठी साऱ्यांनी आनंदात भाग घ्यायला हवा. येणाऱ्यांमधे काही जण एकमेकांशी न बोलणारे आहेत. त्यांच्यामध्ये ऐन पार्टीत भांडण तर होणार नाही ना? मागे एकदा तर घरातल्याच भावाभावांत लोकांच्या देखत भांडणं झाली. एकदा वाचलेले विचार त्यावेळी मनात आले.

ज्यामध्ये मी बदल करू शकत नाही ते स्वीकारण्याचं सामर्थ्य मला दे.

ज्यामध्ये मी बदल करू शकतो ते बदलण्याचं सामर्थ्य मला दे.

मनाची खोली जाणणं फार अवघड. परंतु कोणत्या गोष्टी बदलू शकतो हे तर जाणता येईल.

माझी पार्टी यशस्वी होण्यात कोणते अडथळे येऊ शकतात हे तर पाहू.

एकच ध्येय– वाढदिवस पार्टी

काळजीचं कारण	त्यावर उपाय
निमंत्रित येतील ना?	वैयक्तिक फोन करावेत. त्याच भागातील आणखी कोण येणार हे सांगून त्यांच्याबरोबर येता येईल का पहावं.
भेटवस्तू निवडण्याचा पाहुण्यांना त्रास.	भेटवस्तू आणू नयेत असं निमंत्रण पत्रिकेत नमूद करावं.

ऐनवेळी सादर केलेले कार्यक्रम कंटाळवाणे वाटू शकतील.	चांगले कार्यक्रम करणारे हेरावेत. त्यांच्याशी आधीच बोलून घ्यावं.
काहीजण एकाकी पडतात.	एकमेकांचा परिचय करून द्यावा. सर्वांशी ओळख होते ना हे पाहण्याचं काम एका मित्राकडे द्यावं. खाद्यपदार्थ देण्यासाठी स्वतंत्र व्यवस्था करावी. स्वतः सर्वांशी बोलण्यास मोकळं असावं.

आपण चिंतातुर आहोत का कल्पक आहोत?

वाढदिवस, स्नेहमेळावा चांगला होण्यात काही प्रश्न निर्माण झाले तर त्यावर काय तोडगे काढावयाचे याचा आपण विचार केला. पण काही वेळा हे उपाय व्यवहार्य नसतात. हे प्रश्नच निर्माण होऊ नये म्हणून काय करता येईल हे पाहिलेलं बरं. कारण योजलेल्या उपायांनी प्रश्न सुटतील याची खात्री तरी काय.

आपल्याला एक गोष्ट ही करावीच लागेल ती म्हणजे प्रश्न आणि उपाय ही यादी तपासून पहावी लागेल. अधिक लक्ष– 'प्रश्न' या डाव्या बाजूकडे द्यायचं का 'उपाय' या उजव्या बाजूकडे द्यायचं हे ठरवावं लागेल.

जो डाव्या बाजूकडे पाहतो तो चिंतातुर– सतत प्रश्न निर्माण करीत असतो. बहुतेक घटना या चुकतील व त्यातून प्रश्नच निर्माण होतील अशी याची मनोधारणा असते.

- येणाऱ्या घटना यांची फरफट करतात. हे आधीच योजना करून त्या घटनांवर प्रभुत्व गाजवू शकत नाहीत.
- काळजी करण्यात वेळ घालवतील. पण परिस्थिती सुधारण्यास हा वेळ वापरत नाहीत.
- नेहमी दुसऱ्यांच्या चुका काढत बसतात. दुसऱ्यांना नावं ठेवून आपल्या प्रश्नांना ते कारणीभूत असल्याचं सांगतात.
- कामं पुढे ढकलत राहतात. त्यामुळे शेवटी कामात चुका होतात.
- परिस्थिती सुधारण्यासाठी योग्य ती पावलं उचलत नाहीत.

जो प्रश्न जाणतो व त्यावर उपाय योजतो अशा यादीच्या उजव्या बाजूकडे पाहणाऱ्याला कल्पक म्हणावयाचं. तो प्रश्न सोडविण्याकडे पहात असतो. सर्व परिस्थितीकडे तो सकारात्मक दृष्टीनं पाहतो.

- पुढील अंदाज घेऊन ते आधीच कामाला लागलेले असतात. त्यामुळे ध्येय गाठायला मदत होते.
- परिस्थितीवर त्यांचं नियंत्रण असतं. त्यामुळे आयुष्यही ते मनाजोगं जगतात.
- आपल्याला जे करावयाचं आहे ते करण्यासाठी त्यांना वेळ मिळतो.
- ते प्रभावी ठरतात. त्यांचे नेतृत्व स्वीकारलं जातं.

फरक जाणा

हे पुस्तक आपल्या मित्रानं वाचावं असं आपल्याला वाटतंय. आपण त्याला त्याबद्दल शिफारस करू. हे वाचण्यानं काय लाभ होईल ते सांगू. विकतसुद्धा आणून देऊ. परंतु ते वाचायचं का नाही हे शेवटी त्याच्या हातात आहे.

काहीवेळा परिस्थिती आपल्या नियंत्रणात असते तर काहीवेळा नसते. पण ही परिस्थिती आपल्या हातात आहे का नाही हेच निश्चित कळत नाही. ज्यांना हे ओळखता येतं त्यांना आपल्या चिंता दूर करता येतात.

वाईकरांना आपलं घर विकायचंय. त्यांच्यापुढे प्रश्नच प्रश्न आहेत. सध्या बाजारात घराला मागणी कमी आहे. मध्यस्थ आहे तोही बेताचाच आहे. गेल्या वेळेस जे ग्राहक आले त्यांनाही तो नीट पटवू शकला नाही.

या काळजीनं त्यांची झोप उडालीय. कामावर परिणाम झालाय. माझ्या घराच्या प्रेमात आज कोणी पडेल का? घराला मागणी येईल का? असे विचार त्यांच्या मनात डोकावत आहेत.

आज तरी हे शक्य दिसत नाही. वाईकर त्यांच्या नियंत्रणात नसणाऱ्या मागणी, मध्यस्थाची तत्परता, शेवटी आलेल्या ग्राहकांची अपेक्षा या गोष्टींवर लक्ष देत आहेत. त्यामुळे त्यांना आपण अधिकाररहित असल्यासारखं वाटतंय. काही साध्य न होता मेहनत वाया गेल्याचं जाणवतंय. आपण परिस्थितीचे बळी ठरल्याचं लक्षात येतंय. त्याबद्दल घडलेल्या घटनांकडे ते नकारात्मक दृष्टीनं पाहत आहेत. नशिबाला दोष देत आहेत. हे काही चांगलं नव्हे.

वाईकरांनी यावर मार्ग म्हणून 'चिंतातुर' या भूमिकेतून 'कल्पक' या भूमिकेत प्रवेश करायला हवा. आपण प्रत्यक्षात काय करू शकू याचा विचार करायला हवा.

आपण आपले प्रमुख असण्यामागचं शास्त्र

आपलं काम होणं हे दैव, नशीब व इतर लोकांवर अवलंबून आहे असं मानणारे लोक हे बाह्य गोष्टींवर अवलंबून असतात. ते चिंतातुर असतात. ज्या लोकांचा आपल्यातील शक्तीवर विश्वास असतो त्यांचं काम त्यांच्या हातूनच होऊन जातं. ते कल्पक असतात.

कल्पक योजकाचे गुण तरी पहा.

- अधिक विचार करण्याचं कौशल्य.
- विचार लक्षात ठेवण्याची प्रखर स्मरणशक्ती.
- आव्हानात्मक काम स्वीकारण्याची तयारी.
- अल्पसंतुष्ट न राहता कठीण काम असतानाही ते करत राहणं.
- आजारपणाचा बाऊ न करता त्यातून लवकर बरं होणार.
- लोकांशी मिळून मिसळून वागणार. चिंतातुर न राहता समाधानी राहणार.
- एकंदरीत आनंदी, समाधानी.

आपल्या मनावर आपला 'बाह्य' का 'अंतर्गत' पगडा आहे हे कशावर अवलंबून असतं हे पाहण्यासारखे आहे.

ज्यांचे पालक हे नियंत्रण करणारे, अधिकार गाजविणारे असतात ते बाह्य नियंत्रण प्रभावाखाली असतात. ज्यांच्या बाबतीत खूप तणाव आहेत, आईवडील लहानपणीच वारलेत अशांचाही यात समावेश होण्याची शक्यता अधिक.

याउलट ज्या पालकांनी मुलांना काही करायला प्रोत्साहित केलं, ते केल्यावर त्याचा आनंद अनुभवला त्यांची मुलं कल्पक आयोजक होतात. लहानपणी पेटी वाजवायला शिकणं, चित्रं काढणं हे करणारे मोठेपणी या प्रकारात समाविष्ट होतात. ज्या पालकांनी मुलांना ममत्व, माया दिली ती मुलं तशीच चांगली वागतात.

घर विकणं - एक आव्हान

काळजी	त्यावर उपाय
मागणी कमी होतेय.	अशात घरांच्या किंमती सध्या काय आहेत. हे फिरून पहावं. आपली मागणी किंमत थोडी कमी करावी.
मध्यस्थाची हुशारी बेताची आहे.	या मध्यस्थाला आपल्या अपेक्षा नीट समजावून सांगाव्यात. किती वेळात काम व्हायला हवं हे सांगावं. मध्यस्थाला हे काम अवघड का वाटतं हे लक्षात घ्यावं.
शेवटच्या ग्राहकांची प्रतिक्रिया चांगली नव्हती.	त्या ग्राहकांनी घर का खरेदी केलं नाही याची माहिती मध्यस्थाकडून घ्यावी. स्वत: पाहणी करून संभाव्य ग्राहकांची माहिती मिळवावी. घराला रंगसफेदी करून घ्यावी.

वाईकरांनी उजव्या बाजूला लक्ष दिल्यावर दोन गोष्टी जाणवू लागतील.

- वाईकरांना आता जरा बरं वाटतंय. आपण काहीच करू शकत नाही या भावनेपेक्षा आता काही करता येईल असं वाटतंय.
- साहाय्यभूत होतील अशा घटनांसाठी काम करण्यासाठी ते आता झटतील.

असा विधायक व सकारात्मक विचार करण्याची मनाची तयारी असणं उत्तम. यातून अजून एक लाभ होऊ शकतो. वाईकर असे कामाला लागले की त्यांना नव्या संधी उपलब्ध होतील. मध्यस्थाशी बोलताना असं लक्षात येईल की वृत्तपत्रात जाहिरात देणं उत्तम. तसंच एक खोली आपण ठेवून देतोय तीही या घराला जोडली तर ते घर प्रशस्त होईल.

भविष्याचा विचार करणारी माणसं नेहमी उजव्या बाजूकडे अधिक लक्ष देतात. त्यामुळे त्यांची कामं लवकर होतात आणि परिस्थिती आपल्या हातात असल्याचं समाधान त्यांना लाभतं.

फरक ओळखा

एखाद्या प्रसंगाच्या वेळी काय करायचं यासाठी तुम्ही ऐनवेळी काम करता की आधी योजना आखून काम करता हे तुम्ही कशा पद्धतीनं विचार करता यावर अवलंबून आहे.

अशी कल्पना करूया की तुमचे साहेब सतत निर्णय बदलत राहतात व तुमच्याकडून कामाच्या अवास्तव अपेक्षा ठेवतात. या प्रश्नाकडे अनेक पद्धतींनी पाहता येतं. स्वत:च्या नियंत्रणाखाली परिस्थिती ठेवण्याच्या व न ठेवण्याच्या दोन्ही विचारांनी त्याकडे पाहता येईल.

हाताबाहेरील परिस्थिती	आटोक्यातील स्थिती (कल्पक)
साहेब म्हणजे औरच नमुना आहे. मी किती दबावाखाली काम करतोय हे त्यांना कळत नाही.	दिवसात महत्त्वाची कामं कोणती आधी करावयाची हे मी सकाळीच ठरवेन.
त्यांच्या घरात त्यांचे वैयक्तिक प्रश्न आहेत. त्याचा राग ते माझ्यावर काढतात.	मी त्यांना एकदा निवांत भेटून त्यांच्या प्रश्नामध्ये मी काही मदत करू शकतो का हे विचारेन.

साहेबांना त्यांचे साहेबही वाटेल तसे बोलतात.	माझ्या सहकाऱ्यांशी ते कसे वागतात ते पाहीन. त्यांनाही त्रास होत असेल तर ते काय करतात ते पाहीन.
या परिस्थितीत काम करणं मला फारच अवघड होतंय.	काही कामं मी दाखवेन की जेथे अधिक काम करणं जमणार नाही. मग ती प्रथा पडेल. नेहमीसाठी मान्य होईल.

'हाताबाहेरील परिस्थिती'मध्ये राहणं एकदम सोपं. दुसऱ्यावर ढकलण्याला काहीच श्रम पडत नाहीत. अगदी थोड्या वेळासाठी ते थोडंफार उपयुक्तही होऊ शकतं. उदा. एखाद्याच्या मृत्यूनंतर 'सर्व काही दैवावर अवलंबून असतं' असं म्हटलं तरी सांत्वन होतं. परंतु दीर्घकाळाचा विचार करता 'आपल्या आटोक्यातील' म्हणजेच नियंत्रणातील स्थिती उपयुक्त होय.

रोज सकाळी धावायला जायचं ठरविल्यावर सुरुवातीस कठीण जाईल; पण काही दिवसात असं लक्षात येईल की दूरदर्शनपुढे बसून राहण्यापेक्षा धावण्यामुळे शरीर तंदुरुस्त राहिलं आहे. आपल्या हातात जे आहे त्यासाठी प्रयत्न करीत राहिल्यास आपण तणावरहित राहतो. आपलं ध्येय गाठू शकतो.

चला कल्पक बनूया.

एक कोरा कागद घ्या. मध्यावर एक उभी रेघ मारा. आपल्याला जो प्रश्न भेडसावतो आहे तो डाव्या बाजूला लिहा. आपल्याला जे प्राप्त करावयाचं आहे ते त्याच बाजूला लिहा. हे सारं 'आपल्या हातात नसलेलं' पण जमू शकणारं असं असणार आहे.

आता उजव्या बाजूला आपण हा प्रश्न सोडविण्यासाठी काय काय करू शकतो ते लिहा. शांतपणे विचार करून अधिकाधिक मुद्दे लिहा.

हे वाचल्यावर आपल्यालाच आश्चर्य वाटेल की आपण किती गोष्टी करू शकतो. ही यादी वाचल्यावर आपला आत्मविश्वास वाढतो. परिस्थिती आपल्या ताब्यात येते. आपली कामं व्हायला लागतात.

मला जमणार नाही, असं काहीही नाही.

असे किती प्रसंग येतात की जेव्हा मला काहीच करता येणार नाही असं वाटतं? फारच थोडे. आयुष्यात अशा थोड्या वेळा येतात की जेव्हा आपल्या हातात करण्यासारखं काही नसतं. समजा पर्यावरणाचा प्रश्न आहे. तर आपण काय करू शकू?

- पर्यावरणवादी धोरण असणाऱ्या राजकीय पक्षांना मतदान करू.
- पर्यावरणास पूरक अशाच वस्तूंची खरेदी करू.
- ज्या वस्तूंचा पुन्हा वापर शक्य आहे अशा वस्तू घेऊ.
- आपली बाजू मांडतील अशा वर्तमानपत्रांना लेख पाठवू.
- पर्यावरणरक्षक कंपन्यांमध्ये गुंतवणूक करू.
- पर्यावरण नष्ट करणाऱ्यांचा शांततापूर्ण मार्गाने विरोध करू.

यामुळे अगदी पर्यावरणाचा प्रश्न सुटेल असं नाही, पण तो सुटण्यास साहाय्य तरी होईल.

थोडा तरी मार्ग सापडला

मन:कार्यशाळेत एक महिला सहभागी झाली होती. तिचा जावई फुप्फुसाच्या रोगानं खूप आजारी होता. ती त्याच्या काळजीनं अगदी असाहाय्य झाली होती. त्याचं काही बरंवाईट झालं तर मुलीचं कसं होणार या चिंतेनं ती ग्रासली होती.

तिनं कार्यशाळेतील अभ्यास करताना हा प्रश्न सोडविला. आपल्या हातात काय आहे आणि हाताबाहेर काय आहे हे कागदावर उतरवलं. तिच्या लक्षात आलं की परिस्थिती सुधारण्यासाठी आपल्या हातात करण्याजोग्या अनेक गोष्टी आहेत. ती मुलीच्या घरी नियमितपणे जाऊन तिच्या मुलांकडे लक्ष देऊ शकते. त्यामुळे तिची मुलगी जावयाकडे अधिक लक्ष देऊ शकेल. मुलीकडील स्वयंपाक करून दिल्यास मुलीला अधिक वेळ मिळेल. हॉस्पिटलमधील व मेडिक्लेमचे तसेच अन्य कायदेशीर अर्ज भरण्यास मदत करता येईल. कारण त्याबद्दल आपणास अधिक माहिती आहे.

अशी मदत करण्यानं मुलीस मदत झालीच. पण तिलाही खूप मानसिक समाधान लाभलं.

मनासाठी व्यायाम

१. मित्राशी गप्पा मारताना मित्राचा कल काय करण्याकडे आहे हे लक्षात घ्या.

२. नवीन योजना आखा. त्यासाठी आपण काय करू शकतो आणि कोणत्या गोष्टी आपल्या हातात नाहीत याचा शोध घ्या : नव्या कल्पनांसाठी पृष्ठ ५१ किंवा ५४ पहा.

■

(ङ) शुभस्य शीघ्रम्

देवा मला मोठं कर! प्रयत्न मात्र सावकाशीनं!

आयुष्यातील एक कटू सत्य म्हणजे कामात चालढकल करणे. व्यक्तिशः प्रत्येकजण म्हणतो, की मी चालढकल करीत नाही. पण प्रत्येकजण त्यात सहभागी असतोच. तब्येत चांगली ठेवायला आपण व्यायाम करण्याची प्रतिज्ञा घेतो. व्यसनं सोडण्याची शपथ घेतो पण कृतीत आणीत नाही.

जेव्हा आपल्याला एखादी गोष्ट त्वरेनं अंमलात आणायची नसते तेव्हा त्याला पुष्टी देण्यासाठी आपल्याकडे शेकडो कारणं असतात. 'चहा सोडणार' म्हणणारा मुलगा पुढ्यात आलेला चहाचा कप हाती घेताना म्हणतो की वार्षिक परीक्षा होऊन जाऊ दे. मग सोडतो! कार्यालयात एखादा अहवाल तयार करून वरिष्ठांपुढे मांडायचा असतो. पण अहवाल नाकारला जाईल या भीतीने तो लिहायलाही हातात घेत नाही. या परिस्थितीच्या तणावाखाली तो वावरत असतो.

जे करावयास हवं ते सतत पुढे ढकलत राहिल्यानं अधिकच धोका निर्माण होऊ शकतो. हे म्हणजे क्रेडिट कार्डासारखं झालं. त्यावर नवे कपडे खरेदी केले आणि किंमतीची काळजी पुढील महिन्यात करू असं ठरविलं. महत्त्वाचं काम सोडून सिनेमाला जाऊन बसल्यावर नंतर कामाचं पाहू म्हणणं बरोबर नाही. शेवटी गडबडीनं काम उरकण्याचा तणाव सहन करावा लागतो.

क्रेडिट कार्डाप्रमाणे जीवनाच्या बँकेत देणी वाढवत जाणं सोपं आहे. परंतु नंतर ही देणी भागविणं महाकठीण व क्लेशदायक होतं.

चालढकलीबद्दल सारं काही जाणून घ्यायचं आहे? मग आपण चालढकल कशी करतो हे प्रथम समजावून घ्या.

चालढकल, दिरंगाई या दुर्गुणावर विजय प्राप्त करावयाचा असेल तर ही दिरंगाई कशी होते ते पहा. त्यामुळे आपल्याला लवकर योग्य मार्ग सापडेल.

मानसशास्त्राच्या अभ्यासकांच्या मते हातातली कामं पुढे ढकलण्याची प्रामुख्यानं ५ कारणं आहेत.

दिरंगाई चांगली ठरू शकते?
विचारपूर्वक दिरंगाई हितकारक ठरू शकते. कधी कधी निर्णय घेण्यास पुरेसा वेळ असू शकतो. मधल्या काळात अधिक माहिती मिळू शकते. परिस्थितीत योग्य तो बदल होऊ शकतो. विलंब हा लाभदायी होईल असं वाटतं. याला तोलून मापून ठरवलेली निष्क्रियता म्हणतात.

सबब शोधा

एखादं काम तुम्ही पुढे ढकलत आहात. ते कोणतं आहे? पुढील पंधरा कारणातील कोणतं कारण काम ढकलण्यास जास्त योग्य आहे हे तुमच्या मताशी ताडून पहा.

	अजिबात खरं नाही	क्वचितच खरं ठरणार	काही वेळेस खरं आहे	बऱ्याच वेळा सत्य आहे	पूर्णपणे बरोबर!
१. हे मला फारसं लागू नाही.	१	२	३	४	५
२. यामुळे मला आनंद होणार नाही	१	२	३	४	५
३. मला हे नीट जमणार नाही.	१	२	३	४	५
४. हे काम करायला मी आता फार थकलो आहे.	१	२	३	४	५
५. मी आता फार व्यस्त आहे.	१	२	३	४	५
६. हे काम फारसं अवघड नाही. ते मी केव्हाही करू शकेन.	१	२	३	४	५
७. आता माझं मन लागत नाही.	१	२	३	४	५
८. मी कामात गुंगलेलो आहे. लवकरच परिणाम दिसेल.	१	२	३	४	५
९. ते काम करायला फार वेळ लागणार नाही. काही काळाने त्याला हात लावीन.	१	२	३	४	५
१०. हे काम मला पूर्वी जमलेलं नाही. त्यामुळे आताही जमणं कठीणच आहे.	१	२	३	४	५
११. हे काम पूर्णत्वास नेण्यास फार वेळ लागेल.	१	२	३	४	५
१२. हे काम करण्याची आता इच्छाच नाही.	१	२	३	४	५
१३. हे फार महत्त्वाकांक्षी काम आहे. हे झेपणे अवघडच.	१	२	३	४	५
१४. न आवडणारं काम. पुढे बघू.	१	२	३	४	५
१५. हे काम कसं करायचं हे मला माहिती आहे. त्यामुळे निम्मं अधिक काम फत्ते झालंच समजा.	१	२	३	४	५

उत्तरावरून काय अन्वयार्थ काढायचा हे पुढे बघू.

चालढकलीतील पाच सवयी

१. फाजील आत्मविश्वास

हे काही कठीण काम नाही. मी केव्हाही करेन.

हे काम पुरं करण्यास फारसा वेळ लागणार नाही. मी ते केव्हाही पूर्ण करेन.

काम करायचं हे मला माहिती आहे. म्हणजे जवळजवळ मी निम्मं काम केलंच आहे.

नको तितक्या आत्मविश्वासामुळे ही वृत्ती तयार होते. आपण जणू काही यशाचं शिखर गाठलं आहे आणि त्यामुळे आत्ता काही या कामास हात लावायची गरज नाही. आळसामुळेही अशी प्रवृत्ती बळावू शकते. कामाकडे फारसं गांभीर्यानं पाहिलं जात नाही. त्यात काय पाहायचं? हे काम सहज होणार आहे. या भावनेनं ते मागे पडतं.

ससा आणि कासवाची कथा आपणास माहिती आहे. आपण सहज जिंकू म्हणून ससा गप्प बसला आणि संथगतीनं जाणाऱ्या पण सातत्य राखणाऱ्या कासवानं स्पर्धा जिंकली.

अवाजवी आत्मविश्वासावर मात कशी करायची!

हे काम पुढे ढकलल्यामुळे अचानक हाती येणारी संधी हातची जायची. याची जाणीव करून घेतली तर आपण काम त्वरेनं पूर्ण करू. माझ्या पासपोर्टचं नूतनीकरण करायचंय. पण पासपोर्ट कार्यालयात जाणंच होत नाही. हे काम काय केव्हाही करता येईल असं मी समजत गेलो. एक दिवस अचानक साहेबांनी बोलावलं. ते म्हणाले,

''श्री. कुलकर्णी कॉन्फरन्समध्ये भाग घ्यायला अमेरिकेत जायचे होते. ते जाऊ शकत नाहीत. तुम्ही जाता का? दोन दिवसांत निघायला हवं. तुमचा पासपोर्ट तयार आहे का?''

फाजील आत्मविश्वासामुळे ही संधी हातची गेली. अशा संधीचा विचार करून काम आताच करून ठेवलेलं बरं.

सशाने कासवाशीच स्पर्धा आहे असं म्हणून झोप काढली व स्पर्धेत हरावं लागलं. सशानं दुसऱ्या सशाशी स्पर्धा करण्याचं मोठं ध्येय ठेवलं असतं तर तो अधिक गतिमान झाला असता. यासाठी योजनाच महत्त्वाकांक्षी असायला हवी.

हातातलं काम सोपं आहे ना? मग केव्हाही करू असं म्हणण्यापेक्षा करूनच टाका ना! म्हणजे चालढकलपणाला आपला अंमल चढवायला संधीच मिळणार नाही.

२. सुखासीनतेला धक्का लागायला नको!

हे काम करण्यात काही आनंद नाही.

फार वेळ लागणार आहे हे पुरं करायला.

हे खरोखरच तापदायक आहे. पुढे केव्हातरी या कामाला हात लावू.

पुढ्यात असलेल्या कामास सारून दुसरीकडे धावतो तेव्हा तो पर्याय हा फारच आनंददायी असला पाहिजे. पत्र लिहायचं खूप दिवस मनात आहे. ते लिहायला बसणार तर टीव्हीवर अमिताभ बच्चनचं 'कौन बनेगा करोडपती' सुरू झालं. पत्र तसंच राहिलं.

डेंटिस्टला दात दाखवायचं बरेच दिवस चाललंय. टेलिफोन बिल भरायचंय. इन्कम टॅक्स रिटर्न पुढील महिन्यात भरू. कारण काही ना काही आकर्षक कार्यक्रम पाहायचेत ना.

काम करण्याचा निर्णय हा क्लेशदायक आहे. त्यामुळेच साऱ्या कामाला विलंब होतोय.

सुखासीनतेवर मात

इन्कम टॅक्स रिटर्न भरावयास आपण विलंब लावीत आहोत. कारण काय तर बाकी आनंददायी गोष्टींचा उपभोग घेता येणार नाही. यावर उपाय म्हणजे प्राप्तीकर विवरण भरायला एकाच वेळी पूर्ण वेळ देऊ नका. ते थोडे थोडे पूर्ण करत जा. बँकेतून पासबुक भरून आणून ठेवा. विवरण वाचून ठेवा. उत्पन्नपत्रक तयार ठेवा. मग विवरणपत्र केव्हा भरून झालं हेही कळणार नाही.

दुसरा मार्ग म्हणजे नावडत्या गोष्टींबरोबरच आवडती गोष्ट करणं म्हणजे नावडतं कामही होऊन जाईल. आई मुलाला कडू औषध पाजताना थोडी साखरही खायला देते. तसंच करायचं. आपलं कपाट आवरायचा कंटाळा न करता त्याचवेळी बासरीवरील आवडतं संगीत ऐकत ऐकत काम उरकून टाकायचं.

खरा मार्ग म्हणजे तापदायक वाटणारं कामही रोज थोडं थोडं करून संपवून टाकणं होय. हे आव्हान म्हणूनच स्वीकारायचं. त्यामुळे कामाचा उरक इतका वाढेल की तापदायक वाटणारं कामही करण्याची सवय जडेल.

३. अपयशाची भीती

मला हे काम नीट जमणार नाही.

हे काम करताना मला पूर्वी अपयश आलं होतं. त्यामुळे पुन्हा अपयशच येणार. हे काम फार मोठं आहे. मला अशी भीती वाटते की मला ते झेपणार नाही. यश येणार नाही म्हणून काही वेळा कामच पुढे ढकललं जातं. अशी कल्पना करा की

तुम्हाला एक आकर्षक व्यक्तिमत्त्वाची व्यक्ती दिसली. तिला मैत्रीसाठी विचारावं वाटलं. पण ती साफ नकार देईल या भीतीनं तुम्ही तिला विचारतच नाही. कार्यालयात बढतीसाठी परीक्षापत्रक जाहीर झालं आहे. पण बढती मिळणार नाही या भीतीनं तुम्ही बढती परीक्षेस सामोरेच जात नाही.

काही जण तर कामापासून सुटका करण्यासाठी अशा भीतीचा वापर करतात. काम करण्याचा प्रयत्न न करणं यामुळे काम बरोबर न झाल्यास त्याचं खापर फोडण्यासाठी आपण काही कारणं पुढे करतो. यामुळे अपयशाचं दु:ख कमी करू शकू. परंतु अडचणीवर मात करून यश प्राप्त केल्याचा आनंद प्राप्त करू शकणार नाही.

पराभवाच्या भीतीवर विजय

पराभव किंवा अपयश हा खरा प्रश्न नसून भीती हा खरा प्रश्न आहे. शिकण्यासाठी चुका हेच प्राथमिक धडे होत. मोठ्या उद्योगपतींच्या कारकिर्दीकडे पाहिल्यास असं लक्षात येईल की त्यांच्या हातूनही चुका घडल्या होत्याच. परंतु त्यांनी नाउमेद न होता मार्गक्रमण चालू ठेवलं. ते चुकांना घाबरून थांबले नाहीत.

वरसंशोधनाबाबतही असंच आहे. मुलगी अनेक वेळा नाकारली गेली की तिनं आता आपल्याला नकारच येणार असं मनात आणायचं कारण नाही. केवळ एका व्यक्तीकडून तर होकार मिळवायचाय. आतापर्यंतच्या नकारातून शिकायचं. आपण प्रथमपासून फार चिकित्सक राहिलो का? विचार करायचा.

असंच नोकरीबाबत आहे. 'ॲप्लाय ॲप्लाय, नो रिप्लाय' असं होत राहिलं तरी त्या अनुभवावरून आपण शिकतो. आपल्यात सुधारणा करणं चालूच ठेवू. एक दिवस होकार मिळेलच. पण प्रयत्न सोडून दिले तर कोणीही बोलावणार नाही.

स्वत:वर विश्वास ठेवा

मानसशास्त्रज्ञ म्हणतात की मोठी माणसं मोठी का होतात, तर त्यांनी आपण मोठे होऊ शकतो हे जाणलेलं असतं. जेव्हा माणूस आपणच म्हणतो की मी प्रभावी नाही तेव्हा त्याचा प्रभाव पडणं कठीणच. त्याच्या हातून परिणामकारक काम होऊ शकत नाही. जो सकारात्मक विचार करतो त्यानं निम्मी लढाई जिंकलेली असते.

४. मनाचे खेळ

मी फार थकलोय. तणावाखाली आहे. त्यामुळे हे काम आता नको.

माझं आता मनच लागत नाही.

याक्षणी तरी मला या कामाचा मूडच नाही.

काही वेळा काम न करण्याच्या सबबीसाठी आपण आपल्या भावनांची कारणं देतो. 'आता काम करायला ही वेळ चांगली नाही' असं म्हणून पुढील मुहूर्ताची वाट पाहत बसतो.

ऑफिसला येताना बस चुकली. दुसऱ्या बसमध्ये बसायला जागा मिळाली नाही. हाल झाले. ऑफिसमध्ये उशिरा पोचलात. तर आलेली मेल पहायची सोडून 'जरा चहा घेऊया' म्हणून सहकाऱ्याशी बोलत बसता.

सकाळपासून दोन अपशकुन झाले म्हणून तिसरा निर्णयच घ्यायला टाळणं हेही खरं नव्हे.

मनाच्या खेळावर विजय कसा प्राप्त करायचा

योग्य वेळ येईल म्हणून वाट पाहत बसलं तर पुन्हा काम पुढे ढकलायला आणखी एखादं कारण मिळू शकतं. तोपर्यंत आलेली चांगली संधीही हातची जाते.

यावर मात करायची म्हणजे जर आता काम केलं नाही तर पुढे काय होईल याचा विचार करणं. आता तणाव आहे म्हणून मी काम करीत नाही. पण काम प्रलंबित आहे या विचारामुळे तणाव अधिकच वाढणार आहे. शेवटी अगदी गळ्याशी आलंय म्हणून घाईगडबडीत काम सुरू केल्यानं अधिकच तणाव निर्माण होणार आहे. कामाला सुरुवात केल्यानं कामाची भीती नाहीशी होते. ऑफिसला उशीर झाला म्हणून मूड गेल्याने चहा पीत वेळ घालविण्यापेक्षा आणि प्रवासातील कटू प्रसंगाच्या आठवणींची उजळणी करण्यापेक्षा कामालाच हात घातला तर काम पूर्ण केल्याचा आनंद तरी मिळेल.

५. कामाचा आभास

मी सतत व्यस्त आहे. म्हणजे माझी प्रगती होत असणार.

माझ्यापुढे किती काम आहे याचं कोणालाच कौतुक नाही.

खूपच काम आहे. मी थांबता कामा नये.

असं म्हणणारी माणसं म्हणजे दिरंगाईचे जादूगारच होत. ते हातातील कांडी फिरवून सशाला अदृश्य करण्याऐवजी अशी काही हातचलाखी करतील की वेळ निघून जाईल.

परीक्षेचा अभ्यास करण्याऐवजी त्या अभ्यासाचं वेळापत्रक करण्यात वेळ घालविणारे असतात. मला ते म्हणतील–

'दिवस कसा गेला कळलंच नाही'

संशोधन करण्यासाठी इंटरनेट पाहत बसणारा तासन् तास त्यात घालवेल.

पण प्रत्यक्ष काम काहीच नाही.

अशा मंडळींचं एकच वाक्य असतं– 'मी इतक्या प्रामाणिकपणे वेळ दिला पण कामच झालं नाही!'

या आभासाला कसं हटवायचं

आपण कामाच्या आभासामध्ये इतका वेळ घालवितो की प्रत्यक्षात त्यापेक्षा कमी वेळात दुसऱ्याने काम करून दिलं असतं. अभ्यासाच्या वेळापत्रकाच्या तयारीत सतत वेळ घालविण्यापेक्षा प्रत्यक्ष अभ्यासच झालेला हवा होता. जर आपण कामाच्या आभासात राहणारे असाल तर त्यातून बाहेर पडण्यासाठी 'मला काम करायचं आहे' हे प्रथम लक्षात घ्या व ते आपण करीत नाही याचं भान ठेवा. शारीरिकदृष्ट्या पाहिलं तर आपण काम करीत असाल. आलेल्या मेल पाहत बसणं, मासिक विवरण पाहणं, मालाची पाहणी करणं... वास्तविक कालच माल पाहिलाय, पण पुन्हा पाहत बसणं हे सारं म्हणजे कामात असण्याचा भास होय. जे काम व्हावयाला हवं ते होतं का नाही हे महत्त्वाचं. ते होण्यासाठी निश्चित काम करावयास हवं हे जाणा. तेच करा. इतर आजूबाजूची कामं महत्त्वाची नाहीत हे लक्षात घ्या.

आता पुन्हा पान ५९ वरील प्रश्नपत्रिका पहा.

(१) + (६) + (९) = ( ) फाजील आत्मविश्वास.
(२) + (११) + (१४) = ( ) सुखासीनता हवी.
(३) + (१०) + (१३) = ( ) अपयशाची भीती.
(४) + (७) + (१२) = ( ) मनाचे खेळ.
(५) + (८) + (१५) = ( ) कामाचा आभास.

प्रत्येक उत्तर ३ ते १५ मधील येईल. ते जितकं १५ च्या जवळ येईल तितकं आपण त्या चालढकलीच्या कारणाजवळ आहोत. जर बेरीज ८ च्या खाली येत असेल तर त्या कारणाची आपण काळजी करायला नको. परंतु बेरीज १२ किंवा अधिक असेल तर खालील पैकी योग्य तो भाग पुन्हा पहा.

सर्वसामान्य युक्ती

चालढकल, दिरंगाई याच्यावरील ५ पैकी कोणत्याही प्रकारात आपण मोडत असू. कदाचित केवळ एकाच नव्हे तर दोन किंवा अधिक प्रकारात मोडत असू. या विलंबाच्या तावडीतून सुटण्यासाठी काही युक्तीच्या गोष्टी इथं सांगितल्यात. काही आपल्याला पूर्णपणे योग्य वाटतील तर काही इतर प्रकारच्या लोकांना भावतील.

पाच मिनिटात सुरुवात

पाच मिनिटं म्हणजे काहीच नाही. एखादं गाणं त्या वेळेच्या आतच म्हणून होतं. तेवढ्यात चहा होतो. टीव्ही मालिकेतील ब्रेकमध्येही तेवढा वेळ जाऊ शकतो. तेव्हा तुमची योजना या पाच मिनिटात सुरू करा. हे तीनशे सेकंद संपल्यावर पहा. काम सुरू होण्यात काही अडचण वाटल्यास आणखी पाच मिनिटं वापरा. पुन्हा पहा. असं आवश्यकतेनुसार दोन तीन वेळा करा. आता लक्षात येईल प्रलंबित काम मार्गी लागलंय. आता ती पाच मिनिटं तुम्ही विसरूनही गेला असाल.

ध्येयपूर्तीसाठी प्रोत्साहन

दिवसभरात किती काम होईल त्यासाठी स्वत:च गुण द्यावेत. इतकं काम झालं की इतके गुण. तासातासाला असे गुण द्यावेत. किती काम करायचं याचा खराखुरा अंदाज बांधावा. त्याप्रमाणे ध्येय ठेवावं. या ध्येयपूर्तीचा आढावा घेऊन गुण द्यायला विसरू नये. आभासी काम करणाऱ्यांनी या प्रक्रियेत रंगीबेरंगी शाई वापरत वेळ घालवू नये. काम होण्यासाठी गुण द्यायचेत. गुण देणं हे काम नव्हे!

स्वत:शी प्रामाणिक रहा– आजचा मी विरुद्ध उद्याचा मी

काही वेळा तुमच्यापुढे एवढा कामाचा डोंगर साठला असेल की तुम्हाला यापूर्वी काम का केलं नाही असं वाटेल. हेच पुढील काळात कसं वाटेल याचा विचार करा. 'आजचे तुम्ही' व 'उद्याचे तुम्ही' यामधील वैचारिक संघर्ष पहा. उदा. 'शनिवारचा अमोल' व 'रविवारचा अमोल' शनिवारचा अमोल जर सगळं काम तसंच ठेवत असेल तर रविवारचा अमोल जादा कामाबद्दल नाराज होईल. म्हणून शनिवारच्या अमोलनं रविवारच्या अमोलला समाधानी ठेवण्यासाठी शनिवारीच काम उरकून टाकलं पाहिजे.

स्वत:ला शिक्षा

पुढ्यात असलेलं काम जर ठरावीक वेळेत पूर्ण केलं नाही तर स्वत:साठी काही शिक्षा ठरवून घ्या. दंड म्हणून फक्त चेक लिहून मित्राकडे द्या. सदर काम मी त्या वेळात पूर्ण केलं नाही तर त्या चेकची रक्कम तो मला न आवडणाऱ्या कामासाठी देईल. तसं व्हायला नको म्हणून आपण आपलं कामच पूर्ण केलेलं बरं!

शपथ घ्या– साक्षीदारापुढे

सर्वांसमवेत जाहीर करा की मी हे काम एवढ्या काळात पूर्ण करणारच. ते न केल्यास अन्नग्रहण करणार नाही. उपवास करीन. या प्रतिज्ञेमुळे आपण सतत मनाला

कामाबद्दल बजावणार. लोकांपुढे मानहानी व्हावयास नको याची काळजी घेणार. त्यामुळे काम फत्ते होणारच.

आता पुढील प्रश्नपत्रिका सोडवा.

अ. हे काम पूर्ण करणं का महत्त्वाचं आहे?

ब. हे काम सुरू करण्याबाबत मला काय वाटतं?

क. हे काम पूर्ण झाल्यावर मला काय वाटेल?

ड. चालढकलीचा कोणता प्रकार या कामाच्या आड येत आहे?

इ. त्यावर कोणती युक्ती योजू?

फ. हे काम केव्हापर्यंत मी पूर्णत्वाला नेईन?

ग. कोणापुढे मी प्रतिज्ञा घेऊ? त्याचं पालन झाले ना हे केव्हा पाहायचं?

■

योग्य मत

आता ही वाक्ये पहा.

मी प्रामाणिक आहे; तू बोलून टाकतोस; ती उद्धटपणे बोलते; मला नव्या कल्पना सुचतात; तू वेगळाच आहेस; तिचा अंदाज येणं कठीणच; तू निर्णय घेणारा आहेस; ती अधिकार गाजविणारी आहे.

ही सगळी माणसाची वागणूक दर्शविणारी वाक्यं आहेत. त्यांचे अनेक अर्थ निघू शकतात. या वाक्यात चुकीचे अर्थ निघण्याची खूप शक्यता आहे.

जीवनात आपण काय करतो, कसं करतो यापेक्षाही लोकांना काय वाटतं हे महत्त्वाचं आहे. आपलं म्हणणं लोकांना पटत नाही हे पाहून आश्चर्य वाटतं.

आपलं म्हणणं बरोबर आहे असं आपण का म्हणतो याचा विचार केल्यावर असं लक्षात येतं की आपण कोणतीही गोष्ट आपल्या दृष्टीनं पाहतो. इतरांना काय वाटत असेल याचा विचार करीत नाही. एकदा का दुसऱ्याच्या मनाचा विचार करायला जमलं की मग स्वत:ची वागणूक कशी असावी हे आपोआपच समजतं. मग आपण इतरांचे आवडते, आदरणीय बनतो. ते आपलं ऐकू लागतात.

इतरांच्या दृष्टिकोनातून आपण कसे दिसतो आणि आपल्यामध्ये आवश्यक ते बदल कसे घडवून आणावेत यासाठी इथे अनेक व्यावहारिक टीपा दिल्या आहेत.

- आपल्या इच्छेप्रमाणे आपला प्रभाव राहावा. (प्रभाव)
- आपल्या म्हणण्याप्रमाणे लोकांनी वागावं. (दबाव)
- आपण लोकांशी जुळवून घ्यावं. (संपर्क)
- आपल्या विश्वासू मित्रांनीही आपल्याबद्दल आदर व्यक्त करावा. (उपस्थिती)

मी मोठा आहे, तू आश्चर्यकारक मोठा आहेस; ती आदरणीय आहे.

■

(च) परिणाम

“बघितलात माझा बाळ! अगदी थेट वडिलांच्या वळणावर गेलाय बेटा! गुटगुटीत, गोंडस! अन् खेळकरही!” आईचे असे उत्स्फूर्त बोल अगदी खरे असतात. आम्ही पाहत असतो टीव्हीवर फुटबॉलचा सामना आणि आमचा एखादा मित्र चेंडूच्याच वेगानं भराभर चॅनल बदलत राहतो. त्या परमप्रिय मित्राचं केलेलं कौतुक आणि वर उल्लेखलेलं आईनं केलेलं आपल्या लाडक्याचं कौतुक एकाच मापाचं!

कोणत्या माणसाबरोबर आपण आहोत यावर बऱ्याचदा आपण आपलं वागणं ठरवतो. वडील माणसांसमोर असताना कधीही आमच्या तोंडी लैंगिक विषय येतील? शिव्या येतील?

निरनिराळ्या व्यक्तींच्या बरोबर वागताना, निरनिराळ्या प्रसंगी आमची वागणूक भिन्न असते. आणि मग त्या त्या व्यक्तींचा आमच्याबद्दलचा ग्रहही बदलत राहतो. त्यांचा जगाकडे बघण्याचा, विशेषत: आपल्याकडे बघण्याचा दृष्टिकोन कसा असेल यावर बरंच काही अवलंबून असेल.

‘संघटना कशी बांधावी’ या विषयावर बैठक सुरू असते. त्या बैठकीतून दोन व्यक्ती थोडा वेळ बाहेर येतात. त्यातील एकजण मत व्यक्त करताना म्हणतो,

“संघटना बांधण्यासाठी किती छान सांगितलं. विशेष म्हणजे संघटनेबद्दल त्याला किती आपुलकी आहे.”

याच बैठकीतील दुसरा म्हणतो,

“जरा सावध राहायला हवं. याला प्रमुख होऊन आपली मतं दुसऱ्यावर लादायचीत. बाकी काही नाही.”

वास्तविक दोघंही त्याच बैठकीत होते. पण दोघांनीही अर्थ मात्र अगदी विभिन्न टोकाचे लावलेले होते.

विविध माणसांनी आपल्या वर्तणुकीचे अर्थ लावलेले पाहिले की वाटतं, ही मंडळी आपल्याविषयी काही सांगत नाहीत तर स्वत:संबंधी सांगतात. वरवर पाहता हे काही

विशेष आहे असं वाटणार नाही. पण खरंच हीच गुरुकिल्ली आहे. एकदा का हे उमगलं, की आपल्या आजूबाजूच्या लोकांचा, जगाकडे पाहण्याचा दृष्टिकोन कसा आहे, की मग निम्मं काम झालं असं समजा. मग आपल्याला त्यांच्याकडून जे हवं आहे ते मिळवण्यासाठी आपल्या वर्तणुकीत आवश्यक बदल करणं शक्य होईल.

काय दिसतंय तुम्हांला या चित्रात? कुणाला त्यात एखादी वाद्य वाजवणारी व्यक्ती दिसेल तर कुणाला एखाद्या स्त्रीचा चेहरा तर आणखी कुणाला आणखी काही.

एका साध्या काळ्या पांढऱ्या चित्राचे हे वेगवेगळे अर्थ! आपलं एकूण वागणं किती तरी रंगढंगाचं! गुंतागुंतीचं! अन् मग अर्थ लावणारा त्याला नाना अर्थ आपल्या मनाप्रमाणे चिकटवेल यात काय नवल?

जरा तपासूया बरं आपली वर्तणूक

आपण एखाद्या मोठ्या अशा सुपरमार्केटमध्ये जातो. आपल्या स्वत:च्या पद्धतीनं खरेदी करतो. कुणाला हे सगळं एकदा झटपट उरकायचं असतं. आज या घडीला योग्य दिसणारे पदार्थ निवडायचे आणि बाहेर पडायचं. नेमक्या वस्तू, झटपट देऊ शकणारं दुकान चांगलं, असं या मंडळींचं म्हणणं.

दुसऱ्या कोणाला हवं असते पूर्वनियोजन! याद्या करा. दुकानभर विशिष्ट पद्धतीनं फिरा. व्यवस्थित पॅकिंग करून घ्या. थोडासा वेळ लागला तरी चालेल. पण प्रत्येक गोष्ट शिस्तबद्ध हवी. हे देऊ शकणारे दुकान चांगले.

तिसऱ्याचं आणखीनच निराळं! त्याच्या दृष्टीनं अशी सुपरमार्केट्स म्हणजे जणू गुप्तधनाचं भांडार! यादी हा प्रकार नाहीच! दुकानभर मनसोक्त हिंडा. नवं काय सापडतं पहा. त्यांच्या दृष्टीनं नेमकं काही देणाऱ्यांपेक्षा नावीन्य देणारं दुकान सर्वोत्तम!

ही तीन प्रकारची माणसं, समजा एकत्र खरेदीस गेली, तर? झगडाच व्हायचा! पहिल्यानं निम्मी खरेदी संपवली तरी दुसरा अजून घरीच असेल, सामानाची यादी करत! तर तिसरा पहिल्या दालनातच तिथल्या कर्मचाऱ्यानं नमुन्यादाखल दिलेल्या आपल्या चॉकलेटचा आस्वाद घेत रेंगाळला असेल.

आपल्या दृष्टीनं काय महत्त्वाचं, यावर आधारित आपण आपला मार्ग चोखाळतो. वरील उदाहरणात पहा. पहिल्याच्या दृष्टीनं महत्त्व आहे वेगानं काम करण्याला.

वेळेला. दुसऱ्याला आवडतो शिस्तशीरपणा. तर तिसऱ्याची पसंती आहे नवं काय सापडतं याला. याप्रकारे समोरचा माणूस कशाला महत्त्व देतो हे जर आपल्याला अगोदर कळलं व त्याला समजावून घेता आलं तर आपल्या वर्तणुकीत त्यानुसार बदल करून इप्सित साध्य करता येईल.

हस्तांदोलन की पुढे झुकून अभिवादन?

मनात प्रश्न येतो, आपण आपल्या वागणुकीत बदल का म्हणून करायचा? आपणच आपली वंचना का करायची? केवळ दुसऱ्याला बरं वाटावं म्हणून नकली आविर्भाव का करावा? सरळ सरळ उत्तर आहे, "मी जसा आहे, तसा आहे; लोकांनी मला तसंच स्वीकारायला हवं!" स्वत:शी अप्रामाणिकपणा करणं कधीही योग्य नव्हे. किंबहुना लोकांनाही हेच आवडतं. पण याचा अर्थ असा नव्हे की मी हटवादीपणा करावा.

एक उदाहरण सांगतो. एक अमेरिकन माणूस, एका जपानी माणसाला भेटला. आता दोघांनी हस्तांदोलन करून एकमेकांचं स्वागत करावं की पुढे झुकून अभिवादन? प्रत्यक्षात त्या दोघांनी दोन्ही पद्धती वापरल्या. विचित्र वाटतं ना? पण त्यातून हे स्पष्ट होतं की दोघेही एकमेकांच्या पद्धतीनं वागायला तयार आहेत. मलाही हेच सांगायचं आहे, स्वत:शी अप्रामाणिक न रहाता, दुसऱ्याला जे हवंय ते देण्याचा प्रयत्न हवा.

दुसऱ्यांना समजावून घेणं– स्त्रीपुरुष भेदानुसार– शहरी पद्धतीनं

लोकांच्या विशिष्ट वागण्यामागची कारणे काय असावीत हे समजणं सर्वांत महत्त्वाचं. एखादी व्यक्ती भर वेगात चुकीच्या बाजूनं मोटारकार चालवत जाते. आपण म्हणतो, "काय बेजबाबदार माणूस आहे!" कुठवर? जोपर्यंत आपणास माहीत नसतं की त्या माणसाची बायको प्रसूतिवेदनांनी बेजार आहे आणि तिला दवाखान्यात नेण्यासाठी त्यांची पळापळ चालू आहे. एकदा का त्याच्या वागण्यामागचा हेतू कळला की मग आपली त्याच्याविषयीची धारणा बदलते.

परिस्थितीप्रमाणे माणसं आपली वागणूक सहजरित्या बदलतात. पण त्या वर्तणुकीमागच्या प्रेरणा, हेतू सहज बदलत नाहीत. कित्येक गोष्टीबाबत आपली मतं पक्की असतात. त्या मतांना धक्का बसेल अशी घटना घडेपर्यंत ती तशीच राहतात. लोक कोणत्या परिस्थितीत काम करण्यास प्रवृत्त होतात याचा अभ्यास करून त्याप्रमाणे आपल्या वागण्यात योग्य तो बदल करावा. पण यासाठी लोकांच्या प्रेरणा कोणत्या आहेत हे आपणास कसं कळणार हा खरा प्रश्न आहे.

या प्रेरणा शंभर टक्के ओळखणं अवघडच आहे. पण बऱ्याच समजता येतात हेही नसे थोडके. त्या प्रामुख्यानं चार प्रकारच्या आहेत. पण काही वेळा प्रेरणा त्यातील एकाच प्रकारात मोडणारी नसते. मग त्या प्रकारांचं मिश्रणही असू शकते.

प्रकार १ – मनं जपणारा

'जो जे वांछील तो ते लाभो' अशी याची वृत्ती असते. कोठे काही भांडण चाललं असेल तर ते मिटवायचा याचा प्रयत्न असतो.

आपलं मित्रमंडळ, कार्यालयातील सहकारी, कुटुंबीय असा कोणताही गट असो त्यामधील लोकांचे संबंध खेळीमेळीचे राहोत अशी याची मनापासून इच्छा असते. त्यामुळे या प्रकारचा माणूस हा लोकांच्यात मिळून मिसळून वागणारा, लोकांना जपणारा खराखुरा मित्र असतो.

एकमेकांना जाणून घेणं व सांभाळून घेणं हे यांचं काम असतं. त्यामुळे त्यांच्या भावना ते मोकळेपणाने व्यक्त करतात. ते निष्ठावान असतात. काही वेळा भांडणं नकोत म्हणून त्यांना न पटणारी मतं ते दूर ठेवतील. परंतु सर्वांना बरोबर घेऊन निर्णय घेण्यात त्यांना रस असतो. इतरांची सेवा करण्यास त्यांना आवडतं. अडचणींच्या वेळी ते मदतीस धावून येतात. लोकांची प्रगती व्हावी म्हणून काय करावं हे सांगायला ते पुढे येतात. चांगल्या कामाबद्दल चांगलं बोलावं अशीही त्यांची अपेक्षा असते.

- प्रश्न निर्माण झालाय का? ह्यांना सांगा ते स्वभावतःच तो सोडवायला पुढे येणार.
- प्रामाणिकपणा, तळमळ, साहाय्य करणे, मित्रत्व, मिळून मिसळून वागणं हे त्यांचे गुण.
- वाईटात वाईट म्हणजे साध्या मनाचे, भाबडे, शोध घेणारे.
- त्यांना काही गोष्टी आवडत नाहीत. मुद्दाम दुखावणं, दुसऱ्यांच्या भावनांची कदर न करणं, उर्मटपणा, दुर्लक्षित राहणं, एकाकी राहणं हे त्यांना पसंत नसतं.
- मनापासून काम करणारा असा हा चांगला माणूस असतो.

प्रकार २ – आदरणीय व्यक्ती

आव्हान स्वीकारणं, उत्साहानं काम करून घेणं, त्वरेनं ध्येय गाठणं ही अशा व्यक्तींची खास वैशिष्ट्यं! त्यांना स्पर्धात्मक वातावरणात काम करायला आवडतं. अवघड वाटणारी ध्येयं गाठण्यात त्यांना रस असतो. मनं जपणारा माणूस लोकांना आवडतो तर अशा प्रकारचा माणूस आदरणीय असतो.

त्यांना ध्येय सांगा, योग्य दिशा द्या, मग ते ध्येय कसं गाठायचं हे तेच ठरवतील. त्यासाठी प्रयत्नांची पराकाष्टा करतील व ते गाठतील. ते त्वरेनं निर्णय घेतात. मग एखादेवेळी निर्णय चुकूही शकेल. पण निर्णय पुढे ढकलत बसणार

नाहीत. काम सुरू करायला त्यांना आवडतं.

- काही काम अडलंय का? मी सोडवितो गुंता! अशा प्रवृत्तीचा हा माणूस स्वत: होऊन कामासाठी हजर असतोच.
- त्यांचे चांगले गुण – स्पर्धात्मक, गतिमान, आव्हानात्मक वातावरण आवडते.
- दुर्गुण – कटू बोलणारे, आक्रमक, वरचष्मा गाजविणारे, ताठर, वादविवादी.
- त्यांच्या नावडत्या गोष्टी – कंटाळा, विलंब, गप्पा, अपयशाचं समर्थन, काम पुढे ढकलणाऱ्या समित्या, अडथळा आणणारे लोक.
- एखादं काम व्हावं वाटत असेल तर ते त्याच्याकडे सोपवा.

प्रकार ३ – प्रोफेशनल

प्रत्येक गोष्ट तपशीलवारपणे पाहणार. जे करायचं ते उत्कृष्टच करायचं हा ह्याचा ध्यास असतो.

एखाद्या प्रश्नाचा सांगोपांग विचार करण्याची याची सवय असते. त्यामुळे प्रश्नाला सामोरं जाताना एकाहून अधिक मार्गही सापडतात. ते हाताळण्याची याची तयारी असते. एखादं काम करण्याजोगं आहे हे पटलं तर ते तो करतोच. काम पूर्ण करण्यात ज्या कमतरता असतात त्या या प्रकारच्या व्यक्तीनंच शोधलेल्या असतात. काम कसं करायचं याचं स्वातंत्र्य त्यांना हवं असतं.

- "प्रश्न पडलाय? मग त्याबाबत विचार करू दे" हे याचं उत्तर असतं.
- त्याचे गुण – स्वतंत्र, प्रथम शोध घेणारा, कष्टाळू, स्वत:वर विश्वास असणारा, अभ्यासू, बिनचूक.
- दुर्गुण – एकाकी, थंड, किडा, अकारण निराशावादी.
- तिरस्करणीय गोष्टी – काम अपुरं सोडणं, काम कसं करावं हे दुसऱ्यांनी सांगणं, दुसऱ्यांनी सतत लुडबुड करणं, वैयक्तिक अडचणी सांगणं.
- योग्य तऱ्हेनं काम करणारी ही व्यक्ती येणाऱ्या सर्व प्रसंगांना सामोरे जाण्यास सज्ज असते.

प्रकार ४ – जमवून घेणारा

गटामधील साऱ्यांच्या हृदयात यानं स्थान निर्माण केलेलं असतं. तो नसेल तर गटातील बाकी सारी माणसं अस्वस्थ असतात. तो असला की साऱ्यांना काही गवसल्यासारखं वाटतं.

वरील तीन प्रकारच्या व्यक्तिमत्त्वांना एकत्र आणून चौथं तयार केलं तर ते 'जमवून घेणारं' चौथं व्यक्तिमत्त्व तयार होतं. गुणवान लोकांना ते पुढे आणतात. कामं पूर्ण करणं व त्यामध्ये गुणवत्ता आणणं यावर यांचा भर असतो. त्यांना लवचीकपणाचं

धोरण पसंत असतं. एखादा निर्णय घेताना परिस्थितीत संतुलन राखणं त्यांना आवडतं.

वेगवेगळ्या पैलूंना समजावून घेऊन, एकवाक्यता होत नसतानाही साऱ्यांमध्ये वादावादी होणार नाही याची हे काळजी घेतात. ते जुळवून घेतात. प्रयोग करतात, बदल करण्यास तयार असतात, पर्यायांचा स्वीकार करण्यास तयार असतात. यामुळे काही वेळा यांची ओढाताण झालेली आढळते.

'प्रश्न सोडवायचाय? मी या प्रश्नाचं उत्तर सोडवीनच.' ही या प्रकारच्या व्यक्तींची प्रवृत्ती असते.

- गुण – लवचीक, तडजोडीस तयार, संबंध जोडणारा, मध्यस्थ, सर्व गोष्टींची माहिती असणरा.
- दुर्गुण – कमकुवत, राजकीय, सर्वांना खूष ठेवण्याचा प्रयत्न करणारा, चंचल, कोणत्याच विषयातील पूर्ण माहिती नसणारा.
- नावडत्या गोष्टी – कामं अडून बसलेली माणसं, आग्रही, टोकाची भूमिका घेणारे.
- योग्य व्यक्ती – संभाव्य गोष्टींचा अभ्यास करून त्याप्रमाणे वाटचाल करणारे.

आपण चार प्रकारच्या व्यक्ती पाहिल्या. त्या एकमेकांबद्दल काय म्हणतील हे पाहणं उद्बोधक वाटेल.

मनं जपणाऱ्याच्या मनात येईल...

- आदरणीय व्यक्ती ही तिला महत्त्व द्यावं असं म्हणत राहणार. मी पणाला मोठं स्थान असणार. इतरांना कमी लेखणार. जे दिसेल ते हवं असं याला वाटणार. दुसऱ्यांना जाणण्यासाठी थोडा अधिक वेळ देतील तर ते चांगलं काम करू शकतील.
- प्रोफेशनल – थंडगार मासाच! कोणतीही गोष्ट परिपूर्ण करण्याचा ध्यास. पण त्यासाठी अगदी टोकाची भूमिका घेणार. जेव्हा इतरांना वाटतं की केव्हा एकदा हे काम संपतं तर यांचं काम सुरूच राहणार.
- दुसऱ्याशी जमवून घेणारा – नवनवीन कल्पनांचा स्वीकार करणारा. इतरांची मनं जाणणारा. त्याची लवचीकता फारच उपयुक्त आहे. आपण कोठवर आलो हे मात्र ह्याला निश्चितपणे सांगता येणार नाही.

आदरणीय व्यक्तीचं मनोगत

- मनं जपणारा – सौम्य स्वभावाचा. त्याच्याशी सहज जमू शकतं. हा जरा जास्तच हळवा असू शकतो. आपल्याला आधार हवा असतो तेव्हा हा उपयोगी पडतो.
- प्रोफेशनल – संथ! काम पूर्ण करण्याऐवजी ते आदर्शपणे कसं होईल याचा विचार करत बसणारा. वस्तुस्थिती काय आहे हे पाहायला हा शिकेल तर बरं

होईल. परंतु हा 'काय आणि कोठे चुकतं' याचीच चर्चा करीत बसणार. आपली चूक होऊ देणार नाही. नव्या कल्पना सांगेल.

- जुळवून घेणारा – लोकांकडून कामं कशी करवून घ्यावी याचं महत्त्व यानं जाणलं आहे. पण स्वत:ची मतं बदलत राहतो. त्याला पटविणं अवघड.

प्रोफेशनलला काय वाटतं?

- मनं जपणारा – हा मला काय हवं हे न जाणता मला काय वाटतं हे पाहत बसतो. मित्रत्वाचे संबंध जोपासणारा. ऐकून घेणारा. मग ते कळलं असो वा नसो.
- आदरणीय व्यक्ती – सरळ काम करून टाकणार नाही. त्यामध्ये बदल सुचविण्यास आवडतं. त्यांच्या शक्तीचं कौतुक करावं. पण काम पूर्ण करतील याची शाश्वती नाही. काम अर्धवट राहिलं तरी चालेल असं वाटत असेल तरच यांना सांगा!
- जुळवून घेणारा – त्यांना प्रथम काय करायचं आहे हे त्यांनी ठरविलेलं बरं! सतत गोंधळलेल्या अवस्थेत असणार. इतर कोणापेक्षाही कामं योग्य तऱ्हेनं व्हावीत अशी सहानुभूती हा व्यक्त करणार.

जुळवून घेणाऱ्यास काय वाटतं?

- मनं जपणारा – हा तरल मनाचा आहे हे उत्तम. साऱ्या लोकांना एकत्र ठेवायला असं कोणी हवं असतंच. परंतु इतरांना कशाला प्राधान्य द्यायचंय याचा हा विचार करीत नाही.
- आदरणीय व्यक्ती – यांच्या कार्यशक्तीचं कौतुक करावं तितकं थोडंच. कारण यांच्याशिवाय कामाला गतीच मिळत नाही. त्यांनी एक गोष्ट करावी वाटते ती म्हणजे नीट ऐकून घ्यावं व विविध मार्गानं काम करता येतं याचा विचार करावा.
- प्रोफेशनल – ज्याला गुणवत्ता साध्य झाली आहे त्याला हे जवळ करणार. स्वत:च्या मताचे आग्रही राहणार. केव्हा किती ताणावं व केव्हा सोडावं हे ह्याला कळत नाही.

या सर्व केवळ सूचना आहेत. प्रोफेशनल हा मनं जाणणाऱ्या व्यक्तीचं कौतुक करू शकेल. लोकांच्याकडे पाहण्यासाठी तो निस्वार्थी बुद्धीने कार्यरत आहे याबद्दल हे कौतुक असेल. काम व्हावं या भावनेनं कार्यरत असणाऱ्याचं जुळवून घेणारी व्यक्ती कौतुक करताना दिसेल. पण काही वेळा चुकीच्या मार्गानं चाललात म्हणून एकमेकांना बोलतानाही दिसतील.

हॉटेलमध्ये जायचं ठरलं तर हे चौघं कसा विचार करतील हे पाहणं मनोरंजक ठरेल. मनं जपणारा साऱ्यांना विचारेल की कशा पद्धतीचं जेवण आवडेल म्हणजे

त्या पद्धतीचं हॉटेल निवडता येईल. प्रोफेशनल हा हॉटेल डिरेक्टरी उघडून त्यात पाहत बसेल. आदरणीय व्यक्ती इतरांचं थोडा वेळ ऐकून घेईल व यावर जावं का नाही सांगेल! जुळवून घेणारा शेवटच्याच्या मताप्रमाणे हा म्हणेल किंवा हे ठरवावं कसं याबद्दलचा मार्ग सांगेल.

हॉटेलात जाणं होईल का नाही ही शंकाच आहे.

आपला प्रभाव पडावा असं वाटत असेल तर इतरांना काय हवंय याचा विचार करून आपण तडजोड करावी. स्वत:च्या मनाचा आग्रह धरू नये.

परिणामकारक प्रभाव

आपला प्रभाव कसा पाडावा हे व्यक्तीवर अवलंबून आहे. सुरुवातीस तरी त्यांनी वर उल्लेखलेल्या व्यक्तिमत्त्वाचं मिश्रण बनावं. परंतु इतरांचे व्यक्तिमत्त्व कोणत्या प्रकारातील आहे हे जर त्यांनी ओळखलं तर त्यांचा उत्कृष्ट प्रभाव पडू शकेल. हा व्यक्ती प्रकार कसा ओळखावा याबाबत इथं टीपा देत आहे.

मनं जपणारा कसा ओळखायचा

'तुम्ही कसे आहात?' ही तो खुशाली विचारेल. त्याला तुमचा वाढदिवस, घरातील व्यक्तींची नावं, कुत्र्याचं नाव सारं काही पाठ असणार. एकमेक व्यक्तींना जोडण्यात त्याला रस असतो. मेजवानी आयोजित करावी व निमंत्रितांची सोय पहावी असं त्याला वाटत असतं.

हा दुसऱ्यांना मदत करणारा असतो. सारं सुरळीत चालावं, सर्वत्र शांती समाधान नांदावं म्हणून तो वादावादीच्या वेळी पळ काढेल असं नसतं. तो त्यात भाग घेऊन विरोधकांना हरवेल. पण फार न ताणता प्रश्न मिटणार असेल तर तो मार्ग स्वीकारणं त्याला आवडतं.

मनं जपणाऱ्यांकडून काम कसं करवून घ्यावं?

त्यांना सहभागी करून घ्या. त्यांचा सल्ला घ्या. त्यांना महत्त्व दिल्याचं जाणवू दे. त्यांना भावनिक गोष्टीत रस असल्यानं त्या दृष्टीनं त्यांचा सहभाग घेतल्यास ते खूष राहतील. एक गोष्ट लक्षात घेतली पाहिजे. त्यांना जेव्हा काही कारणानं अधिकार नसतात तेव्हा ते निराश होतात. जेव्हा तुम्ही एखादा प्रश्न घेऊन त्यांच्याकडे जाता तेव्हा त्यांनी तो सोडविण्यासाठी त्यांना मदत करा. नाहीतर त्यांना वाटायचं की प्रश्न त्यांच्या माथ्यावर मारून तुम्ही नामानिराळे झाला आहात. त्यांना सर्वांना समाधानी ठेवायचं असतं. परंतु एकाचं काम दुसऱ्याच्या विरुद्ध असल्यास सर्वांना खूष करणं अवघड जातं. हे तुमच्या लक्षात येईल अशी त्यांची अपेक्षा असते व त्या दृष्टीनं हा

गुंता सोडवायला तुम्ही मदत कराल अशी त्यांना आशा वाटते.

आदरणीय व्यक्तीला कसं ओळखायचं?

काम करणारा अशी त्याची ओळख आहे. अवघड ध्येयही तो साध्य करून दाखवितो. येत्या शनिवार, रविवार सुटीत काय करणार म्हणून विचारा. ते त्यामध्ये सात कार्यक्रमाला जाणार असल्याचं सांगतील. त्यांचे सर्व ४८ तास अगदी व्यापून गेलेले आढळतील.

स्पर्धात्मक वातावरण यांना आवडतं. त्यांना काही ना काही प्राप्त करायचं असतं. त्यामुळे काही ना काही करण्याची ते धडपड करतात.

ते वेळप्रसंगी वाद घालायलाही मागेपुढे पाहत नाहीत. पण त्यांना हवं ते साध्य करतात. ते कधी तरी आराम करीत असल्यासारखे दिसतील. पण तो आराम नसतो. पुढचं ध्येय गाठण्याच्या तयारीचा तो काळ असतो.

आदरणीय व्यक्तींचा अधिकाधिक लाभ कसा घ्यावा?

त्यांना सतत काहीतरी करत राहणं आवडतं. तेही काम आव्हानात्मक असावं असं वाटतं. त्यांच्याकडून उत्तम कामाची अपेक्षा असेल तर आव्हानात्मक कामच त्यांच्यापुढे ठेवायला हवं. त्यात आव्हान देणारी कोणती परिस्थिती आहे व शेवटी साध्य काय करायचं आहे हे तो पाहील. कमी आव्हानाची कामं त्याला पसंत पडणार नाहीत.

त्यांनी यश संपादन केलं तर तो क्षण त्यांना अनुभवू देत. ध्येय साध्य झालं तरच त्यांना खरा आनंद प्राप्त होतो. शक्यतो त्यांना मध्येच सारखी माहिती मागू नये. अति माहिती टाळावी. कामात अडथळा आणू नये.

प्रोफेशनल कसा ओळखावा?

गुणवत्ता हे याचं तत्त्व. त्याच्या मते प्रत्येक गोष्ट चांगल्या पद्धतीनं करण्याचा एक मार्ग असतो. त्याच्या दृष्टीनं जे चांगलं त्याबद्दल तो सातत्यानं सूचना करीत राहतो. तुमच्या घराची बेडरूम चुकीच्या दिशेला आहे; सर्वांत चांगलं उपाहारगृह समोरच्या कोपऱ्यावर आहे. परंतु तिथे दहीभात मिळत नाही.

हा प्रोफेशनल ओळखायची खूण म्हणजे त्याला स्वत:चं स्वतंत्र मत असतं. ते नेहमीच इतर लोक मानतील असं नसतं. परंतु बऱ्याच वेळा ते ग्राह्य धरलं जातं. त्याचं मत पुराणवादी व सुधारणावादी असतं. त्याच्या मते तेच मत योग्य असतं.

प्रोफेशनलचा अधिक लाभ कसा घेता येईल?

या मंडळींना स्वातंत्र्य आणि स्वावलंबन आवडत असल्यामुळे त्यांना विचार

करायला भरपूर वेळ द्या. त्यामुळे त्यांना मुळात जाऊन विचार करून नवीन असं काही शोधायला आवडेल. आहे त्यात काय आवश्यक बदल करायचे हेही ते सुचवतील.

अपरिपक्व विचारानं केलेल्या गोष्टी त्यांना आवडत नाहीत. गडबडीत दिलेली उत्तरंही त्यांना पसंत नसतात. पुरेसा वेळ घेऊन विचारांती सुयोग्य उपाय ते शोधून काढतील. धीर धरून संयमानं आपण त्यांच्याकडून लक्षवेधी सुधारित उत्तरं मिळवू शकतो.

जुळवून घेणारा कसा ओळखावा?

वरील परिस्थितीत हा जुळवून घेऊ शकतो. योग्य मार्ग सापडण्यासाठी ते माणसांवर अधिक लक्ष केंद्रित करतील. सर्वजण कोणत्या परिस्थितीत काम करतात, त्यांना काय हवं असतं या साऱ्यांचा विचार करून एक नवीनच उत्तर ते शोधून काढतील.

साऱ्यांची मतं अजमावणारा 'लवचीक मित्र' ही उपाधी त्याला बहाल केली जाईल. अनेक पर्याय सुचविणारा, विविध उपाय पुढे मांडणारा, स्वतःच्या मतामध्ये परिवर्तन करण्यास तयार असणारा अशी त्याची ओळख आहे.

जुळवून घेणाऱ्या या व्यक्तीकडून उत्तम कार्य करून घेता येईल?

कठीण प्रसंगी त्याला काम करू द्या. इतरांमधील मतभेदाबद्दल त्याला बोलू द्यात. त्याला लवचीक राहण्याची संधी द्या. त्याची मतं त्याला बदलायची असतील तर बदलू दे. उत्तरं कशी शोधायची हे त्याचं त्याला ठरवू दे. असं केल्यामुळे तो असा काही सुरेख मार्ग दाखवेल, की आपण त्याचा कधी विचारही केला नसेल.

तुमची कामाची प्रेरणा काय आहे?

आपली प्रेरणा काय याची आपण मनाशी खूणगाठ बांधली असेल. पुढील प्रश्नपत्रिकेवरून हा अंदाज जरूर येईल. हेच प्रश्न आपण आपल्या मित्रांना, नातेवाइकांनाही सोडवायला देऊ शकता.

एखाद्या मुद्द्यापुरती ही प्रश्नपत्रिका वापरावी. संपूर्ण आयुष्याचे प्रश्न सोडविण्याच्या दृष्टीने उत्तरं लिहू नयेत. उदा. आपलं काम कसं करावं किंवा पालक म्हणून कशी जबाबदारी पार पाडावी, असे विषय घ्यावेत.

पुढे १० प्रश्न दिलेत. प्रत्येक प्रश्नाच्या उत्तराला तीन पर्याय दिलेत. या पर्यायांना महत्त्वाप्रमाणे १० गुण द्यायचे. तीनही पर्यायांना दिलेल्या गुणांची बेरीज दहापेक्षा अधिक होता कामा नये. उदाहरण म्हणून एक प्रश्न सोडवून दाखविला आहे.

१. मला खरोखर पुढील गोष्ट आवडते.

अ. काम बरोबर केलं आहे. (५)

ब. कामात बरोबर असलेल्या लोकांनाही बरं वाटतं. (२)

क. कठीण असं काम माझ्या हातून झालं आहे. (३)

गुण देताना मनाची फार ओढाताण करू नका. जे बरोबर वाटतं ते लिहा. मी पुढील विषयाकडे अधिक लक्ष केंद्रित करीत आहे.

१. खरोखरच मला पुढील गोष्ट आवडते.

अ. काम बरोबर केलं आहे.

ब. कामात बरोबर असलेल्या लोकांनाही बरं वाटतं.

क. कठीण असं काम माझ्या हातून झालं आहे.

२. पुढील गोष्टी मला अजिबात आवडत नाहीत.

अ. व्यावसायिक गुणवत्तेला सोडून केलेल्या

ब. लोकांना न आवडणाऱ्या.

क. कंटाळवाण्या.

३. पुढील गोष्ट माझ्याकडून हिरावून घेतली तर मला त्रास होईल.

अ. माझं स्वातंत्र्य

ब. माझे मित्र

क. माझं व्यक्तिमत्त्व

४. या गोष्टींना वेळ द्यायला मला आवडतं.

अ. चांगल्या पद्धतीनं काम करणं.

ब. नव्या ओळखी करून घेणं.

क. नवी आव्हानं स्वीकारणं.

५. मला आवडतं.

अ. कामाला जोडून घेणं.

ब. कामामध्ये झोकून देणं.

क. विभागाचा प्रमुख असणं.

६. पुढील गोष्टींची मी प्रशंसा करतो.

अ. जेव्हा ते तज्ज्ञांकडून पाहिलेलं असतं.

ब. जेव्हा ते हृदयापासून केलेलं असतं. ○
क. जेव्हा निकाल उत्तम असतो. ○

७. माझ्या हातून सर्वोत्कृष्ट काम घडतं जेव्हा...

अ. कठीण प्रसंगातून बाहेर पडण्याचा मी मार्ग शोधत असतो. ○
ब. मी दुसऱ्यांना मदत करीत असतो. ○
क. जेव्हा काम पूर्ण करण्याचा माझ्यावर दबाव असतो. ○

८. मी महत्त्व देतो...

अ. स्वातंत्र्य. ○
ब. मैत्री. ○
क. आव्हान स्वीकारणं. ○

९. उत्कृष्ट निर्णय

अ. वस्तुस्थितीवर आधारित. ○
ब. सहसंमतीनं घेतलेला. ○
क. त्वरेनं घेतलेला. ○

१०. माझं ध्येय

अ. महत्त्वाचं काम महत्त्व देऊन योग्य रीतीनं करणं. ○
ब. आपल्याला इतरांनी कसं वागवावं असं वाटतं तसं इतरांना वागवावं. ○
क. काम हातावेगळं करा. ○

एकूण गुण

अ. प्रोफेशनल = ○
ब. इतरांची कदर करणारा = ○
क. आदरणीय = ○

आपणास ४५ वर गुण पडले असतील तर आपण त्या विशिष्ट व्यक्तिमत्त्वाचे आहात. उदा. २३, २४, ५३ हे आपण आदरणीय असल्याचं दर्शवितात. गुण २२ ते ४४ मधील असतील तर आपलं व्यक्तिमत्त्व 'जुळवून घेणारं' आहे. (उदा. ३७, ३५, २८) जर आपणास ४५ च्या वर गुण पडले नसतील व एकामध्ये २२ पेक्षा कमी गुण मिळाले असतील तर आपणामध्ये दोन व्यक्तिमत्त्वं एकत्र झाली आहेत. (उदा. ४१, ४१, १८) उदा. प्रोफेशनल व इतरांची कदर करणारा. ■

(छ) प्रभाव

आपणाला हे माहिती आहे की मांजरीला नऊ पिले असतात. स्त्रीचा गर्भारपणाचा काळ नऊ महिने असतो. सूर्यमंडळात नऊ ग्रह आहेत. परंतु आपणाला हे माहीत नाही, की दुसऱ्यावर प्रभाव पाडण्याचे नऊ मार्ग आहेत. वास्तविक या युक्त्या आपण नेहमी वापरत असतो. पण त्याबद्दल ज्ञान नसते.

एखादा प्रवासी नव्या प्रांतात आला, की तेथील लोकांना तो काय बोलतोय हे कळत नाही. तो पुन्हा पुन्हा मोठ्याने सांगण्याचा प्रयत्न करतो. तसंच आपलं होतं. आपण आपल्या प्रभाव टाकणाऱ्या पद्धतीत थोडे फार बदल करून वापरण्याचा प्रयत्न करतो. परंतु आपला प्रभाव काही पडत नाही.

त्यावर उपाय म्हणजे प्रभावीपणाच्या घटकांचा अभ्यास करावयास हवा. हे घटक समजावयास सोपे परंतु शास्त्रीय बैठक असलेले आहेत.

तुम्हाला इतरांना गायला शिकवायचे असेल; तुमच्या मुलीनं तिची खोली टापटीप ठेवावी वाटत असेल, तुमच्या कंपनीत तुम्हाला बढती द्यावी असं वाटत असेल, तुमच्या मित्रानं सुटीत तुमच्याबरोबर महाबळेश्वरला यावं असं वाटत असेल. प्रभाव पडण्याच्या नऊ युक्त्यांवर तुमचं प्रभुत्व असेल तर तुम्ही पराभूत न होता आनंदी व यशस्वी मार्गाकडे वाटचाल कराल. तुम्हाला खात्रीने सुख प्राप्त होईल. तुम्ही हुशार असाल तर तुमच्यासह तुमच्या समोरच्यांनाही हा सुखाचा अनुभव मिळेल.

आपण इथे का आलात?

आपण एका उपाहारगृहामध्ये गेलोय. तिथं अनेक ग्राहक आहेत. त्या प्रत्येकाला विचारलं की ते तिथे का आले, तर काय उत्तरं मिळतील?

एका कार्यालयातील चार अधिकारी व एक महिला एका व्यावसायिकाबरोबर बोलत बसलेत. त्या व्यावसायिकाशी चांगला नफ्याचा करार व्हावा म्हणून ते अधिकाधिक माहिती देऊन प्रभाव पाडण्याचा प्रयत्न करीत आहेत. जवळच असलेलं

दुसरं टेबल पहा. एक तरुण जोडपं दुसऱ्यांदा भेटत आहेत. आपण कसे श्रीमंत आहोत ते सांगून तो तिच्यावर प्रभाव पाडण्याचा प्रयत्न करीत आहे. हे एक टेबल पहा. तिथं थोडं वयस्कर जोडपं सौं.चा वाढदिवस साजरा करीत आहे. तिचा वाढदिवस असल्यामुळे कितवा हे विचारायची सोय नाही. एक परदेशी कुटुंबही याच उपाहारगृहात आलंय. ते प्रवासी गाईड पुस्तकात पाहून हेच चांगलं हॉटेल असल्याचं सांगताहेत.

या सर्व गोष्टींमध्ये एक लक्षात येईल प्रत्येकानं एक निर्णय घेतलाय. तो म्हणजे या हॉटेलात जेवायचं. पण प्रत्येकाचं इथं येण्याचं कारण वेगळं आहे. ते त्यांनी ठरविलेलं कारण आहे.

यावरून ध्यानात घ्यायचं की प्रभाव पाडण्याचं पहिलं तत्त्व म्हणजे लोक निर्णय घेताना 'त्यांचं' कारण लक्षात घेतात. 'आपलं' नव्हे!

आपण जेव्हा दुसऱ्यावर प्रभाव पाडण्याचा प्रयत्न करतो तेव्हा त्यांचं प्रयोजन ध्यानात घेऊया. त्याचप्रमाणे आपली युक्ती लढवूया. आपण त्याजागी असतो तर काय झालं असतं याचाही विचार करूया.

हा विचार मनात घेऊन नंतर आपण या नऊ युक्त्यांचा विचार करूया.

नऊ युक्त्या

१. कारण

त्याचा अर्थ

प्राचीन कलेला महत्त्व प्राप्त होण्याची तीन प्रमुख कारणं आहेत. पहिलं... अशा पद्धतीत कारण मांडतात. सत्यस्थिती, तर्कशास्त्र व बाजू मांडणे हे मिळून कारण होते.

उदाहरणार्थ

तुम्ही पुढील वर्षी मॅरेथॉनमध्ये भाग घ्यावा. प्रशिक्षणाने तुम्ही भाग घेण्यास योग्य व सुदृढ बनाल. बाहेरील इतर कामात लक्ष देता येईल. ते तुम्हाला बरेच दिवस करावयाचं होतंच. चांगल्या सामाजिक कार्यासाठी निधी गोळा करता येईल.

केव्हा उपयोगी पडेल

नेहमीच. प्रभाव पाडण्यासाठी कारण हे हवंच. महत्त्वाचा प्रश्न असतो की आवश्यक ती माहिती हवी. ती पद्धतशीर मांडायला हवी. हे करताना खूप प्रयत्न करावे लागतील. नंतर त्याचा योग्य तो परिणाम दिसून येईल.

सूचना

अपुरी माहिती असताना किंवा माहितीच नसताना बाजू मांडून प्रभाव पाडण्याचा प्रयत्न केला तर प्रभाव पडत नाही.

२. प्रोत्साहन

ते काय आहे?

'असं एक जग निर्माण करूया...'

कारण जाणणं हा डोक्याचा भाग असतो. तर प्रोत्साहन हे हृदयातून येतं. ते भावनांना हात घालतं. दुसऱ्यांचं मन कसं वळवायचं हे सांगतं.

उदाहरण

राजकीय नेत्यांची भाषणं श्रोत्यांना प्रोत्साहित करणारी असतात. मार्टीन ल्युथर किंग म्हणत असे– 'माझं एक स्वप्न आहे' पंडित जवाहरलाल नेहरू म्हणत– 'हा भारत देश सुजलाम् सुफलाम् बनवायचा आहे.' अमेरिकेचे अध्यक्ष जॉन एफ केनेडी यांनी चंद्रावर माणूस पाठविताना असंच प्रोत्साहनपर भाषण केलं होतं. त्यातील काही भाग पाहूया. पण 'कारण' हाच घटक तपासून पाहणारा काय म्हणेल ते कंसामध्ये दिलंय.

''या दशकामध्ये आपण मानवास चंद्रावर पाठवूया. एक वेगळंच कार्य करूया. (हे वेगळं कार्य म्हणजे काय हे नक्की कोणालाच ठाऊक नाही!) हे काम सोपं नाही. पण अवघड आहे म्हणूनच करूया! (काम करण्यासाठी 'ते काम अवघड आहे' म्हणणं हे काय तार्किक कारण होऊ शकतं का! मोठ्या बागेची भिंत रंगवायला टूथब्रश व नखावरील रंग काढायचं रसायन हाती घ्या व काम पूर्ण करा असं म्हणण्यासारखं हे आहे. कारण काय तर म्हणे 'हे काम अवघड आहे')

चंद्रमोहिमेत आपली सर्व ताकद व कौशल्यं पणाला लागतील. (हे कसं काय! हे करून आफ्रिकेतील उपाशी जनतेला अन्न देता येईल. जगातील निरक्षर जनतेला साक्षर बनविता येईल. हे अधिक चांगलं नव्हे काय?)''

हे कंसातलं बोलणं हे माघारी बोलणं होतं. त्याला लोकांनी जुमानलं नाही. अध्यक्षांच्या भाषणानं सारा देश एक दिलानं काम करू लागला. लोकांच्या भावनेला हात घालून केलेलं हे भाषण जादूच्या कांडीप्रमाणे त्यांच्या हृदयापर्यंत पोहोचतं. त्यांच्यासाठीच ते केलं आहे असं त्यांना वाटतं.

एखादा प्रेमात पडतो म्हणजे पडतो. त्या क्षणाला काय होतं याची शहानिशा तो करीत बसत नाही. (याला काहीही 'कारण' नाही.)

उपयुक्तता

ज्यावेळी आपल्याला मोठं ध्येय गाठायचंय व ते गाठण्यासाठी लोकांना सांगायला तार्किक कारण तितकंसं प्रबळ नसेल तर भावनात्मक आवाहनच जास्त उपयोगी पडतं.

आपल्या रोजच्या जीवनात आपण भावनिक आवाहनाचा पुरेसा वापर करीत

नाही. त्यामुळे एक प्रोत्साहनाचा शक्तिमान व उत्तेजित करणारा मार्ग आपण वाया घालवितो.

सूचना

केवळ तुम्ही काय म्हणता याला महत्त्व नसून तुम्ही कसं सांगता यालाही महत्त्व आहे. तुमच्या सांगण्यामध्ये उत्साह हवा. भविष्यकाळ उज्ज्वल असल्याची ग्वाही हवी. त्यात भावना ओतलेल्या हव्यात. आत्मविश्वास गमावलेल्या सुरात सांगितलं तर यश येणार नाही. जीवनातील महत्त्वाचा विषय म्हणून बोला.

३. विचारणं

ते काय आहे?

"तुम्हाला श्रीमंत व्हायला आवडेल?"

तुम्हाला जे समोरच्याकडून अपेक्षित आहे ते प्राप्त होण्याच्या दृष्टीने त्यांना काही प्रश्न विचारा.

उदाहरण

मी विमानतळावर बसलेलो होतो. एक स्त्री अदबीने जवळ आली व तिने विचारलं–

"आपल्याजवळ क्रेडिट कार्ड आहे का?"

मी 'हो' असं पुटपुटलो.

"तुमच्या कार्डावर विमान प्रवासातील सवलती मिळतात का?"

'हो' असं जरा त्रासिक आवाजात म्हणून मी कटवायला पाहिजे.

"तुम्ही विमान प्रवास सवलतीचा लाभ घेतलाय का?"

खरं सांगायचं तर मी काही या सवलती घेतलेल्या नव्हत्या. पण तिला घालवावं या उद्देशानं म्हणालो,

"हो. थोड्याफार!"

" बरं तुमच्याजवळ रोकड आहे का?"

मी तिच्याकडे पाहतच राहिलो. माझ्या पाहण्यातील अर्थ ओळखून ती म्हणाली,

"तुम्ही फक्त पाचच मिनिटं द्या. हा फॉर्म भरा. क्रेडिट कार्ड घ्या. त्यावर रोख रक्कमही घ्या."

केवळ पाच प्रश्नात तिनं मला क्रेडिट कार्ड घेण्यासाठी उद्युक्त केलं होतं. मी गेली दहा वर्षं क्रेडिट कार्ड घेण्याचं टाळलं होतं. ते आता स्वीकारलं!

उपयुक्तता

सांगितल्यावर ऐकणाऱ्याला ते त्याच्या हितासाठी आहे असं वाटलं पाहिजे.

त्यावर याची उपयुक्तता अवलंबून आहे. एखादा उपचार हा तेव्हाच यशस्वी होतो जेव्हा घेणारा त्याला सकारात्मकतेनं दाद देतो. तो उपचार त्याला हवा वाटतो. तो घेण्यात तो टाळाटाळ करीत नाही.

समोरची व्यक्ती आपल्यापेक्षा मोठी असेल तर हा विचारण्याचा मार्ग अधिक उपयुक्त ठरतो.

सूचना

हा प्रकार वापरायला अवघड आहे. कारण ऐकणारा कसा प्रतिसाद देईल हे जाणणं महाकठीण. प्रश्न हा ढोबळ असेल तर हवं ते उत्तर मिळेलच असं नाही. प्रश्न अगदी थोडक्यात, नेमका असा विचारला तर आपण हे का विचारतो याचा त्याला अंदाज येईल व तो असहकार पुकारण्याची शक्यता आहे. परंतु प्रभाव पाडण्याचे इतर प्रकार हे अतिवापराने निष्प्रभ झाले तर 'विचारणं' हा प्रकार बराच काळ चालू शकतो. थोड्या थोड्या अंतरानं तरी तो प्रभावी ठरतो.

४. आवडेल असं करा.

म्हणजे काय?

"तू हुशार मुलगा आहेस हं!"

जर खात्रीनं आपल्याला दुसऱ्याबद्दल 'आपल्या मताशी जमवून घेणारा' असं वाटत असेल तर आपल्याला व त्यांनाही एकमेक आवडतात.

उदाहरण

"नमस्कार सदानंद! तू छान दिसतोस! मनोहर सांगत होता की तू वाशीचा प्रकल्प उत्तम रीतीनं पूर्ण केलास. अभिनंदन! मी आता लोणावळ्याचा प्रकल्प सुरू करतोय. काम आव्हानात्मक आहे. त्यासाठी उच्च पदावर काम करणाऱ्यांच्या मी शोधात आहे. तू काम करणार का?"

उपयुक्तता

आपल्या बरोबरीच्या किंवा खालच्या पातळीच्या लोकांना विचारायला हा प्रकार उपयुक्त आहे. आपलं म्हणणं त्यांनी ऐकावं असं आपणास वाटत असतं. साधारणत: मोठ्यांचं ऐकण्याची प्रथा असते. बऱ्याच वेळा आपण आपल्या अर्धांगिनीशी बोलतो (अगं! तू चंद्रिकेसारखी दिसतेस), मित्राशी बोलतो (ज्याच्यावर विश्वास ठेवावा असा तू मित्र आहेस), खातेदारांशी बोलतो (तुमच्यासारख्या गुणग्राहक ग्राहकाला हे नक्की आवडेल.)

आवडीचं बोलण्यात एक धोका आहे की जर आपण अतिशयोक्तीने बोललो तर उलट परिणाम होण्याचा धोका आहे. (उदा. मी तुझ्यासाठी काही करावं म्हणून तू मला आवडेल असं बोलतोस) त्यामुळे काहीजण हा प्रकार टाळतात. त्यापेक्षा

चांगलं बोलावं व थोडा काळ जाऊ द्यावा. त्यामुळे त्यांना स्वत:ला आवडेल व त्यांचं मन वळेल.

सूचना

आपल्यापेक्षा मोठ्या माणसांशी खूप आवडेल असं वागल्यानं त्यांच्याकडून तुम्ही काही काढून घेत आहात का अशी टीका होऊ शकते. तेव्हा आपल्या वागण्यावर लक्ष ठेवा.

५ व्यवहार

अर्थ

"मला विमानतळावरून घरी नेण्यासाठी मी..."

कराराप्रमाणे कामासाठी जो मोबदला दिला जाणार त्याला व्यवहार म्हणतात. हा मोबदला ठरविला जातो व काही वेळा नक्की किती आहे हे लक्षात येत नाही.

उदाहरण

एका तयार कपड्याच्या प्रदर्शनात फलक होता. जुना एक शर्ट आणा व नव्या शर्टवर ४०% सूट मिळवा. ग्राहकांनी घरातील नको असलेले शर्ट देऊन नवे शर्ट खरेदी केले. ४०% सूट मिळाल्याचा आनंद घेतला. पण भरलेली ६०% रक्कम ही योग्य होती का हे पाहायला नको का?

विक्रय कलेमध्ये 'मोफत भेट चांगली नसते' असं एक तत्त्व आहे. मानसशास्त्रज्ञ म्हणतात की ही व्यवहाराची शक्ती आहे.

उपयुक्तता

जेव्हा आपल्या मार्गातील अडथळे दूर करावयाचे असतील व त्यासाठी काही द्यावयाचं असेल तर हरकत नाही.

काही वेळा स्वत: पुढाकार घ्यावा. (तू मला रोज गाडीतून नेणार असशील तर मी पेट्रोल खर्चातील पाव हिस्सा देईन.)

सूचना

योग्य मोबदला असेल तर चांगला व्यवहार होतो. काही जण केवळ मिळेल ते घेतच राहणारे असतील व त्यांना त्याबद्दल आपण काही देणं लागतो याची जाणीव नसेल तर व्यवहार नीट होणार नाही. त्यासाठी आधीच मोबदला ठरलेला चांगला.

६. मदत

अर्थ

"मला मदत करणार का?"

आपल्याला गरज आहे म्हणून मागणं म्हणजेच मदत.

उदाहरणार्थ : आमच्या मंडळात एका पाहुण्याचं पुढील आठवड्यात व्याख्यान होणार होतं. परंतु आताच कळलं की ते येऊ शकणार नाहीत. त्यांच्याऐवजी तुम्ही याल का?

उपयुक्तता

दुसऱ्या व्यक्तीला तुमच्याबद्दल आत्मीयता असेल, तुम्ही त्यांच्याशी संबंध राखले असतील तर ती व्यक्ती मदत करेल. परंतु मदत ही केव्हातरी मागावी. उठसूठ मागू नये.

सूचना

मदत देणाऱ्याला जर आपल्याला मदत घेणाऱ्याकडून काही येणं आहे असं वाटत असेल तर पैसे परत केलेले बरे. नाहीतर पुन्हा मदत न मिळण्याचा धोका आहे.

७. अप्रत्यक्ष प्रचारक

अर्थ

"ज्यांनी ज्यांनी हे पुस्तक वाचलं असेल..."

ज्या व्यक्तीचं मन वळवायचं आहे त्याला पटेल अशी समानधर्मी उदाहरणं घ्यायची. असं किती जणांनी केलं आहे ते सांगायचं. अमक्या व्यक्तींनीही हे केलं आहे असं सांगायचं. त्याचा योग्य तो परिणाम होतो.

उदाहरणार्थ

"प्रत्येक १० ग्राहकांपैकी ८ ग्राहक सोनी टीव्ही वापरतात" अशी जाहिरात दिलेली असते. 'जेट एअरवेज– जगातील कार्यक्षम विमान वाहतूक' ही उदाहरणं बोलकी आहेत. चित्रपटातील रसग्रहणं, समाधानी ग्राहकांची वक्तव्यं.

उपयुक्तता

युवकासाठी जाहिरात द्यायची असेल तर अन्य युवक हेच उत्पादन वापरीत आहेत हे दाखवा. सचिन तेंडुलकर हा क्रिकेटवीर अमुक एक पेय पितो हे जाहिरातीत बिंबविले की बाकीच्यांनीही तीच पसंती दाखवावी असं त्यांना वाटतं. ज्यांना आपल्या बाजूला वळवायचं आहे ते धोका आहे म्हणून दचकत असतील तर त्यांना ह्या अप्रत्यक्ष प्रचारकाद्वारे पटवा.

सूचना

लोकप्रिय उत्पादनापासून लोकांना दुसऱ्या उत्पादनाकडे नेणं अवघड असतं. पण काही लोक निसर्गताच 'अप्रत्यक्ष प्रचारका'कडे आकृष्ट होतात. त्यांची मनं वळविता येतात.

८. अधिकार

अर्थ

'पैसे परत मिळणार नाहीत हा आमचा नियम आहे.'

सत्ताधिकारी अधिकार वापरतात. नियम, तत्त्वं यांनाही अधिकार समजतात. अधिकार हे व्यक्त वा अव्यक्त स्वरूपात असू शकतात. ज्याचं मन वळवायचं त्याला अधिकाराद्वारे सांगावं लागतं.

उदाहरण

अधिकार या विषयावर १९६६ मध्ये एक संशोधन करण्यात आलं. संशोधकाने आपण डॉक्टर असल्याचं भासवून एका हॉस्पिटलमधील २२ नर्सेसना फोन केले. वॉर्डमधील एका पेशंटला २० मिलिग्रम ॲस्ट्रोजीन औषध देण्यास सांगितले. आता नर्सनी औषध देण्यापूर्वी काही सावधगिरी बाळगायला हवी होती. अ. फोनवर औषधाची शिफारस स्वीकारणं हे हॉस्पिटलच्या तत्त्वात बसणारं नव्हतं. ब. ॲस्ट्रोजीन हे वॉर्डमध्ये वापरण्यास परवानगी नव्हती. क. एका पेशंटला जास्तीत जास्त १० मिलिग्रॅम ॲस्ट्रोजीन देता येतं. सदर बनावट डॉक्टरनं सांगितलेलं प्रमाण यापेक्षा कितीतरी अधिक होतं. ड. सूचना देणाऱ्या डॉक्टरला नर्सनी कधी पाहिलं नव्हतं व त्यांचा आवाजही परिचित नव्हता.

या प्रयोगात ९५% नर्सेसनी त्वरेनं हे औषध आणलं. रोग्याला औषध देण्यापूर्वी त्यांना रोखलं गेलं. आपण डॉक्टरांशी बोललो आहोत या कल्पनेनंच त्यांना आपण एका अधिकार असलेल्या निष्णात तज्ज्ञाशी बोललो आहोत असं वाटलं. त्यामुळे त्या आज्ञा पाळण्यास उत्सुक झाल्या. आतापर्यंतचं संशोधन असं सांगतं, की आपण सारे असंच करतो.

प्रभाव पाडण्यासाठी अधिकारवाणीचा वापर केलेला आपण नेहमीच पाहतो. उदा. 'मी तुझा बाप म्हणून सांगतो', 'ग्राहक हाच राजा', 'साहेब असं म्हणतात', 'त्यांनी या कारखान्यात बारा वर्षं काम केलं आहे.'

उपयुक्तता

अधिकाराचा फायदा असा की त्यामुळे प्रभाव हा सरळपणे आणि त्वरेने पडतो. तोटा असा की काम मनापासून केलं जात नाही. ते आपल्यावर लादलं गेलं आहे या भावनेनं केलं जातं. यासाठी आपण शक्यतो अधिकाराचा वापर न करता प्रेमानं काम करून घ्यावं. ते जमलंच नाही तर व कामाची निकड असेल तर शेवटचा उपाय म्हणून अधिकाराचा वापर करावा.

सूचना

अधिकाराचा वापर केला आणि यश प्राप्त झालं नाही तर मग मात्र अन्य

फारसे पर्याय उपलब्ध होत नाहीत. कदाचित एकमेकांमधील संबंध बिघडण्याची शक्यताही असते.

९. सक्ती

अर्थ

"करतोस का पाहून घेऊ?"

धमकी, सूचना अशी अंगावर येणारी भाषा सक्तीमध्ये असते.

उदाहरणार्थ

"माझ्यावर प्रेम कर नाहीतर मला सोडून दे."

"तुझ्याजागी आधी जो काम करत होता त्याला मी कामावरून काढून टाकलं. तुझी तीच गत होऊ नये याची काळजी घे."

"त्या कामाबद्दल जेवढा वादविवाद करीत बसाल तेवढं काम करायला तुम्हाला वेळ कमी मिळेल."

उपयुक्तता

तातडीच्या वेळी सक्तीचा उपयोग करावा लागतो.

सूचना

सक्तीनं केलेल्या कामाचा तात्पुरता परिणाम दिसतो. हा प्रकार वापरायला सोपा असल्यानं अधिक वापरला जातो. अधिकारासोबत हा प्रकार जोडीनंही वापरला जातो. काही वेळा या प्रकारानं संबंध बिघडण्याची शक्यता असते. त्यामुळे विरुद्ध कारवाया सुरू होण्याचीही भीती असते.

सिगारेट ओढण्यानं त्वरीत नुकसान फारसं नसतं. पण दीर्घकालीन परिणाम कायमस्वरूपी घातक असतात. नंतर सिगारेट सोडली तरी त्याचा फारसा उपयोग होत नाही. आता फार वेळ झालेला असतो. उत्तम उपाय म्हणजे सिगारेट ओढण्यापूर्वीच सोडणं होय. हाच प्रकार 'सक्ती'मध्ये आहे. शक्यतो हा प्रकार वापरू नये. अगदी सारे उपाय करूनही परिणाम साधला गेला नाही तर हे वापरावं.

चला! आता मला या नऊ युक्त्या प्राप्त झाल्या. पुढे काय?

या नऊ युक्त्या समजावून घेणं ही मोठी सुरुवात आहे. प्रभाव पाडणारी भाषा आत्मसात झाली की आपण आता प्रभाव कसा पाडतो आहोत व इतर लोकही आपल्यावर कसा प्रभाव पाडत आहेत हे लक्षात यायला लागतं. तुम्हाला अनेक प्रकारचे गोल्फ क्लब माहिती असले तरी तुम्ही त्यातले सर्वोत्कृष्ट खेळाडू व्हालच असं नसतं. मात्र हे प्रभावाचे नऊ प्रकार माहिती असल्याने तुमच्या प्रभाव पाडण्याच्या

शक्तीमध्ये फरक पडतोच.

सदरचे नऊ प्रकार वापरून तुमचा प्रभाव वाढविण्याचे पुढील चार मार्ग आहेत.

१. स्वत:ला जाणा.

प्रभाव पाडण्याच्या युक्त्यांमध्ये बरोबर किंवा चूक असे प्रकार नाहीत. चांगला प्रभाव पाडणारा प्रकार कोणता हे त्या वेळच्या परिस्थितीवर व कोणावर प्रभाव पाडायचा आहे यावर अवलंबून असतं. अगदी ढोबळ मानानं सांगावयाचं झालं तर वर ज्या क्रमांकाने प्रभाव पाडण्याचे नऊ प्रकार सांगितले आहेत त्याच क्रमांकाने ते प्रभावी ठरतात. हा ठोकताळा ढोबळमानानं बरोबर असल्यानं त्याच्या वापरावरही मर्यादा आहेत. तुम्ही सर्वसाधारण व्यक्ती असालच असं नाही व परिस्थितीही सर्वसाधारणच असेल असंही नाही.

सर्वांत महत्त्वाची गोष्ट म्हणजे प्रभाव पाडणारा कोणता प्रकार तुम्हाला अधिक वापरावा वाटतो व कोणता कमी ही होय. आयुष्यात वेगवेगळ्या वेळी वेगवेगळा प्रकार वापरावा असंही वाटेल. घरी असताना 'आवडेल असं' सांगायला बरं वाटेल. तसेच 'मदत' हा प्रकारही अवलंबावा वाटेल. तेच कामावर असाल तर 'कारण' व 'व्यवहार' हे प्रकार उपयुक्त वाटतील. हे प्रकार वापरल्यावर यासंबंधीच्या काही विद्यार्थ्यांनी सांगितलं की त्यांचे साहेब प्रथम 'कारण' हा प्रकार वापरतात व उपयोग झाला नाही तर एकदम 'अधिकार' किंवा 'सक्ती'कडे वळतात. काहींनी मात्र 'उत्तेजन' व 'सांगणं' हे प्रकार वापरून पाहिले व परिणाम चांगला झाला.

तुम्ही कोणती युक्ती अधिक वापरता व कोणती कमी हे प्रथम पहा. मग अन्य कोणती युक्ती वापरावी याचा विचार करा व त्याप्रमाणे ती वापरात आणा.

२. मार्ग ठरवा.

आपण प्रभाव पाडण्यासाठी एकच प्रकार असा क्वचितच वापरतो. प्रसंग कोणता आहे हे जाणून विविध प्रभाव प्रकारांचं मिश्रण करून ते वापरणं हितकारक ठरतं. त्यासाठी काय काय प्रकार वापरायचे हे प्रथम मनाशी ठरवावं म्हणजे प्रभाव पद्धती परिणामकारक होईल.

याबाबतीत दोन उदाहरणं पाहू.

परिस्थिती – आम्ही नुकतेच सरोवराजवळ राहायला आलोय. पण पतीला पोहायला येत नाही.

उद्देश – पतीला पोहणं शिकण्यासाठी उद्युक्त करणं.

प्रभाव प्रकार	कसा वापरावा
प्रोत्साहन	असं पहा. आपण उन्हाळ्याच्या सुट्टीत मुलांना घेऊन सरोवरात गेलो व त्यांना पोहायला शिकवलं, त्यांच्याबरोबर पाण्यात आपण खेळलो तर काय मजा येईल.
मदत	आपण सरोवराजवळ राहतो. कधी अपघातानं तुला पाण्यात काही झालं तर याची सतत काळजी वाटते. तू कृपा करून पोहायला शिक.
व्यवहार	तू पोहायला शिकलास तर मी माझ्या खर्चानं राजस्थान सहलीला आपल्या कुटुंबाला नेईन.
सक्ती	तू पोहायला शिकला नाहीस तर मी तुला मुलांबरोबर खेळू देणार नाही.

परिस्थिती - मी हॉकी क्लबचा अध्यक्ष आहे. परंतु सदस्य त्यांची वर्गणी भरत नाहीत. त्यामुळे पैशाची कमतरता आहे.
उद्देश - सदस्यांनी शुल्क भरावं म्हणून त्यांचं मन वळविणं.

प्रभाव प्रकार	कसा वापरावा
विचारणा	क्लबकडे नवीन शर्ट घेण्यासाठी पैसे नाहीत. त्यामुळे आपण एकाच रंगाचे शर्ट घालून खेळू शकत नाही. स्पर्धेच्या नियमानुसार गणवेषाशिवाय आपणास भाग घेता येणार नाही. त्यासाठी आपण सारे काय करूया?
कारण	जर साऱ्यांनी त्यांची वर्गणी भरली तर आपल्याला बँकेतून ओव्हरड्राफ्ट घ्यावा लागणार नाही. आपण नवीन शर्ट खरेदी करू शकू. येणाऱ्या सामन्याची व्यवस्थित तयारी करू शकू.
अप्रत्यक्ष प्रचारक	बऱ्याच जणांनी त्यांची वर्गणी भरली आहे. जर राहिलेल्या

	सदस्यांनीही ती भरली तर काम फत्तेच होईल.
अधिकार	अध्यक्ष या नात्यानं मी सर्व सदस्यांना विनंती करतो की त्यांनी त्यांची राहिलेली वर्गणी त्वरित भरावी.
सक्ती	या महिनाअखेर जे वर्गणी भरू शकणार नाहीत त्यांचं सदस्यत्व रद्द करण्यात येईल. त्यांना पुन्हा सदस्य व्हावयाचं असेल तर पुन्हा प्रवेश शुल्क भरावं लागेल.

प्रभावाचे विविध प्रकार असले तरी त्यांच्या वापराचा एक विशिष्ट क्रम आहे. तो क्रम पाळला तर चांगले परिणाम दिसतात. 'विचारणा' हा प्रकार सुरुवातीस हवा. तसंच 'आवडेल असं' हा प्रकारही त्यानंतर लगेच हवा. एकदा का 'अधिकार' किंवा 'सक्ती' हा प्रकार वापरला की मग इतर सौम्य प्रकार वापरणं अवघड होतं. म्हणून हे प्रकार शेवटी वापरणं चांगलं. इतर प्रकार वापरूनही परिणाम दिसेना झाला की मग 'मदत', 'व्यवहार' हे प्रकार वापरले जातात.

३. काम करताना

काही वेळा आपल्या योजनाही वाया जातात. प्रभाव पाडण्याच्या तुमच्या योजनेत तुम्हाला यश मिळत नसेल तर कोणते प्रकार वापरावयाचे राहिले ते पहा. हे प्रकार वापरण्यात हवे तसे बदल करणंही सोपं आहे. तुमच्या पुढ्यात सर्व प्रकार आहेत. हवा तसा वापर करा.

४. सुधारणांची कास धरा

आपण कोणावरही १००% प्रभाव पाडू शकत नाही. आपण काही वेळा तसं बोलत असलो तरीही १००% ते खरं नसतं. आपल्यात सुधारणा करावयाचा उत्तम मार्ग म्हणजे आजूबाजूला काय घडतं याचं निरीक्षण करणं हा होय. त्या निरीक्षणाप्रमाणे आपण अधिक चांगलं काम करू शकतो याचा विचार करावा. त्यादृष्टीने काही कल्पना येथे देत आहे.

अ) आपण किती चांगला उपयोग करू शकतो हे पाहून प्रत्येक व्यक्तीला १० पैकी गुण द्या. एकदा तुम्ही कोणती युक्ती वापरण्यात कमी पडता हे पाहिलं की मग त्याबाबतीत सुधारणा करा.

ब) तुम्ही निवडलेल्या प्रभावाच्या युक्त्यांपैकी कोणती अधिक प्रभावी आहे ते पहा. ज्यामुळे यश प्राप्त झालं, त्या का प्रभावी ठरल्या याचा विचार करा. ज्या

युक्त्या उपयुक्त ठरल्या नाहीत त्यांच्या कारणांचा अभ्यास करा.

क) कोणत्या मार्गाचा तुमच्यावर अधिक प्रभाव पडतो? तो प्रभाव पाडणारे कशा प्रकारचा मार्ग अनुभवतात? तो मार्ग तुम्ही स्वीकारू शकता का हे पहा.

ड) ज्यांच्यावर प्रभाव पाडणं तुम्हाला अवघड वाटतं त्यांच्यावर इतरजण कसा प्रभाव पाडू शकतात ते पहा. त्यावरून योग्य तो धडा घ्या.

आपण प्रभाव पाडण्यात अजूनही मागे पडत असू तर एक गोष्ट लक्षात घ्या की लोक त्यांच्या कामासाठी निर्णय घेतात. आपल्या नव्हे. बहुतेक वेळा आपण योग्य तो परिणाम साधू शकत नाही याचं कारण असं असतं की आपण आपल्या दृष्टीनं पाहतो. त्यांना काय वाटतं याचा विचार करायला हवा.

मनाला सराव द्या

१. दूरचित्रवाणीवर कार्यक्रम पाहताना एखाद्या पात्रावर लक्ष केंद्रित करून त्याच्यावर नऊ प्रकारचे प्रभाव कसे पडतात हे पहा. त्यानंतर दुसऱ्या, तिसऱ्या व चवथ्या आठवड्यात वेगवेगळ्या प्रकारचे कार्यक्रम पहा. उदा. मुलाखत, सद्य घडामोडी. विविध परिस्थितीत प्रभाव पाडण्यासाठी कोणत्या युक्त्या योजल्या जातात ते पहा.

२. प्रभावाचे प्रकार पाहण्यासाठी आकाशवाणीवरील विविध जाहिराती ऐका. त्यानंतरच्या आठवड्यात फलकावर दिसणाऱ्या जाहिराती पहा. तिसऱ्या आठवड्यात दूरचित्रवाणीवरील जाहिराती पहा. चवथ्या आठवड्यात विक्री करणाऱ्या माणसांच्या वागणुकीचे निरीक्षण करा.

माझ्यावरील प्रभाव - कोणीतरी माझे मन वळवितो. ते वळविताना त्यानं कोणते प्रभाव वापरले व त्या प्रभावांचा क्रम कसा होता ते पहा. कोणता प्रभाव प्रकार अधिक प्रभावी होता व का याचा विचार करा. हाच सराव पुढील महिन्यात चार वेळा करा.

प्रयोग : ज्याच्यावर प्रभाव पाडायचा आहे त्याच्यावर प्रभाव कसा पाडावा याचा आराखडा आखा.

परिस्थिती :

उद्देश :

प्रभाव प्रकार	वापरण्याची रीत

ह्या प्रभाव पद्धतीचा वापर करा. नंतर विचार करा व खालील मुद्दे लिहा.

एकंदरीत कितपत प्रभाव पडला.

ह्या पद्धतीत काय चांगलं घडलं?

अधिक चांगलं घडण्यासाठी काय करायला हवं होतं?

भविष्यात चांगला प्रभाव पाडण्यासाठी मी काय करावयास हवं?

आपल्या आयुष्यात वेगवेगळ्या वेळी कोणते विविध प्रभाव प्रकार आपण वापरतो याचा विचार करा.

प्रसंग ठिकाण	अनेक वेळा	कधीकधी	क्वचितच/नाही
घरी			
कामावर			
अन्यवेळी			

प्रभाव कोणत्या ठिकाणी अधिक पाडावयाचा आहे याची निवड करा :

असे प्रभाव निवडा की जिथे प्रभाव अधिक पाडावयाचा आहे पण तिथे तो कमी वापरला जातो.

कोणते प्रभाव

आपणास हव्या त्या प्रसंगात ते कसे वापरता येतील?

क्वचितच वापरले जाणारे प्रभाव कोणते?

ते उपयुक्त आहेत का?

त्याचा वापर कसा कराल?

■

(ज) नाती जोडा

'हॅलो!' नंतर आपण काय करतो?

नवे साहेब आहेत. स्नेहमेळाव्यात नवीनच पण आकर्षक व्यक्ती दिसतेय. काहीही करून आपल्याला त्यांच्यावर प्रभाव पाडायचाय. त्यानंतर आपण त्यांना हवेहवेसे वाटायला हवे आहोत.

जिन्यातून जाताना एक आकर्षक व्यक्ती आपल्या बाजूने जाते. आपण काहीच बोलत नाही. पाचच मिनिटात वाटतं 'अरे, आपण काही तरी बोलायला हवं होतं.' पण बोलायचं राहिलंच. पण जादूची एखादी अशी गोळी असती की जी घेतली की असे राहिलेले प्रसंग भरून आले असते तर काय मजा झाली असती! आपण इतरांसाठी आकर्षक, लोकप्रिय ठरलो असतो. परंतु दुर्दैवाने अद्याप तरी अशी गोळी उपलब्ध नाही. त्यातूनही मार्ग सापडण्यासाठी पुढील गोष्टी वाचा.

१. हातून गेलं?

आपल्या हातून गेलं कळल्यावर काय वाटलं. याचं उत्तर– ध्यान द्यायला हवं होतं. अनेकदा आपल्या असं लक्षात येतं, की आपण दुसऱ्याशी बोलताना आपलं लक्ष वेगळ्याच विषयात गुंततं. आपण आपल्याशीच बोलत राहतो...

"त्यानं हा शर्ट विकत आणला असेल का त्याला भेट म्हणून मिळाला असेल?"

"माझा चांगल्यापैकी प्रभाव पडतोय का?"

"अरे बापरे! मी अभयला फोन करायचा विसरलोच की!"

"त्याच्या या बोलण्यावर मी काय बोलू?"

एखाद्याशी संबंध प्रस्थापित करावयाचे असतील तर त्याच्याकडे पूर्ण लक्ष द्यायला हवं. तो काय बोलतो यावर आपले शेरे न मारता ते ऐकलं पाहिजे. हे सोपं नाही. आपली ऐकण्याची क्षमता प्रत्येक मिनिटाला १२०० शब्द आहे. तर आपण दर मिनिटाला १२० ते १५० शब्द बोलू शकतो. म्हणजेच ऐकण्याची क्षमता

शिल्लक राहिल्यानं ध्यान सहजच अन्य गोष्टीकडे वळतं.

जगात सर्वांत आवडणाऱ्या व्यक्ती कोणत्या तर ज्या दुसऱ्याकडे पूर्णपणे लक्ष देतात. त्यांच्यासाठीच आपण सारं काही करीत आहोत असं वागतात त्या होत.

पण हे कसं घडू शकेल?

तुम्ही वाहवत चालला आहात हे लक्षात केव्हा येतं?

... दुसऱ्याच्या बोलण्याकडे लक्ष जाण्याऐवजी त्याच्या चेहऱ्यावरील डागाकडे लक्ष जातं.

... छताकडे लक्ष जाऊन ते बुद्धिबळाच्या पटासारखं दिसतंय असं मनात येतं.

... सकाळी रेडिओवर ऐकलेलं गाणं मनामध्ये रुंजी घालायला लागतं.

... पाच मिनिटांपूर्वी ज्याचं म्हणणं ऐकत होतो त्याला आता आठवायचा प्रयत्न करतो.

... गॅस बंद केला की नाही असं मनात यायला लागतं.

... हा माणूस टीव्हीवरील कोणत्या माणसासारखा दिसतो हे आठवायला लागतो.

... आपण ज्याच्याशी बोलतोय तो कोणाबरोबर आला होता बरं?

वाहवणं थांबवा

समोरच्याशी संबंध प्रस्थापित करावयाचे आहेत ना? मग कितीही अवघड असलं तरी पूर्ण लक्ष देऊन त्याचं म्हणणं ऐका.

त्यासाठी पुढील गोष्टी लक्षात घ्या.

१. त्यांचं बरोबर म्हणा

प्रथमच भेटणाऱ्या व्यक्तीबरोबर आपणास कंटाळवाणं वाटलं तर चूक आपली होती असं म्हणा. आपण आकर्षक व्यक्तिमत्त्वाचे असू तर नव्या व्यक्ती, नवे विचार, नवी माहिती ही आपल्याला निश्चित आवडेल. प्रत्येक व्यक्तीमधील महत्त्वाच्या गोष्टींची उकल करण्याचं कसब आपणात हवं. ते जमलं नाही तर तो आपला पराभव आहे. दुसऱ्यांचा नाही.

या विचारानं आपण सकारात्मक वृत्तीचे होतो. ते आपल्या देहबोलीतून दिसून येतं. भुवयांची व खांद्यांची हालचालही आपण दुसऱ्यास आदर देत असल्याचं दर्शविते. दुसऱ्यांबद्दल वाईट बोलणं आपण सोडलं पाहिजे. दुसऱ्यावर आपण टीका करण्यास सुरुवात केली, की त्यांच्याबरोबर आपलं जमणं कठीण. त्यांना मूर्ख, गंभीर प्रवृत्तीचा, रुक्ष असं म्हटल्यावर त्याच्याशी आपलं सख्य कसं होणार?

त्यांच्या गुणांबद्दल बोलत राहिलं की आपलं जमलं म्हणून समजा.

२. पूर्वग्रहदूषित न राहता ऐका.

आपल्या पूर्वीच्या समजुती, वाईट भावना दूर ठेवून आपण समोरच्याचं ऐकलं पाहिजे. त्याची बाजू समजावून घेतली पाहिजे.

३. सहभागी व्हा.

संवादामध्ये सहभाग घेतला की आपलं पूर्ण लक्ष त्यामध्ये गुंततं. त्यासाठी काय घडलं, कसं घडलं असे प्रश्न विचारावेत. कृतीमध्ये आपण सहभागी झालो की मग अन्यत्र लक्ष जात नाही.

४. आव्हान स्वीकारा.

असं काम हाती घ्या की समोरच्याचा महत्त्वाचा मुद्दा दहा शब्दात मांडा. त्यांच्या म्हणण्यातील महत्त्वाचे तीन मुद्दे लिहा. तत्त्वाला सोडून कोणत्या घटना आहेत त्या लिहा. हे जर परिणामकारकरित्या केलं तर त्यांच्याशी तपशिलात बोलता येतं. त्यामुळे त्यांनाही बरं वाटेल.

५. लक्ष उडतं आहे हे ध्यानात घ्या.

कितीही लक्ष द्यायचं म्हटलं तरी ते इतरत्र भरकटतं. आपल्यापुढील आव्हान आहे ते 'लक्ष उडतं आहे' इकडे लक्ष देणं. ते लक्षात येताच पुन्हा लक्ष देणं. भावना ही शक्तिशाली घंटा होय. लक्ष उडताना काय वाटतं असा विचार केला तर प्रत्येक वेळी आपण आपलं लक्ष अधिकाधिक केंद्रित करायला लागतो.

२. त्यांच्याप्रमाणे वागा

साहेबांनी पांढरा पोषाख घातला, की सहकारीही पांढरा पोषाख घालायला लागतात. अशा अनेक गोष्टी दुसरे करतात तशा केल्या जातात. दोघेजण एकमेकांना आवडत असतील तर ते एकमेकांसारख्या गोष्टी अनुसरतात. आपण दुसऱ्याला आवडावं वाटत असेल तर त्याला आवडणाऱ्या गोष्टी आपण करायला लागतो. अशा पद्धतीनं माणसं जोडता येतात.

अनुकरण व आरसा

दुसऱ्यासारखं वागणं म्हणजे अनुकरण. हे बऱ्याचवेळा देहबोलीबाबत होतं. त्यांनी पेय घेताना पेला उंचावला, की बाकीचे उंचावतात. एखादा मुद्दा विशद करताना त्यानं उजवा हात वर केला, की बाकीचेही तो पटला असल्याचं सांगताना उजवा हातच वर करतात. समारंभात एकाने टाळ्या वाजवल्या, की बाकीचे लगेच टाळ्या वाजवितात. एकाने वाहवा म्हटलं, की बाकीचे तसंच म्हणू लागतात. काहीजण कृतीचं अनुकरण करतात ते समोरून पाहिल्यावर आरशातील प्रतिबिंबाप्रमाणे दिसतं. एकाने उजवीकडे मान हलवली, की समोरचे तसंच करतील तर ते आरशात

पाहिल्याप्रमाणं दिसतं.

हे केवळ देहबोलीबद्दल होतं असं नाही तर आवाजाबाबतही होतं. परदेशी व्यक्तीचे उच्चार वेगळे असतात. आपणही त्याच पद्धतीचे उच्चार करून त्याच्याशी बोलू पाहतो.

बिल गेटचं अनुसरण

'न्यूजवीक'मध्ये एक चौकट छापून आली होती. त्यात तुमच्या साहेबांचं अनुकरण करा असा मथळा होता.

हा पहा प्रसंग : मायक्रोसॉफ्ट कंपनीतील वरिष्ठ अधिकाऱ्यांची बैठक सुरू होती. बिल गेट्स बोलत होते. त्यांचा आवाज जसजसा वाढे तसे ते खुर्चीत मागे पुढे होत होते. हळूहळू त्यांच्या शेजारी बसणारे सहकारीही खुर्चीत झोके घेऊ लागले. बिल गेट्स मधूनच पुढ्यातील काचेचा पेला उचलून नाकाला लावीत. बाकीचेही तसेच करू लागले.

जाणतेपणी असो वा अजाणतेपणी पण सहकारी सातत्याने साहेबांच्या वागण्याचे अनुकरण करतात. त्यांच्या लकबी, बोलण्याची पद्धत, कपडे इतकंच काय गाडी व बंगलासुद्धा साहेबांसारखा असण्याची ते धडपड करतात.

अनुकरण आकर्षक का असावं?

अनुकरण हे आपल्याला शोभणारं असलं पाहिजे. त्यासाठी पुढील काही गोष्टींचा विचार करावा.

१. आपले संबंध चांगले तर अनुकरण चांगले.

अनेक मानसशास्त्रीय प्रयोगातून असं अनुमान निघालं आहे की एकमेकांचे अनुकरण करणाऱ्या व्यक्तींमध्ये काही संबंध असतात. त्यांच्यामध्ये समान विचारांचा धागा असतो. फ्रँक बर्नरी यांनी केलेल्या एका प्रयोगामध्ये काही तरुण जोडपी एकमेकांचा शब्द आणि त्यांच्या व्याख्या शिकवीत होती. ज्यांच्या हालचाली एकसारख्या होत्या त्यांच्यामध्ये अधिक जिव्हाळा होता. दृढ असे भावनिक संबंध होते.

२. जांभई ही साथ आहे. (तसेच हास्यही)

एका अभ्यासात असं लक्षात आलं, की एकाची जांभई पाहिली की दुसरा जांभई देऊ लागतो. या जांभईची साथच पसरते.

दुसऱ्या एका अभ्यासात असं लक्षात आलं की हास्यही असंच आहे. एकजण हसल्यावर बाकीचे त्यात सहभागी होतात. त्यामुळेच दूरचित्रवाणीवर विनोदी

कार्यक्रम हे अधिक लोकप्रिय असतात.

३. समान व्यक्तीशी असहमत होणं अवघड.

एका कार्यशाळेत याबाबतीत प्रयोग केला. भाग घेणारी काही जोडपी होती. ज्या विषयावर सहमती आहे त्यावर प्रथम ते बोलले. उदा. पार्किंगची उत्तम व्यवस्था असणाऱ्या बागा या सर्वोत्कृष्ट. त्यानंतर ज्या विषयात असहमती आहे त्यावर ते बोलले. उदा. मासे खाल्ल्यामुळे स्मरणशक्ती दुबळी होते.

यामध्ये अमान्य गोष्टींवर सहमती दाखविण्यास सांगितलं जातं, तसंच मान्य गोष्टींवर असहमती दाखविण्यास सांगितलं जातं. या सत्राच्या शेवटी प्रत्येकाला या प्रयोगात काय वाटलं ते सांगायला सांगितलं. जवळजवळ साऱ्यांनीच सहमती असताना असहमती दाखविताना तसंच असहमती असताना सहमती दाखविताना फार अवघड गेल्याचं सांगितलं.

शब्दाविनाही अनुकरण केलं जातं.

१. पद्धत – दोघंही तोंडावर हात ठेवून बसतात. दोघंही टेबलावर कोपऱ्याचा आधार घेऊन बसतात. दोघांचेही पाय दुमडलेले आहेत.

२. हालचाल – बोटे हलविणे, डोळ्यांची उघडझाप करणे.

३. श्वास – वेगाने किंवा हळुवारपणे. दीर्घ किंवा वरवरचा.

याशिवाय शब्दांचंही अनुकरण होत असते.

४. बोलणं – बोलण्याच्या पद्धतीत समोरच्या प्रमाणे बदल केला जात असतो. ज्यांच्याशी आपलं जमतं त्यांच्या व आपल्या शब्दांच्या लयीमध्ये साम्य दिसून येतं.

शक्तिमान आवाज

शास्त्रज्ञांनी असं शोधून काढलंय की अधिकारी जसं बोलतात तसं बोलण्याचा अन्य लोक प्रयत्न करीत असतात. दूरचित्रवाणीवरील बिल क्लिंटनची मुलाखत लॅरी किंग घेत होते. तर या मुलाखतीत हळूहळू लॅरी किंगचा आवाज बिल क्लिंटनच्या पद्धतीने येऊ लागला. परंतु तेच त्यांच्यापेक्षा कमी दर्जाच्या व्यक्तीची मुलाखत घेत होते तेव्हा मात्र त्यांचा आवाज बदलला नाही, परंतु त्या दुसऱ्या व्यक्तीचा आवाज लॅरीसारखा येऊ लागला.

सहमतीची भावना

नेते व चाहते

आपण बसमध्ये चढलो किंवा आगगाडीच्या डब्यात प्रवेश केला की प्रथम आपल्या ओळखीचं कोण आहे हे पाहतो. त्यांच्या हालचाली, त्यांचे आवाज हे

आपल्याशी जुळू लागतात व जे अनोळखी लोक आहेत त्यांच्याशी ते एकदम विसंगत असतात.

अनेकदा असंही आढळून येतं की एक व्यक्ती पुढाकार घेते व बाकीचे अनुसरण करू लागतात. अनुकरण करणारी व्यक्ती ही साधारणत: पुढीलप्रमाणे असते.

१. इतरांना आपण आवडावं यासाठी काळजी घेणारी.

२. स्वत:चा चांगला प्रभाव इतरांवर पडावा असं वाटणारी.

३. दुसऱ्यांचा आदर करणारी.

ही कमजोरी आहे का? अजिबात नाही. दुसऱ्यांशी संबंध प्रस्थापित करून त्यांचं आपल्याबद्दलचं चांगलं मत निर्माण करण्याचा हा प्रयत्न आहे. हे सारं सद्भावनेनंच होत असतं. केव्हा तरी स्वार्थी भावना असू शकते. उदा. समोरच्यानं आपल्याकडून विमा उतरवावा. उद्देश हा काहीही असू शकतो.

जमवून घेण्याचे पाच मार्ग

१. सावकाशीनं घ्या. अति केलेलं नकोसं होतं.

२. एका तत्त्वाचा वापर एकावेळी करा. उदा. डोक्याची हालचाल, आवाजातील चढउतार.

३. अमान्य असताना जुळवून घेणं सुरुवातीस अवघड वाटतं. पण प्रयत्न करायला हरकत नाही.

४. इतरजण कसं करतात ते प्रथम पहा. एकदा ते तुमच्या लक्षात आलं की तुम्हीही करू शकता.

५. बोलताना अनुयायाची भूमिका सोडून नेत्याची भूमिका घ्या. होणारा बदल पहा.

साथ साथ

रॉक अँड रोल नृत्यामधे दोघं एकमेकांचा अंदाज घेत जुळवून घेत असतात. तसंच अनुकरणामध्ये दोघेही बोलताना नेता व अनुयायाची भूमिका निभावत असतात. एकमेकांशी जुळवून घेतात. भावसंबंध सुधारलेले असतात.

भूमिकेची अदलाबदल

स्वत:चा उत्कृष्ट प्रभाव राहावा म्हणून कधीकधी तो अनुयायाची भूमिका निभावतो. त्यात यशस्वी होऊन त्याच्यामध्ये नेतृत्वगुण येतात.

आपण काही विकत असू तर तेव्हा असं घडणं लाभदायी ठरतं. आपल्या भावी

ग्राहकाला आपलं म्हणणं पटलं की मग तो आपणाला मालाची मागणी करीत राहणार.

३. समान धागे

'कॅप्टन दामले, महाराष्ट्र रेजिमेंट'

'नमस्कार. माझी आई ही पुण्याची'

क्षणातच

'चांगला माणूस आहे तो. पुण्याचा आहे.'

समान धागे असले की जवळीक निर्माण होते. एखाद्याला आपल्याकडे आकृष्ट करावयाचं असलं तर आपण त्याच्या व आपल्यामधे कोणते समान गुण आहेत हे शोधून काढतो. समानधर्मी माणसं एकमेकांना आवडतात.

साधारणत: समानधर्मासाठी तीन विषय आढळतात.

अनुभव

''तुम्ही सुटीमध्ये गावाला गेला होता का?'' असा प्रश्न केस कापता कापता न्हावी विचारतो.

''हो. मी दिल्लीला गेलो होतो.''

''मीही एकदा दिल्लीला गेलो होतो–'' असा समानधर्म जोडत न्हाव्यानं दिल्लीत काय काय पाहिलं, त्यावेळच्या आठवणी याचं वर्णन करून जवळीक साधली.

समजा सुटीमध्ये ते गावाला गेले नसतील तर त्याचा प्रश्न असेल–

''आपण पुढील सुटीत कोणत्या गावाला जाणार?''

त्या दोघांचा अनुभव एकसारखा येईपर्यंत तो अशी चाचपणी करीत राहणार. प्रत्येकाकडे विविध अनुभवांचा खजिना असतो. त्यातील अनुभवांची देवाणघेवाण केल्यास माणसं जोडणं सहज शक्य आहे. दोघांनाही माहिती असलेली माणसं, भेट दिलेली स्थळं, समान अभ्यासक्रम, पाहिलेले चित्रपट, खेळलेले सामने, वाचलेली पुस्तके असे हजारो समान अनुभव असतात.

अडथळा म्हणाल तर समान विषयाचे अनुभव अगदी सारखेच असतील असं नाही. उदा. ''महर्षी धोंडो केशव कर्वे हे मुळात शिक्षक होते; सर्वपल्ली राधाकृष्णन हेही शिक्षक हाते. मी ही शिक्षक आहे'' ही तुलना हास्यास्पद होईल.

''आपण सारे श्वासोच्छ्‌वास करतो, अन्नग्रहण करतो, बोलतो, झोपतो, कर भरतो'' हे अनुभव साऱ्यांचेच आहेत. त्यामुळे नवीन नातं जोडायला ते कुचकामी आहेत. ''याबाबतीत मी तुझ्यासारखाच आहे'' असं जरी म्हटलं तरी हे सर्वांनाच लागू होणार असल्यामुळे उपयोगी नाही.

जितका खास अनुभव आपण दुसऱ्याशी जुळवू शकू तितकं नातं जोडणं सोपं जाईल. सहअनुभव जर विरुद्ध दिशेनं जाणारे असतील तर काय होईल? तर आपलं दोघांचंही जमायचं नाही. घटस्फोटच व्हायचा. हाही अनुभव काही जणांना येतो. पण संबंध जोडायला हा उपयोगाचा नाही. दोन व्यक्ती त्यांच्या समान कठीण परिस्थितीत एकत्र येतील पण होकारार्थी भावनांपेक्षा नकारार्थी भावना प्रबळ होतील.

पालक त्यांच्या नव्या बाळाच्या लीलांबद्दल मनसोक्त बोलत असतात. त्यामुळे त्या दोघांमध्ये आपुलकीचं नातं निर्माण होतं. इथे तो त्यांचा खास अनुभव म्हणून हे होत नाही तर तो सकारात्मक अनुभव असल्यामुळे होतं.

उत्साह

आपल्या आवडीचा आपल्याकडे एकतरी विषय असा असतो की त्यावर आपण तासन् तास बोलू शकतो. अशा विषयात रस असलेली किंवा तो विषय ऐकण्याची तयारी असलेली व्यक्ती भेटली की आपल्याला आनंद होतो व ती व्यक्ती आवडायला लागते. आपण ऐकून घेतोय म्हटल्यावर बोलणारा अधिक सकारात्मक होतो. त्या मानानं ऐकणारा कमी सकारात्मक असतो. दोघांच्याही दृष्टीनं विषय फारच जिव्हाळ्याचा असेल तर दोघंही पूर्ण सकारात्मक वागू लागतात.

व्यायामशाळेत येणाऱ्या लोकांशी काय बोलायचं हा प्रश्न होता. खेळ या विषयावरील अंक वाचून त्यातील आकर्षक घटनांवर बोलायला सुरुवात केल्यावर त्यांना माझ्याबद्दल जवळीक वाटू लागली. व्यायामशाळेतील सल्ला घेण्यास ते उत्सुक झाले.

श्रद्धा

आपल्याप्रमाणे त्यांचे विचार आहेत, त्यांना भेटायला आपल्याला नेहमीच आवडतं. मनात थोडा फरक असला तर त्यांच्याशी जुळवून घेता येतं. पण ज्या विचाराबाबत एकमत आहे ते बोलून सुरुवात केलेली चांगली.

आपले काही समज मान्य होत नाहीत. मी म्हणत असेन, की क्रिकेटवीर सचिन येत्या सामन्यात शतक झळकविणार किंवा इंडियन आयडॉल या संगीत स्पर्धेत अभिजीत सावंत पहिला येणार. समोरच्याला हे पटलं, की मी त्याला म्हणणार तू हुशार आहेस. तुला भविष्याचा वेध घेता येतो. तुला अंत:प्रेरणाही आहे. जर मतं जुळली नाहीत तर शब्दावरील व समजून घेण्यावरील श्रद्धा कमी होते.

प्रत्यक्ष मतभेद असतील तर समोरच्याला आपण आवडणार नाही. सामना कोण जिंकेल याबाबतची विरुद्ध मते चालू शकतील. परंतु माझ्या मूलभूत श्रद्धांच्या विरुद्ध कोणी असेल तर मी त्याच्यापासून दूर राहणंच पसंत करेन. मी पर्यावरणवादी आहे. त्याविरुद्ध बोलणाऱ्याशी माझं जमायचं नाही.

■

(झ) अस्तित्व

बाराव्या मजल्यावरील मीटींग हॉल. भर दुपारची वेळ. भावी खातेदाराची मी वाट पाहत होतो. तोपर्यंत त्याचे दोन कर्मचारी मला त्यांच्या व्यवसायाबद्दल माहिती देत होते. मीटींग सुरू व्हायला दहा मिनिटांचा अवधी होता. तो धीरगंभीरपणे पावलं टाकीत आत आला.

त्याचे सहकारी तत्परतेनं उभे राहिले. त्यातील एक हा वरिष्ठ उपाध्यक्ष होता. त्यांचा आधीचा नूर एकदम बदललेला. थोड्या वेळापूर्वी जी माणसं उत्साहानं सांगत होती की इथं किती वेगानं कामं होतात तीच आता हलक्या आवाजात बोलत होती. जी ताठ मान ठेवून फिरत होती ती आता मान खाली झुकवून उभी होती. जणू काही आता त्यांचं अस्तित्व नव्हतंच.

''नमस्कार! मी गुप्ते. आपण चिटणीस ना!'' एका वेगळ्याच व स्वच्छ आवाजात तो म्हणाला. तो आवाज मोठा नव्हता तसाच हळूही नव्हता. त्यांनी हस्तांदोलन केलं. मीही साथ दिली. गुप्ते टेबलाच्या मुख्य जागी बसले. ती जागा त्यांच्यासाठीच राखून ठेवली होती. माझ्या नजरेस नजर देऊन ते म्हणाले, ''आपण काय विकण्यासाठी आला आहात?'' त्यात प्रश्न विचारण्याचा उद्देश दिसत नव्हता. एकदम विषयाला भिडणं होतं. त्यांना वेळ कमी असून लवकर काम सांगा असंच सुचवायचं होतं.

मी माहिती सांगायला सुरुवात केली तर ते उभे राहिले. रुबाबात संथपणे पावलं टाकत चहाच्या थर्मासपर्यंत गेले. चहा ओतू लागले. मी आता माहिती सांगणं चालू ठेवू का नको! आता हे सारं तेच ठरविणार होते. मी त्यांना त्यांच्या बरोबरीचा वाटतो का कनिष्ठ हे ते पाहणार होते. बरोबरीचा वाटल्यास ते माझ्याकडून खरेदी करण्याची शक्यता अधिक होती.

मी माझं बोलणं थांबवलं. काही क्षण पूर्ण शांतता पसरली.

''चालू द्या. तुमचं चालू द्या.'' त्यांची माझ्याकडे पाठ होती. त्यांचं चहा तयार करणं सुरू होतं आणि त्यांचे शब्द मला ऐकू आले.

“काळजी करू नका. मी चहा घेत मागं बसतो.”

एकूण परिस्थितीत गुप्तेंना आमच्यात फार रस नसावा असं प्रथमच वाटलं. त्यांनी चहा कोण कोण घेणार असंही विचारलं. साऱ्यांनी आभार व्यक्त करीत नकार दिला. मी जरी चहा घेत नसलो तरी आभार मानत ‘ताजा चहा मस्तच वाटेल’ असं म्हणालो.

गुप्ते खुर्चीत रेलून बसत म्हणाले, “तर तुम्हाला असं वाटतं की तुम्ही आमच्या लोकांच्या वृत्तीमध्ये फरक करू शकाल!”

“हो. इतर गोष्टीही सांगणार आहे.”

“तुम्ही आता माझ्यावर काही प्रयोग करून दाखविणार का?” चेहऱ्यावर थोडंसुद्धा हास्य न आणता ते म्हणाले. हा फार चतुराईनं विचारलेला प्रश्न होता. मी जर नाही म्हणालो असतो तर ते म्हणणार तुम्ही एवढं आत्मविश्वासानं सांगता तर मग नाही का म्हणता? मी हो म्हणालो तर म्हणणार “माझ्यावर तो काही परिणाम झाला नाही. तो इतरांवर काय होणार? दुसरा काही चांगला उपाय योजणार?” मग मी चांगलाच अडकणार.

मी त्यांच्या नजरेस नजर भिडवली. डोळ्यांची पापणीही न मिटता म्हणालो, “हो. या बैठकीच्या अखेरीस त्याचा प्रत्यय घेऊया.” मी हसत हसत म्हणालो. आपण हा एक खेळच खेळत असल्याचं व मला त्यात खूप आनंद होत असल्याचं मी दर्शविलं.

दहा मिनिटं संभाषण झालं. गुप्ते उभे राहिले. बाकीचेही त्वरेने उभे राहिले.

“फार चांगली माहिती सांगितलीत. आम्ही दोन दिवसात तुमच्याशी संपर्क साधू.” असं म्हणत त्यांनी वरिष्ठ उपाध्यक्षांना पुढील पाठपुरावा करायला सांगितला. माझ्याशी हस्तांदोलन करीत डोळ्यांत पाहत म्हणाले, “आभारी आहे.” संथपणे दालनाबाहेर गेले.

त्याच दिवशी दुपारी मला फोन आला– माझं काम फत्ते झालं होतं.

व्यवसायात नव्हे तर आपण कोणालाही, कोणत्याही कामासाठी भेटत असू तर आपलं अस्तित्व असं हवं की समोरच्यानं आपलं काम केलं पाहिजे. जेव्हा समोरचा म्हणतो की तुम्ही अजून तरुण दिसता तेव्हा तुम्ही त्याचं काम करायला आतुर झालेले असता.

काय घडतं?

तुम्ही जेव्हा बोलायला उभे राहता तेव्हा सारे तुमच्याकडे लक्ष देतात.

फार काही न करता सारेजण तुमच्याकडे आकृष्ट होतात.

तुमच्या मतांचा उल्लेख सर्व ठिकाणी वारंवार केला जातो.

तुम्ही काय म्हणता, तुमचे विचार काय आहेत हे साऱ्यांना जाणून घ्यावंसं वाटतं.

तुमच्याबद्दल सर्वत्र आदरानं बोललं जातं.

हे कशामुळे होतं?

अस्तित्व

अस्तित्व म्हणजे काय हे जरी त्याच्या परिणामामुळे समजत असले तरी त्याची व्याख्या करणं अवघड आहे. 'अस्तित्व' नसल्यास काय होतं हे जाणून घेऊन त्याचा अर्थ विशद करणं ठीक होईल. अदृश्य नसणं, उद्धट नसणं इतके टोकाचे अर्थ नव्हेत.

माझं मन

अस्तित्वशून्यता	अस्तित्व	उद्धटपणा
काय करावं कळत नाही. ते फार महत्त्वाचे/प्रभावी आहेत. मला ते जमेल असं वाटत नाही.	शांत-सारं काही व्यवस्थित आहे. मी काम करीत आहे याची जाणीव आहे.	साहेब कोण आहे हे मी दाखवून देईन. मीच बरोबर. संरक्षणासाठी आक्रमण हा सर्वोत्कृष्ट उपाय. मी निराश आहे. पण मला ते इतरांना दिसू द्यायचं नाही.

इतरांच्या दृष्टीने

अस्तित्वशून्यता	अस्तित्व	उद्धटपणा
पुढे पाहू. परिणाम शून्य. तुम्ही कोणाबद्दल बोलत आहात ते मला आठवत नाही. अननुभवी/कनिष्ठ	आदर श्रवणीय हुशार काय बोलतोय याची जाण.	स्वत:ला देणारा. दुर्लक्ष करणारा. मोठेपणा भासविणारा. आक्रमक तापदायक कंटाळवाणा.

अप्रिय

काही वेळा एखाद्याचं असणं इतरांना आवडत नाही. तो उपस्थित असण्यानं संबंध बिघडण्याची शक्यता असते. आपण इतरांना आवडावंसं वाटत असेल तर

आपल्या स्वभावाला मुरड घालून इतरांना काय आवडतं हे पाहून वागावं लागतं.

काही वेळा मतभेद उफाळून वर येतात. काही अनपेक्षित गोष्टी घडतात. आपली उपस्थिती इतरांना तापदायक ठरू शकते. म्हणून उपस्थिती सदा सर्वकाळ हवी असं आपण मानत नाही. योग्य वेळी, हवी तेवढी उपस्थिती चांगली.

उपस्थिती केव्हा असावी?

मान हवा तेव्हा आपली उपस्थिती असावी. उदाहरणार्थ–

- एखाद्या विषयात आपण किती अधिकारवाणीने बोलू शकतो त्यावर वरिष्ठांची, ग्राहकांची मतं बदलणं अवलंबून असतं. जाहिरात, सल्लागार, प्रकल्प व्यवस्थापन याबाबतीत अभ्यासपूर्ण विवेचन हवं.
- मुलगी किंवा मुलगा विवाहाचा जोडीदार म्हणून दाखविण्याच्या वेळी भावी सासरे पाहायला येतात. तेव्हा सारेजण आपली उपस्थिती प्रभावी असण्याचा प्रयत्न करतात.
- आपण जे मांडतोय ते लोकांच्या दृष्टीनं अप्रियही असू शकतं.
- मोठ्या समूहापुढे बोलणार असू तर त्यांचं लक्ष भरकटू शकतं. कमी लोकांपुढं बोलणं सोपं. त्यांचं लक्ष वेधून घेणं सोयीचं होतं.
- इतरांनी मोकळेपणानं बोलावं असं आपणास वाटतं. आपला खास मित्र काही खास बाब आपल्याशीच बोलू इच्छितो.
- आपल्या मुलाच्या वाढदिवसानिमित्त आयोजित केलेल्या स्नेहमेळाव्यात मित्रांनी मजा करावी.
- साहेब, खातेदार, निराश प्रियकर यांनी परिस्थिती काबूत ठेवावी असं आपल्याला वाटतं.
- मतभेद असतील तर ते मिटविण्यासाठी उपस्थितीचा लाभ होऊ शकतो.
- समोरच्या व्यक्तीला आपण आवडत असलं पाहिजे याला फार महत्त्व आहे. उदा. ज्यांच्याकडून काम करून घ्यायचं ते सहकारी, नवी व्यक्ती, प्रेयसी.

काही वेळा आपलं अस्तित्व आपण कमी-जास्त करतो. आपण एखाद्याची मुलाखत घेत असू तर सुरुवातीस सोपे प्रश्न विचारून त्याला बोलतं करतो. मग आपलं अस्तित्व आपण वाढवायला लागतो व आपल्या संस्थेला तो उपयुक्त आहे का पाहतो. जर आपण मुलाखत देत असू तर प्रथम आपण त्यांच्याशी संबंध प्रस्थापित करत जाऊ. त्यांचं आपल्याबद्दल मत चांगलं होईल हे पाहू.

तुमचं अस्तित्व किती आहे?

तुमचं अस्तित्व कोणत्या परिस्थितीत व कोणत्या विषयात असायला हवं असं

तुम्हाला वाटतं? ज्या परिस्थितीचा अधिक वेळा प्रत्यय तुम्हाला आला तीच परिस्थिती तुम्ही निवडा. तुम्ही जुन्या मित्रासमवेत असाल किंवा तुमच्या आवडत्या क्लबमध्ये असाल अशी एक परिस्थिती निवडा.

मला माझं अस्तित्व दाखवायचं आहे

ह्यासाठी उत्तर खाली दिलेल्या प्रश्नापुढे सर्वाधिक योग्य वाटणाऱ्या गोलामध्ये खूण करून द्या.

	अगदी क्वचित/नाही.	क्वचितच.	बऱ्याच वेळा.	बहुतेक वेळा/नेहमी.
१. मी बोलताना लोक मध्येच अडवितात.	○	○	○	○
२. मी बोलताना माझ्याकडे पाहतात.	○	○	○	○
३. मुद्दा पटवून देताना मी माझा आवाज चढवितो.	○	○	○	○
४. ते बोलताना माझ्याकडे पाहतात.	○	○	○	○
५. इतर लोक फार बोलतात.	○	○	○	○
६. माझं म्हणणं समजेपर्यंत मी पुन्हा पुन्हा सांगत राहतो.	○	○	○	○
७. मला राग आलेला असतो तेव्हा ते इतरांच्या लक्षात आलेलं असतं.	○	○	○	○
८. सद्य:स्थितीबाबत मला अद्ययावत माहिती असते.	○	○	○	○
९. दुसरं कोणी बोलत असेल तेव्हा माझं पूर्ण लक्ष त्यांच्याकडे असतं.	○	○	○	○
१०. माझं बोलणं संपल्यावर मी थांबतो. अगदी नंतर शांतता असूनही.	○	○	○	○

प्रश्नपत्रिका सोडवण्यापूर्वी एक गोष्ट लक्षात घ्या, की एका विशिष्ट परिस्थितीत काय वाटतं याकडे लक्ष देऊन तुम्ही ती सोडवित आहात. इतर परिस्थितीत उत्तरे वेगळी असू शकतील. विविध परिस्थितीत वेगवेगळ्या प्रश्नपत्रिका सोडवा. वेगवेगळी उत्तरं सापडतील.

दिलेले गुण पुढील कोष्टकात मांडा.

	अगदी क्वचित/नाही.	क्वचितच.	बऱ्याच वेळा.	बहुतेक वेळा/नेहमी.
प्रश्न १, ३, ६, ७	४	३	२	१
प्रश्न २, ४, ५, ८, ९, १०	१	२	३	४

बेरीज घ्या. ती किमान १० व कमाल ४० असेल.

३४ ते ४० आदरणीय

या परिस्थितीत तुमचं अस्तित्व सर्वांना चांगलंच जाणवतंय. त्यांना तुम्ही तुमच्याकडे आकृष्ट केलंय. ते तुम्हाला मानतात. तुमचा सल्ला घेतात. तुमचं म्हणणं इतरांना सांगतात. तुम्हाला ते विसरू शकत नाहीत.

इतर परिस्थितीत तुमचं आकर्षण किती आहे हे पाहायचं असेल तर अजून एक प्रश्नपत्रिका सोडवा. त्या उत्तराशी ही उत्तरं पडताळून पहा. कोणत्या परिस्थितीत तुम्ही लोकांना अधिक भावता हे ध्यानात घ्या.

२६ ते ३३ वरील पायरीवर आहात

तुमचं अस्तित्व जाणवतंय. तुम्ही पडद्याआड गेल्याची भीती नाही. पण अगदी सारेजण मानतील असं नाही. तुमच्या सारखंच 'अस्तित्व' दाखविणारे अन्य लोकही प्रयत्नात राहणार. पण इतरांपेक्षा पुढं जाणारे काही मार्ग तुमच्याकडे असतील तर त्याचा अवलंब करा.

१८ ते २५ आपण स्पर्धेत आहात

समूहामध्ये. आपण एक आहात. तुम्ही दुर्लक्षित नाही. पण तुम्ही आकर्षणाचा विषयही नाही. तुम्ही केलेलं काम लोक लक्षात ठेवतील पण फार मोठं महत्त्व आपल्याला देणार नाहीत. निवडलेल्या क्षेत्रात आपण आरंभ केला आहे. पण आपलं अस्तित्व प्रभावी होण्यासाठी बरंच काही करावं लागेल.

१० ते १७ बाजूला पडलात

तुमचं अस्तित्व खूपच कमी आहे. तुमच्याकडे दुर्लक्ष होण्याचा धोका आहे. अस्तित्व दाखवायचं असेल तर परिस्थितीत बदल करा. नाहीतर तुमच्या आणि लोकांच्याही मधील संबंध कसे सुधारतील ते पहा. त्यांना तुम्ही हवेहवेसे कसे वाटाल यादृष्टीनं प्रयत्न करा. हे सोपं नाही. पण परिणाम चांगला दिसेल. "आता

तुमच्यात चांगलाच बदल झालेला दिसतोय'' असं लोक म्हणतील.

उद्धटपणा– धोक्याची सूचना

प्रभावी अस्तित्वामुळे माणूस उद्धटपणाकडे वळण्याचा धोका असतो. प्रश्न क्र. ३, ५, ७ ला आपल्याला किती गुण प्राप्त झालेत? या प्रश्नांना १ किंवा २ गुण प्राप्त झाले असतील तर लक्ष द्या.

लक्ष आहे ना?

आपल्या अस्तित्वाची मोजणी करता आली हे चांगलं झालं. परंतु आपल्याला हवं तेव्हा हे 'अस्तित्व' कसं वाढविता येईल याचा विचार करावयास हवा. ते आपल्यापुढील आव्हान आहे.

अस्तित्व दाखविण्यासाठी योग्य मन:स्थिती ठेवायला हवी. आपल्या भावना व विचार योग्य दिशेनं असतील तर लोक आपल्याकडे स्वाभाविकपणे आकृष्ट होतील. जर भावना व विचारच चुकीचे असतील तर 'अस्तित्व' नाहीसं होईल. सर्व पावलं बरोबर टाकूनही नृत्य चांगलं होईलच असं म्हणता येत नाही. पदन्यास करताना लोकांना काय वाटत असेल याची चिंता केली तर नृत्य परिणामकारक न होण्याची भीती आहे.

नृत्याबद्दल जे आहे तेच अस्तित्वाबद्दलही आहे.

१. अनिश्चित स्थितीतही आत्मविश्वास

मला बँकेकडून कर्ज हवंय. मी बँकेत जाऊन अधिकाऱ्यांना भेटणार आहे. काही माहिती माझ्याकडे आहे. माझे महिन्याचे खर्च मला माहिती आहेत. गेल्या सहा महिन्यातील सरासरी खर्च किती हे माहिती आहे. कर्ज कशासाठी हवं हे मला माहिती आहे. काही गोष्टी मला माहिती नाहीत. कर्ज देण्याचं बँकेचं धोरण मला माहिती नाही. पण मला याची पर्वा नाही. बँकेतले अधिकारी मला सर्व माहिती देतील. ज्या गोष्टी बँकेत लागणार आहेत का हे मला माहिती नाही त्या मी कमी महत्त्वाच्या किंवा नंतर शिकेन असं म्हणून मी बाजूला टाकल्यात. जे मला माहिती नाही त्याबद्दल मी आत्ता तरी निर्धास्त आहे. अनिश्चिततेशी कसं वागायचं याबाबत मला आत्मविश्वास आहे.

एक तज्ज्ञ व्याख्यानाच्या शेवटी प्रश्नोत्तरं घेत होती. एका श्रोत्यानं एक तांत्रिक गुंतागुंतीचा प्रश्न विचारला. न डगमगता ती म्हणाली, ''प्रश्न फार चांगला आहे; पण मला या प्रश्नाचं उत्तर माहिती नाही. मी या प्रश्नावर विचार करेन. तुम्ही मला तुमचा ई मेल द्या. त्यावर मी उत्तर पाठवीन.'' आपल्याला प्रश्नाचं उत्तर येत नाही म्हणून तज्ज्ञ या काळजीत पडल्या नाहीत. याउलट त्यांचा जबरदस्त आत्मविश्वासच दिसून आला. प्रश्न कोणताही येवो मी त्यावर मार्ग सांगेन हा विश्वास त्यांना होता.

२. उद्देश महत्त्वाचा

आपण लोकप्रिय व्हावं यासाठी इतरांना खूष ठेवण्याचा प्रयत्न केला जातो. आपलं 'अस्तित्व' दाखवायचं असेल तर आपल्या मनामध्ये कामाचा उद्देश चांगला असावा लागतो. प्रभावापेक्षा उद्देश महत्त्वाचा.

हुशार विद्यार्थ्यांना प्रोत्साहन देणं, लोकांशी चांगलं वागणं, शेजाऱ्यांना सुरक्षित ठेवणं, नैतिकतेची तत्त्वं पाळणं, व्यवसायातील तत्त्वाप्रमाणेच योग्य आचरण करणं असे उद्देश असू शकतात. अगदी निर्णय घ्यायचाच झाला तर लोकांना खूष करण्यापेक्षाही उद्देशालाच प्राधान्य द्यावं.

मी जे सांगतो हे मान्य होत नसेल तर तो माझा प्रश्न नाही. कदाचित त्यामुळे मला नैराश्य आल्यासारखं वाटेलही. परंतु तुम्हाला खूष ठेवण्यापेक्षा उद्देश हाच महत्त्वाचा आहे.

बीट द बाउन्सर

हॉटेलात प्रवेश करणं असो किंवा प्रसिद्ध क्लबमध्ये जाताना रांगेत पुढं जाणं असो आपली उपस्थिती, अस्तित्व हे महत्त्वाचा ठसा उमटवितं.
उत्कृष्ट अस्तित्वाचा विचार करून आपण सुरुवात करूया.

अनिश्चततेतील आत्मविश्वास – मी आत प्रवेश करेन. पापण्यांची उघडझाप न करता त्याच्या डोळ्यांत पाहीन.

खुषीपेक्षा उद्देश – मी आत येत आहे ती इथं टिकण्यासाठी. डोअरमनला माझा चांगला स्नेही बनविण्याचा माझा उद्देश नाही. त्याला मित्र करावयाचंच झालं तर ते करेनही. पण ते असेल अखेरचा उद्देश साध्य करण्याचं माध्यम.

समानता – मी विनंती करणार नाही. बाजू मांडणार नाही. अगदी असाहाय्य झालोय असंही होणार नाही. पण ही जागा माझीच आहे असंही म्हणणार नाही. फक्त आतमध्ये राहणार आणि संस्थेच्या हितासाठी योग्य ते करणार.

सकारात्मक ऊर्जा – निश्चयी व आनंदमय मार्गानं.

उदात्त विचार – डोअरमनला आत यायचंय. त्याच्या लक्षात येईल. आत येणं म्हणजेच बरोबर होणं होय.

३. समानता

आपल्याला कोणी आपल्यापेक्षा मोठं भेटलं तर आपण त्याच्याशी जुळवून घेण्यासाठी आपल्यामध्ये नाट्यमय बदल घडवितो. आपलं अस्तित्व टिकवायचं असेल तर हे स्वभाव जुळविणं अगदी स्वाभाविक व्हायला हवं.

काही उत्साही मंडळी मोठ्या माणसांपुढे फिरत असतात. परंतु त्यांना त्यांच्याबद्दल

आदर असतोच असं नाही. त्यापेक्षा मोठ्या व्यक्तींना इतरांप्रमाणेच सारखी वागणूक द्यावी.

पहिला उमेदवार आपली महती सांगत होता. स्वत:चा प्रभाव पाडण्याचा आटोकाट प्रयत्न करीत होता. पण तो घाबरलेला व निराश वाटत होता. दुसरा उमेदवार शांत होता. तोही आपलं अस्तित्व दाखविण्याचा प्रयत्न करीत होता. पण त्याचा भर मुलाखत घेणाऱ्या संचालकांच्या अपेक्षेप्रमाणे काय करता येईल इकडे होता. ज्या पदासाठी ही मुलाखत आहे त्यासाठी तो कसा योग्य ठरू शकेल हेही त्यानं विशद केलं. संचालकांचं मन दुसऱ्या उमेदवारानं जाणलं होतं. त्या मनाशी त्याची समानता आणली होती.

४. सकारात्मक ऊर्जा

ज्यांचं अस्तित्व दिसतं ते शक्तिमान असतात. हे वरवरचं म्हणणं नाही. त्यांच्यामध्ये असा काही उत्साह ठासून भरलेला असतो की तो बाहेर पडायला उत्सुक असतो. निरुत्साह आणि अस्तित्व दोघं एकत्र नांदू शकत नाही.

साधारणत: उत्साह हा उद्देश काय आहे यावर अवलंबून असतो. शेजाऱ्याला मदत करायला हा धावून जायला उत्सुक असतो. सर्व कामात उच्च दर्जा दाखवण्यात याला रस असतो. अति उत्साहात सर्व कामं पूर्ण करण्यात याला आनंद असतो.

शक्ती ही विनाशकारकही असू शकते. आणि तरीही ती अस्तित्व दाखवू शकते. काही क्षण या व्यक्तीसमवेत व्यतीत केले की तो प्रत्येकाला आवडायला लागतो. ही स्थिती आनंददायी आहे. सुधीर हा जरा वेगळा आहे. दुसऱ्यांना हसणारा आहे. पहिल्याच भेटीत तो इतरांना नकोसा होतो. त्यांना याचं कारण लक्षात येत नाही पण आवडत नाही हे खरं. सुधीरचं वर्णन करायचं झालं तर नकारात्मक ऊर्जा असलेली व्यक्ती असं करावं लागेल. तरीही त्याची उपस्थिती चांगलीच जाणविते. पण ती नकारात्मक शक्तीमुळे असते.

अस्तित्व असायला शक्ती असावी लागते. ही शक्ती जर नकारात्मक असेल तर बऱ्याच वेळा ती अधिक ताकदवान असते.

अडवू नका

सर्वसाधारणपणे लक्षात ठेवा, की प्रथम तुम्हीच बोला. तुम्ही बोलत असताना मध्येच किंवा आजूबाजूला कोणी बोलणार नाही याची काळजी घ्या. दुसऱ्या कोणी बोलायला सुरुवात केली तर तुमचं बोलणं थांबवा. शांत रहा. त्याच्या डोळ्यांत पहा. तुम्ही हे शांतपणे, समाधानानं, आनंदानं करा. त्यालाच कदाचित तुम्हाला अडविण्याची चूक केली असं वाटेल. कदाचित तो माफीही मागेल. योग्य वाटल्यास त्याला दाद द्या. मग तुमचं बोलणं पुढे चालू ठेवा. अशावेळी आता साधारणत: मध्येच कोणी अडविणार नाही.

५. उदात्त विचार

आपलं अस्तित्व प्रखरपणे दाखवायचं असलं, की मग आजूबाजूच्यांना काय वाटेल याचा बहुतेक वेळा फार विचार करून चालत नाही. पण काहीवेळा करावाही लागतो.

आपल्या जेव्हा लक्षात येतं, की आपल्या बोलण्यानं समोरचा माणूस कंटाळला आहे तेव्हा आपण अस्वस्थ होण्याची दाट शक्यता असते. आपला आत्मविश्वास डळमळायला लागतो. काही वेळा तर तो पूर्णपणे जातो.

यासाठी समोरच्याला आपण काही चांगलं मिळेल असं बोललं पाहिजे. त्यामुळे ऐकणाऱ्यांना नवीन काही तरी मिळाल्याचं समाधान होईल. तो चांगलं वागण्यास प्रवृत्त होईल.

काहीजण बोलताना म्हणतात, ''माझ्या बोलण्यानं तुमच्यामध्ये जरा उत्साह निर्माण होईल.'' किंवा ''माझं ऐकाल तर तुमच्यामध्ये आत्मविश्वास निर्माण होईल.'' श्रोते हात बांधून बसलेले असले तरी वक्त्याला वाटतं की ते श्रवण करीत आहेत. ते विचारमग्न झालेले आहेत.

अनेक वेळा समोरच्यानं आपलं अनुकरण करावं असं आपण वागतो. अगदी आपल्या लहानसहान लकबी उचलाव्यात असं आपलं वागणं असतं. हे बऱ्याच वेळा अजाणतेपणीही होत असतं.

बोलण्याची वेळ

कल्पना करा की तुम्ही एका समूहातील मंडळींशी चर्चा करताय. स्वयंपाकघरातील डायनिंग टेबलाभोवती बसून महानगरपालिकेच्या बसच्या फेऱ्या कमी झाल्याबद्दल राग व्यक्त करीत आहात किंवा सभागृहात कंपनीच्या वरिष्ठ अधिकाऱ्यांसमवेत बसून आपली कंपनी दुसऱ्या कंपनीत विलीन होणार नाही याबद्दल चर्चा करीत आहात. एकंदरीत तुमचं म्हणणं इतरांनी ऐकावं. सल्ला घ्यावा असं आपल्याला वाटतं. तुमचं अस्तित्व व प्रभाव वाढण्यासाठी काय कराल?

ऐका तर!

चिकित्सकपणा न दाखविता ऐकलं तर इतरांना आपण आकृष्ट करून घेऊ शकतो. हुशारीने बोलण्यापेक्षाही हे ऐकणं जास्त परिणाम साधेल.

जेव्हा दुसरे लोक बोलत असतात तेव्हा आपण ते एकाग्रतेने ऐकायला हवं. हे निदान सुरुवातीस तरी व्हायला हवं. आपण शांतपणे ऐकतो हे लक्षात आल्यावर लोक अधिकाधिक गोष्टी आपल्याला ऐकवायचा प्रयत्न करतात. आपलं कोणी ऐकतंय हे त्यांना समजायला हवं असतं. इतर लोकांनाही वाटायला लागतं की काही सांगावयाचं असेल तर ते यांनाच! यामुळे आपलं अस्तित्व साऱ्यांना जाणवू लागेल.

कोणतीही चाळणी न लावता आपण ऐकलं पाहिजे. ते बोलताना त्याबद्दल अनुमानही काढत बसू नये. आपण त्यांचं म्हणणं ऐकलं आहे हे कळण्याइतपत आपली हालचाल हवी. त्यांच्या विचारावर आपलं मत देत बसू नका.

बोला!

'जितकं कमी तितकं उत्तम' हे तत्त्व आपण बोलण्याबाबत पाळतो. निवडक शब्दांचा जाणीवपूर्वक केलेला उच्चार श्रोत्यांवर प्रभाव पाडतो.

खालील प्रकारांनी आपलं अस्तित्व दाखविता येतं.

१. नवीन माहिती सांगायची. त्यामुळे चर्चेचं स्वरूप पालटून जातं. उदा. तो म्हणतो ''मी नव्या शोधग्रंथांचा अभ्यास केला आणि त्याचे निष्कर्ष असे दर्शवितात की नवी वाट शोधायला हवी...''

२. सारांशानं पाहता असं लक्षात येईल की, ''आपल्यापुढे एकूण तीन पर्याय आहेत. पहिला म्हणजे...''

३. अनुभवावर आधारित मत देणं– ''पुण्यातील दोन बागांमध्ये मी पाहिलं की साध्या जमिनीत कारळे आणि झेंडू यांची फुलं लवकर उगवतात.''

४. आतापर्यंतच्या चर्चेचा उपयोग करून आपलं मत मांडणं– ''श्री. दवे यांचं म्हणणं असं होतं... परंतु त्यामध्ये ज्या मुद्द्यांचा विचार केला नाही ते म्हणजे... शेवटी असं वाटतं की आपली मूळ योजना आपण अंमलात आणावी.''

अस्तित्व दाखविण्यासाठी अनेकवेळा आपलं वेगळेपण दाखवावं लागतं. प्रत्येकजण भावनिक बनला असेल तर शांतपणाने घेतलेलं बरं. प्रत्येकजण अगदी बर्फासारखा शांत असेल तर त्यांना कळू द्या की तुम्ही त्यांची काळजी करीत असता. तुमचं म्हणणं मांडून झालं असेल तर तिथेच थांबा. जर शांतता असेल तर उत्तमच. पुन्हा तुम्हाला काही सांगावं लागणार नाही.

अनपेक्षित गोष्टीची गोष्ट

अनपेक्षित गोष्ट करून दाखविण्याचं महत्त्व आहे. तत्त्वाविरुद्ध काही करणं आणि अमान्य गोष्ट करणं यामध्ये एक सीमारेषा आहे. टोकाची भूमिका आणि वेडेपणा यातही फरक आहे. त्याचबरोबर हे जाणलं पाहिजे की जोखीम घेतल्याशिवाय आपल्याला फळ मिळणार नाही.

वेगळी भूमिका

आपण जी भूमिका घेऊ असं वाटतं त्यापेक्षा वेगळीच भूमिका घेऊन आश्चर्याचा

धक्का देणं हा एक मार्ग आहे. उदा. पाहुणे म्हणून गेले असता यजमानाच्या आवडी लक्षात घेऊन पेय देण्यास मदत करणं. अर्थात त्यामुळे त्यांना अवघड वाटणार नाही हे पाहायला हवंच.

मोठी कृती

मोठ्या कृतीत मोठा धोका असू शकतो. पण जेव्हा काही वेळा त्या असं काही काम करून जातात की त्याची फार मोठी वाच्यता होते. युनायटेड नेशन्स ऑर्गनायझेशनमध्ये व्याख्यान देताना रशियाचे नेते निकीता ख्रुश्चेव्ह यांनी साऱ्यांचं लक्ष वेधेल अशी कृती केली. त्यांनी आपले बूट काढून बाकावर ठेवले. पंडित जवाहरलाल नेहरू म्हणाले, की हे असं करायला नको होतं. या प्रसंगाला फार मोठी प्रसिद्धी मिळाली.

मोठी कृती : विद्यापीठातील मुलाखत

मुलाखत हा प्रकार सुखकर नसतो. विद्यापीठातील मुलाखती या तणावपूर्ण असतात. आपण अरेरावीने वागणाऱ्या प्राध्यापकांच्या भयानक गोष्टी ऐकलेल्या आहेत. विद्यार्थ्यांच्या डोळ्यांतून अश्रू वाहिलेले पाहिलेत. यावरही उपाय आहे.

एकदा तर मुलाखतीसाठी आत गेलेल्या विद्यार्थ्याकडे मुलाखतकाराने पाहिलेसुद्धा नाही. त्यांनी पुढ्यातील वर्तमानपत्र वाचायला सुरुवात केली आणि म्हणाला तुमचा माझ्यावर प्रभाव पाडा. त्या विद्यार्थ्याने चक्क हातात लायटर घेऊन त्या पेपरला आग लावली.

असं नेहमी जमतंच असं नाही. दुसरी एक गोष्ट आहे. परीक्षेची उत्तरपत्रिका सोडविताना एका प्रश्नावर एक विद्यार्थी अडला. तेव्हा त्यांनी लिहिलं– या प्रश्नाचं उत्तर परमेश्वरालाच ठाऊक. मला उत्तर येत नाही. मेरी ख्रिसमस शुभेच्छा! पुढे दीड महिन्यांनी त्याला महाविद्यालयातून पत्र आलं. त्यात लिहिलं होतं, 'परमेश्वर उत्तीर्ण झाला. तुम्ही नापास झालात. नववर्षाच्या शुभेच्छा!'

याबाबतीत थोडे सौम्य प्रकारही आहेत. आपली मतं बदलली आहेत हे दाखविण्यासाठी कागद फाडून टाकणं. त्याद्वारे आपण अगदी मनापासून बोलत आहोत हे दर्शविणं. हाताच्या बाह्या वर करून आपण कामात गर्क असल्याचं निदर्शनास आणणं. फोन बंद करून आपण कामात मग्न असल्याचं दाखविणं. ह्यापैकी कोणतीच कृती मोठी नाही. तरीही त्यांना प्रातिनिधिक स्वरूपात महत्त्वाचं स्थान आहे.

जरी जुन्या पद्धतीचं वाटलं तरी आचार अंमलात आणण्यानं तुमचं अस्तित्व उठून दिसतं. आचार हे शिष्टाचारापेक्षा वेगळे. कोणत्या हातात चमचा आणि

कोणत्या हातात काटा घ्यायचा हा झाला शिष्टाचार. तर वागणं कसं असावं हा झाला आचार. मन लावून ऐकणं, लोकांना तोडून न बोलणं, इतरांना चहा-बिस्किटं देणं, आपल्यासाठी ज्यांनी काही केलं आहे त्याबाबत आभार मानणं, आपल्या खोलीत कोणी आल्यास आदरानं उभं राहणं हे चांगले आचार होत.

चांगल्या वागण्याबद्दल कोणीच वाईट बोलणार नाही. पण अरेरावी वा वाईट वागणुकीबद्दल वाईट सहजपणे बोललं जाईल. आपण चांगले वागतो तेव्हा आपण समानतेच्या भावनेनं वागतो. आपल्यात कोणती कमतरता नाही अशी भावना दृढ होते.

आपण आरामात बसला आहात का? अस्तित्वाबद्दलची एक कथा.

ही पहा एक कथा. ही कथा आहे एका छोट्या कंपनीच्या संचालकाची. तो एका मोठ्या जगन्मान्य कंपनीकडून एक छोटं काम मिळविण्याचा प्रयत्न करीत होता.

या मोठ्या कंपनीच्या संचालकांनी प्रथम सिडनी इथे येऊन भेटावयास सांगितलं. नंतर कार्यक्रम बदलला व न्यूयॉर्कला येण्यास सांगितलं. त्यानंतर कार्यक्रम बदलतच राहिला. नंतर लंडनला येण्यास सांगितलं व त्यानंतर शिकागोला. प्रत्येक वेळी बैठकीची वेळ बदलत गेली. या प्रत्येकवेळी विमानाची तिकिटे बदलावी किंवा रद्द करावी लागत होती. या लहान कंपनीला हा खर्च मोठा होता. तरीही ते या खर्चाबद्दल काहीच बोलले नाहीत. शेवटी मिलान येथे बैठक ठरली.

या छोट्या कंपनीच्या दोन अधिकाऱ्यांनी हॉटेल खर्च वाचविण्यासाठी सकाळच्या विमानानं प्रवास केला. बैठकीच्या ठिकाणी वाट पाहत बसले. ठरलेल्या वेळेनंतर दीड तासाने बैठक सुरू झाली. त्यांचे एकूण सहा प्रतिनिधी होते. त्यातील तीनजण कंपनीचे भागीदार होते. त्यांना काय खरेदी करावयाचं आहे याबाबत विचारणा झाली. प्रत्येकजण त्याचं मत मांडत होता व दुसऱ्याचं मत बदलविण्याचा प्रयत्न करीत होता. चर्चा वाढत गेली तसं त्यांना नक्की काय हवं हे माहिती नसल्याचं लक्षात येऊ लागलं.

मग या विक्रेत्यानं आपली विक्रेत्याची भूमिका बदलली. त्यांना काय हवं हे ठरवायला मदत करणं सुरू केलं. त्या सर्वांचं म्हणणं एक तास लक्षपूर्वक ऐकलं व सारांशरूपानं ते सादर केलं. आता साऱ्यांचं समाधान झालं.

"व्वा! हे चांगलं झालं. तेव्हा आता आपण आमच्या सेवा घ्यायला तयार झाला आहात." विक्रेता म्हणाला.

प्रमुख भागीदारानं आश्चर्यानं त्याच्याकडे पाहिलं व तो म्हणाला, "ही फक्त माहिती घेण्यापुरती बैठक होती. येत्या तीन आठवड्यात न्यूयॉर्कमध्ये एक महत्त्वाची बैठक आहे. तसंच नक्की तुम्ही काय देणार हे अजून समजायचं आहे."

यावर काय उत्तर येणार याचा अंदाज घेऊन आधीच तो म्हणाला, ''आता आम्हाला दुसरी एक महत्त्वाची बैठक आहे.''

हे काही योग्य चाललं नव्हतं. पुढील काही महिने जगभर प्रवास करीत फिरावं लागणार होतं. निदान ती विमानाची तिकीटं तरी काढावी लागणार होती. फारसं न ठरविलेल्या या भागीदारामागे काम मिळण्यासाठी फिरावं लागणार होतं. एकंदरीत २०% यशाची शक्यता होती. ते मोठे होते. परंतु त्यांनी याच्या वेळेची अजिबात पर्वा न करणे योग्य नव्हते.

''आज संध्याकाळचा काय कार्यक्रम आहे?'' त्यानं प्रश्न केला.

आकस्मिकपणे आलेल्या या प्रश्नाला काय उत्तर द्यायचं म्हणून भागीदार एकमेकांकडे पाहू लागले. शेवटी ज्येष्ठ भागीदार म्हणाले, ''आम्ही इथेच जेवणार आहोत.''

''त्यापूर्वी काय करणार?'' विक्रेत्यानं विचारलं.

''का?''

''माझी योजना सांगतो.'' विक्रेता सांगू लागला. ''तुम्हाला जे हवंय त्याचा संपूर्ण तपशील आम्ही सायंकाळी सहा वाजेपर्यंत तयार ठेवू. तो तुम्हाला दाखवू. काम द्यायचं वा न द्यायचं हे तुमच्या हातात आहे. माझी एकच अट आहे. आमचं काम तुम्हाला हवं का नको हे तुम्ही चोवीस तासात सांगा.''

पूर्ण शांतता. पुन्हा एकदा सारे एकमेकांकडे पाहू लागले. या आकस्मिक प्रश्नाला कोण उत्तर देणार म्हणून पाहू लागले. ज्येष्ठ भागीदार पुढाकार घेऊन म्हणाले, ''ही चांगली कल्पना आहे. आम्ही थोडावेळ आमच्यात बोलून ठरवितो व सांगतो. तुम्ही थोडावेळ बाहेर थांबा.''

अर्ध्या तासात त्यांनी बोलावून घेतलं. सहा वाजेपर्यंत खोलीवर परत येण्याचं मान्य केलं. विक्रेत्यानं विचार केला आता पुढे काय? आमच्या कल्पनांवर त्यांचे निर्णय होणार होते. आतापर्यंत आमचं अस्तित्व आम्ही प्रभावीपणे दाखवून दिलं होतं. अस्तित्वाबाबत दोघांना समान गुण होते. आता त्यांच्या बरोबरीचा या नात्यानं सल्ला द्यावा का असं मनात आलं. जर जिंकायचं असेल तर अधिक चांगलं काम करायला हवं.

बैठकीच्या खोलीचं विक्रेत्यानं पूर्ण निरीक्षण केलं. सकाळी बसलेल्या खुर्च्यांवरच ते पुन्हा आता बसले तर सकाळच्यासारखेच ते निर्णय घेतील. तेव्हासारखेच वागतील. विक्रेत्याला तसं व्हायला नको होतं. सर्व काही वेगळंच घडायला हवं होतं.

विक्रेत्यानं प्रथम काय केलं असेल तर खोलीतील फर्निचर बाहेर काढलं. आपली योजना मोठ्या कागदावर रंगीत स्केच पेननं लिहून काढली. यापूर्वी इतक्या

सामान्य दर्जाने कोणापुढेही त्यांच्या कंपनीनं सादरीकरण केलं नव्हतं.

सायंकाळी सहा वाजता दारावर टकटक केल्याचा आवाज आला. विक्रेत्याच्या सहकाऱ्याने दार उघडून त्यांचं स्वागत केलं. ते आत येताच डोळे विस्फारून खोलीच्या बदललेल्या स्वरूपाकडे पाहू लागले.

"बसा." विक्रेत्यानं विनंती केली.

खुर्च्या कोठे आहेत हे ते पाहू लागले. 'भारतीय बैठक उत्तम' असं विक्रेत्यानं सांगितलं. जणू यात विशेष काहीच नाही असं भासविलं. अन्य कोणताच पर्याय नसल्यानं ज्येष्ठ भागीदार खाली बसले. मग बाकीच्यांनीही त्यांचं अनुसरण केलं. आपण आरामात असल्याचं ते दाखवू लागले. उभं राहून, म्हणजेच त्यांच्यापेक्षा वरच्या पातळीवर राहून विक्रेता व त्याचा सहकारी त्यांची योजना सांगू लागले. प्रत्येक वेळी, अगदी शेवटच्या प्रश्नोत्तरापर्यंत ते सारे मान वर करून त्यांच्याशी बोलत होते. यापूर्वी ते असे बसले असतील ते फक्त शाळेतच. त्यावेळी उभी असणारी व्यक्ती असेल त्यांचे शिक्षक. चोवीस तासात त्यांचा फोन आला. निर्णयासाठी पुढील बैठक नव्हती की न्यूयॉर्कला जायचं नव्हतं. विक्रेत्याचं काम फत्ते झालं होतं.

चला आता मनाला सराव करू द्या.

उदाहरण १

अस्तित्व दाखविण्यासाठी वरील उदाहरणात अनेक युक्त्या योजलेल्या दिसतात. वरील भागाचं पुन्हा वाचन करा व कोणत्या युक्त्या केव्हा वापरल्या हे पहा.

उदारहरण २

हॉटेलमध्ये तुम्ही गेलेले आहात. कोणाची तरी वाट पाहत आहात. चांगली मंडळी कोठे दिसतील हे पाहून तुम्ही जागा पकडता.

ती मंडळी काय बोलत आहेत हे तुम्हाला ऐकू येत नाही, आणि ते ऐकू न आलेलंच बरं. या मंडळींमध्ये कोण कसं अस्तित्व दाखवीत आहे ते पहा. एकापेक्षा दुसऱ्याचं अस्तित्व प्रभावी वाटण्यामध्ये त्यांची खास काय वागणूक होती ते पहा. बाकीचे का कमी पडत होते तेही पहा.

सोडविण्यासाठी उदाहरण १

आपलं अस्तित्व प्रभावीपणे दाखविण्यासाठी नटांनी वापरलेल्या युक्त्या पहा. त्याचा आपल्या रोजच्या जीवनात वापर होऊ शकतो.

क्षणभर डोळे मिटा. स्वत:च्या आजूबाजूची जागा डोळ्यांपुढे आणा. ही जागा खास आपली असते. त्यामध्ये कोणी आलं तर ते फारच जवळ आलं असं वाटतं.

आता आपली शरीरजागा दुप्पट झाली असं समजा. आता पुन्हा दुप्पट करा. आता असं समजा की या शरीरजागेनं संपूर्ण खोली व्यापली आहे. नंतर संपूर्ण इमारत व त्यानंतर संपूर्ण रस्ता! आता डोळे उघडा. तोच विचार चालू ठेवा. ज्या पद्धतीनं तुम्ही चालाल वा वागाल त्यातून तुमचं अस्तित्व दिसेल. लोक बघायला लागतील. तुमचा आत्मविश्वास वाढलेला असेल.

उदाहरण २

आता तुम्ही एका वेगळ्या वातावरणात जात आहात. या ठिकाणी तुमचं अस्तित्व अधिक उठावदार दिसायला हवं आहे.

हेच विचार मनामध्ये राहू दे. अगदी मनातून जाईपर्यंत ते विचार पाहत राहायचे.

हा अनुभव अधिक चांगला वाटला?

यामुळे अगदी नाट्यमय बदल पहिल्या वेळेतच दिसेल असं नाही. दुसऱ्यांना काय वाटेल याचा विचार न करता आपलं काम चालू ठेवणं आवश्यक आहे.

■

कटू शब्द

काही वेळा आपली अशी काही बोलाचाली होते की धरणी आपल्याला गिळंकृत करते की काय असं वाटायला लागतं. इथं या संभाषणाचा तीन विभागात अभ्यास केलाय व हे संभाषण अगदी पूर्णपणे सुखद झालं नाही तरी बरचसं सौम्य कसं होईल हे पाहिलं गेलंय.

पहिला विभाग म्हणजे वादावादी. यामध्ये परिस्थिती चिघळायला काहीच वेळ लागत नाही. मनाला येईल ते बडबडणं व गैरसमजूत करून घेणं, हे केल्यावर डोकी भडकायला काहीच वेळ लागत नाही. काहींचे शब्द तर आण्विक युद्ध घडविण्याइतके विनाशकारक असतात. ते चुकीने वापरले गेले तर महाभयानक विस्फोट घडू शकतो. परंतु काही संभाषणं सुसंवाद साधणारीही असू शकतात. वादावादीमुळे मतभेद होताना मुख्य दहा प्रकारच्या चुका घडू शकतात. त्या कशा टाळायच्या व सलोख्याचे संबंध कसे प्रस्थापित करावयाचे हे पाहणार आहोत.

दुसरा प्रकार म्हणजे एकमेकांबद्दल आपणास काय वाटतं हे पाहणं होय. प्रोत्साहन देऊन लोकांच्या प्रवृत्तीत सकारात्मक बदल घडवून आणणं. यासाठी अनेकविध मार्ग आहेत. आपण सांगितलं म्हणजे त्याचा स्वीकार होईलच असं नाही. परंतु आपण कसं सांगतो यालाही महत्त्व आहे.

अखेरचा प्रकार काही फारसा चांगला नाही. कारण इथं कटू सत्य सांगितलंय. पण औषध कडू असतं तेव्हा त्याचा परिणाम प्रभावी असतो. त्याचा उपयोग संबंध सुधारण्यासाठीच होतो. मानसोपचार तज्ज्ञ रोग्याला एक विशिष्ट प्रकारचं चुंबकीय जाकीट घालायला देतात. त्यातून सौम्य झटके देऊन रोग्यामध्ये बदल घडवून आणले जातात. हा विभाग म्हणजे हे जाकीटच आहे.

■

(ट) वादावादीला पूर्णविराम

अनिलच्या लग्नाचा हा दुसरा वाढदिवस होता. सुंदर मेजवानी झाली होती. लक्षात राहील अशी सायंकाळ होती. अनेक मित्रमंडळींसमवेत हास्यविनोदात वेळ कसा गेला हे कळलंच नाही. आवराआवर करताना विनोदानं अनिल म्हणाला, "पूर्वी अपर्णा साऱ्या वस्तू कशा अस्ताव्यस्त ठेवायची; आणि मी त्या आवरत बसायचो." यावरून अनिल आणि अपर्णामध्ये वादावादी सुरू झाली. अर्ध्या तासाच्या धुमश्चक्रीनंतर दोघांच्याही हे लक्षात आलं नाही की आता निश्चित वादाचा मुद्दा काय आहे!

सर्व प्रकारच्या लोकांमध्ये मतभेद होत असतातच. आपलंही अनिल आणि अपर्णा यांच्यासारखं होतं. काहींचे वाद लवकर संपुष्टात येतात तर काहींचे बराच काळ टिकून राहतात. पण खरा धोका असतो तो असा की वाद संपल्यावरचे संबंध कटू राहण्याची शक्यता असते. अबोला, गैरसमज, दूरगामी परिणाम करणारे ताणतणाव. असं झालं तर तो फार मोठा धोका होतो.

नाती अतूट असणं, ती भक्कम पायावर उभी राहणं याचा खरा कस लागतो तो भांडणाच्या वेळी; मतभेदाच्या वेळी. त्यावेळीही ही नाती टिकून राहिली पाहिजेत. ही नाती लग्न, मैत्री, साहेब, सहकारी, पालक, मुलगा अशा कोणत्याही प्रकारची असोत. वादावादीच्या वेळी आपण कसा मार्ग काढतो हे महत्त्वाचं.

वादावादी होण्याच्या संकटाची चाहूल आधीच ओळखायला हवी. त्यावरील उपायावरही विचार करून ठेवलेला हवा.

आपल्या हाती पर्याय आहे

मतभेद होतात तेव्हा काय करायचं हे आपल्या हातात आहे. त्यावेळी एक नव्हे तर अनेक पर्यायांची मालिकाच आपल्यापुढे उपलब्ध असते. पण डोकं भडकलेलं असल्यावर हे पर्याय लक्षात येत नाहीत. एकच मार्ग आहे समजून त्याचाच आग्रह धरला जातो. "मी असं म्हटलंच नाही" यावरही खरंखोटं होत राहतं. एकाच

मार्गाचा आग्रह धरल्यावर परिस्थिती अधिकच चिघळते. वातावरण तप्त होतं.

चहाच्या पेल्यातील वादळ पेल्यातच राहण्यासाठी मतभेदाचं रूपांतर वादावादीत का व केव्हा होतं हे पाहायला हवं. हे वाद मिटण्यासाठी इथं दहा उपाय दिलेत.

१. जबरदस्त ओपनर

'तू काय चालवलंयस?'

'तुला काय म्हणायचंय?'

'या भूतलावर तुला हे सुचलं कसं?'

'तू मला नीट ओळखतोस ना?'

'मदत करायची नाही असं ठरविताना तू तुझा मार्ग बदलतोस असं वाटत नाही?'

'तू हास्यास्पद व्हावंस असं तुला वाटतं का?'

'तू मला त्रास देण्याचा प्रयत्न करीत आहेस का?'

सुरी खुपसल्यावर आता ती फिरवण्याचं काम हा भाषारूपी सुरा करणार आहे. शब्दाला शब्द भिडून तापमान वाढण्याचीच शक्यता जास्त. हा सुरा म्हणजेच ओपनर. भांडणं वाढवितो. ज्या डब्यामध्ये किडे भरलेले आहेत अशा डब्याचं झाकण हा ओपनर उघडतो.

हा ओपनर कधी विचारलेल्या प्रश्नांच्या स्वरूपात असतो तर कधी विधानांच्या स्वरूपात. विधान कदाचित सरळ असेल. परंतु ते ज्या पद्धतीनं उच्चारलं असेल त्यावरून त्याचा अर्थ बदलेल.

'गाडीमध्ये पेट्रोल नाही.'

'आता सहा वाजले आहेत. माझ्यापुढे अजूनही अहवाल आला नाही.'

'मी मदत करण्याचा प्रयत्न करतोय.'

हे सर्व शक्तिमान ओपनर इतके व्यवस्थित निवेदन करणारे नसतात. दुसरा मार्ग म्हणजे आपल्याकडे इतरांचं लक्ष वेधून घेणं. इथं वैचारिक विधानाला विशीतील तंत्राप्रमाणे उत्तर दिलं जातं. ''व्वा! तुला बागेमध्ये आराम करण्यात रविवार घालवायचाय ना? छान! सुंदर कल्पना आहे. मी मुलांना त्यांच्या मित्राकडे पाठवीन. पुढच्या आठवड्यासाठी कपड्यांना इस्त्री करेन. धान्य, खाद्यवस्तू आणून ठेवीन. लॉनची देखभाल करीन, गाडी धुवून ठेवीन. नळकऱ्याला बोलवायचं काम करीन. हे सारं करताना तुझ्या आईला फोन करायचं कामही मीच करू का?''

एकमत कसं करावं

'जशास तसं' असं उत्तर द्यावं असं आपल्याला वाटण्याचा मोह होईल. पण या मार्गाने न गेलेलं बरं. उत्तरास एकदम प्रतिउत्तर देणं बरं वाटेल, परंतु ते तात्पुरतं असेल. त्यानंतर प्रतिस्पर्ध्याकडून जो शाब्दिक छऱ्यांचा मुखाच्या बंदुकीद्वारे मारा

होईल तो दु:खद असेल.

त्याऐवजी खरं काय आहे तेच समजावून सांगितलेलं बरं!

२. मन जाणा

सुरेश आणि मोहन साहेबांच्या केबिनमधून बाहेर आले. त्यांच्या अहवालात खूप चुका झाल्या होत्या. त्या दुरुस्त करून त्यांना पुन्हा यायला सांगितलं होतं.

सुरेश : मी काय म्हणत होतो? या अहवालावर पुन्हा कोणीतरी नजर टाकायला हवी होती. तोपर्यंत आपण ही बैठक लांबणीवर टाकायला हवी होती.

मोहन : याबाबतीत मला दोष देऊ नको. ही बैठक एकदाची होऊन जाऊ दे असं माझ्याप्रमाणे तुलाही वाटत होतं.

सुरेश : शांत रहा. मोहन, मी तुला दोष देत नाही. तुझ्या इतकीच माझीही चूक आहे. या कामात आपण दोघंही एकत्र आहोत. आता आपण या अहवालात सुधारणा करूया.

मोहन : यात माझी चूक नाही. तूच गडबड केलीस. आता सुधारणा करायच्या का हे आपण दोघं ठरवू. साहेबांना काय वाटतं ते नंतर बघू.

सुरेशच्या बोलण्यानं मोहन अस्वस्थ झालेला दिसतो. त्यामुळे अहवालात सुधारणा होऊन तो सादर होणं कठीणच दिसतं.

इथं काय घडलंय? मोहन आणि सुरेशनं दुसरा काय म्हटला याबद्दल स्वत:चा काही समज करून घेतलाय. सुरेश 'आपण' म्हटल्यावर मोहनला ते फक्त त्यालाच म्हटल्यासारखं वाटलं. कारण मोहननं ही बैठक लवकर व्हावी म्हणून कामाच्या यादीत नोंद करून घेतली होती. बैठक पुढे ढकलण्याची सूचनाही मोहननं डावलली होती. सुरेशच्या हे ध्यानी आलं नव्हतं.

गोष्टी गृहीत धरणं या दोघांच्या समजुतीनं वादविवाद वाढला होता.

एकमत कसं करावं

आपल्याला काय वाटतं ते त्याच अर्थानं दुसऱ्याला वाटतं ना हे पाहायला हवं. जेव्हा तुम्ही 'आपण' म्हणता तेव्हा खरंच तुम्हाला 'मी' म्हणायचं होतं का? 'नाही. मोहन आपण दोघांनीही ते काम केलं. सर्व निर्णय दोघांनी घेतले. या एकत्र काम करण्याला मी फार महत्त्व देतो. मी 'आपण' म्हणालो ते 'आपण' या अर्थानंच.

३. सदा सर्वदा

हे पहा काही उद्गार–

'तंत्रज्ञान म्हणजे विनाश.'

'इतकं अशक्य कोटीतील काम इतक्या अल्प वेळात करण्याची वेळ माझ्यावर कधीच आली नव्हती.'

'माझ्या हातून हे होणार नाही.'

काम जेव्हा बरोबर होत नाही तेव्हा माणूस नैराश्यानं ग्रासून जातो. तो स्वत:लाही दूषणं देऊ लागतो. असा दुर्दैवी प्रसंग प्रत्येकाच्या आयुष्यात येतो. वादाच्या कारणामध्ये हे फार गंभीर कारण नव्हे. पण यामुळे इतरांवर नकारात्मक परिणाम होण्यास सुरुवात होते.

वासंतीचा संगणक मध्येच बंद पडतो. तिला जे लिहायचं होतं ते संगणकात शिल्लक राहिलं नव्हतं.

वासंती : कमाल झाली. माझं सगळं काम वाया गेलं. संगणकाचा काहीही उपयोग होत नाही. त्यापेक्षा मी सरळ अहवाल हातानं लिहिला असता तर बरं झालं असतं.

मनोहर : सगळ्या संगणकांच्या बाबतीत असा घोटाळा होत नाही. हे जर संगणक नसते तर आयुष्यातल्या कित्येक गोष्टी इतक्या सोप्या झाल्या नसत्या.

वासंती : परंतु माझ्या बाबतीत हे संगणक काम करीत नाहीत हेच खरं. ते माझ्या विरुद्धच वागतात. मला संगणकांनी शाप दिलाय की काय कुणास ठाऊक.

मनोहर : काहीतरीच काय बोलतेस. यासाठी धीर धरावा लागतो. इतका उतावीळपणा कामाचा नाही.

वासंती : तू माझ्यावरच का हल्ला करतोस?

मनोहर : मी तुझ्यावर हल्ला करीत नाही. मी तुला फक्त काय घडलंय ते सांगतोय.

इथं वादावादी सुरू झाली ती असं 'सदासर्वदा' घडतं असं गृहीत धरून. ह्या 'सदासर्वदा'ची पुनरावृत्ती झाली व मामला गंभीर बनत चालला. नंतर 'हे तुझ्याबाबतीत घडतं' असं म्हणत एकमेकांना दोष देणं सुरू झालं. इथंच अस्वस्थता सुरू झाली.

प्रत्येक पात्र काय विचार करतं हे पाहिलं तर वादावादीची क्रमवारी लक्षात येते.

वासंती : कमाल झाली. माझं सगळं काम वाया गेलं. संगणकाचा काहीही उपयोग होत नाही. त्यापेक्षा मी सरळ अहवाल हातानं लिहिला असता तर बरं झालं असतं. हे खरोखरच तापदायक आहे. मी संपूर्ण सकाळभर केलेलं

काम वाया गेलं. मला आता सहानुभूती हवी.

मनोहर : सगळ्या संगणकांच्या बाबतीत असा घोटाळा होत नाही. हे संगणक जर नसते तर आयुष्यातल्या कित्येक गोष्टी इतक्या सोप्या झाल्या नसत्या. (वासंती जरा जास्तच करतेय. ती असंच करीत राहिली तर ती स्वत:च तणावाखाली राहील. मी तिला या परिस्थितीतून बाहेर पडायला मदत करेन.)

वासंती : परंतु माझ्या बाबतीत हे संगणक काम करीत नाहीत हेच खरं. ते माझ्या विरुद्धच वागतात. मला संगणकांनी शाप दिलाय की काय कुणास ठाऊक. (मनोहरला या गोष्टीची पर्वा असावी असं वाटत नाही. त्याला समजावण्याचा प्रयत्न मला पुन्हा करायला हवा.)

मनोहर : काहीतरीच काय बोलतेस. यासाठी धीर धरावा लागतो. इतका उतावीळपणा कामाचा नाही. (ती या गोष्टीचा बाऊ करीत आहे. ती जर असंच निराशाजनक बोलत राहिली तर ती अशीच निराशेच्या गर्तेत जाऊन पडेल.)

वासंती : तू माझ्यावरच का हल्ला करतोस? तू पाषाणहृदयी आहेस.

मनोहर : मी तुझ्यावर हल्ला करीत नाही. मी तुला फक्त काय घडलंय ते सांगतोय. मी तुझ्यावर आरोप करीत नाही. तुला मदत करण्याचाच माझा प्रयत्न आहे.

जमवून कसं घ्यावं

अशा नकारात्मक प्रसंगाचा सामना करावयाचा म्हणजे ते घडू नयेत याचीच काळजी घ्यावी. त्यांच्यापासून चार हात दूर असावं हेच बरं. असे प्रसंग आले तर ते तात्पुरते आहेत हे समजावं. लॅपटॉप बंद पडला तर ते त्रासदायक आहे हे खरं. पण यापेक्षा कितीतरी कठीण परिस्थितींचा सामना आपल्याला करावा लागतो.

मुद्द्यापुरतं ठेवा. सहानुभूती हवी असेल तर सारं काही स्वच्छपणे सांगून टाका.

तुमच्यावर जर कोणी 'सदासर्वदा'चा प्रयोग करीत असेल तर शब्दश: मनावर घेऊ नका. खूप तणावाखाली असताना लोक जे बोलतात ते त्यांना बोलावयाचं असतं असं नाही.

४. चुकीमध्ये आपण सतत 'तू' म्हणतो

"बघ जरा! धुणं तसंच पडलंय. हे तुझं नेहमीचंच आहे. आपण कसे राहतोय याची तुला अजिबात पर्वा नाही."

"अजून एक केक घेतलास ना? वजन वाढलंय त्याचं तुला काहीच नाही."

"आपण शांत राहून आराम का करीत नाही? तू जणू काही योद्धाच आहेस. त्यामुळे काही चांगलं घडत नाही."

'सदासर्वदा' मध्ये परवलीचा शब्द 'कधीही नाही' आणि 'सदैव' असेल तर या चौथ्या प्रकारात महत्त्वाचा शब्द असेल 'तू'. यामध्ये आपण एक विशिष्ट प्रसंग घेऊन दुसऱ्याच्या चारित्र्यावर शिंतोडे उडवितो. ते मग त्यांच्या जागतिक मतांबद्दल असेल किंवा ते काय पद्धतीचे आहेत याबद्दल असेल. ते बऱ्याच वेळा एकत्रित असतं. 'सदा सर्वदा', 'माझं तू कधीच ऐकत नाहीस', 'तू स्वत:लाच शहाणा समजतोस.'

इतर वादग्रस्त विषयाप्रमाणेच यावेळीही प्रतिक्रिया येणारच. ही प्रतिक्रिया उपयुक्त असणार नाही.

'मला वाटतं आपण आज रात्री बाहेर जायचं मान्य करायला नको होतं.'

'ही तुझीच तर कल्पना होती. आता का तक्रार करतोस.'

'मी तक्रार करीत नाही. मी फक्त म्हटलं की घरीच रात्र शांततेत गेली असती. विशेषत: तू इतकी चिडचिड केली नसतीस तर निश्चितच!'

'मी कधीच चिडत नसते.'

मन एकत्र आणा

मुद्द्याला धरून बोला.

'तू आळशी आहेस' असं म्हणण्याऐवजी 'तू हे सारं धुवून ठेवशील असं वाटलं होतं. पण ते अजून तसंच पडलंय' किंवा 'तू स्वत:शिवाय इतरांचा काहीच विचार करीत नाहीस' असं म्हणण्याऐवजी 'उद्या रोहितचा वाढदिवस आहे आणि तू त्याच्यासाठी काहीच आणलं नाहीस' असं म्हणणं उचित होय.

'तुम्ही म्हणजे सर्व काही' हे तंत्र जेव्हा तुमच्यावर वापरलं जातं तेव्हा त्यामध्ये वाहून जाऊ नका. बहुतांशी त्यांना तसं म्हणायचं नसतं. तुमचा यावर विश्वास बसत नसेल तर त्यांना विचारा. 'घरात मीच अगदी निरुपयोगी आहे का?' हे वाक्य योग्य आवाजात म्हणा. तुम्हाला स्मित हास्य दिसेल. खुलासा होईल. तुम्ही सर्वांसमवेत राहाल.

५. आरोपाचा खेळ

'तुम्हाला नीट जाणता येत नाही' किंवा 'तुम्ही जे सांगता ते अगदी निरुपयोगी असतं', 'तू त्या सीडीशी काय खेळत आहेस?','त्या सीडीवर चरे पडले ही लाजिरवाणी गोष्ट आहे.'

'तुमच्यामुळे मला उशीर झाला' किंवा 'मी खूप आधी तयारी करायला हवी होती' काम बरोबर झालं नाही की दुसऱ्याला दोष देण्याचा मोह होतो. हे दोष

दाखविणं सकारात्मक नसतं. त्यामध्ये त्यांची चूक थोडीशी असेल किंवा बहुतांशी इतरांचीच चूक असेल. कदाचित त्यांचा याच्याशी काहीही संबंध नसेल.

कसं जुळवून घ्यावं

दोष कोणाचाही असो. त्याचं उदात्तीकरण केलं जातं.

निर्जीव वस्तूला नावं ठेवणं ही चांगली पद्धत आहे– कारण ते प्रतिप्रश्न करू शकत नाही. परंतु त्यांना लाथ मारलीत तर ठेच लागेल. हे जमत नसेल तर अदृश्य व्यक्ती वा संस्थेला दोष द्या. उदा. शिक्षणतज्ज्ञ, वाहतूक नियंत्रक, सरकार.

६. अतिशयोक्ती? मी?

'ही महाभयंकर घटना अचानक घडली.'

'सन १७८३ मध्ये बँक स्थापन झाली. तेव्हापासून आजतागायत बँकेत सर्वात वाईट घडलेली ही घटना होय.'

'यापुढे मी शेजाऱ्यांना तोंडही दाखवू शकणार नाही. इथून दूर गेलेलंच बरं.'

अतिशयोक्ती व अवाजवीपणा हा वादामध्ये तेल टाकून तो वाढविण्याचं काम करतो. संकटाचं नाटक करण्याचा हा प्रकार आहे. याचा नकारात्मक परिणाम होतोच. शिवाय तो दुसऱ्यांना भडकविण्यासारखी परिस्थिती निर्माण करतो.

(यामध्ये कोणतीही अतिशयोक्ती नाही हं! अगदी खरंच सांगतोय!)

आपण एखाद्याचं महत्त्व कमी करतो ते नाकारणं हे अतिशयोक्तीपेक्षाही भयंकर असतं.

तीन बाबतीत आपण अतिशयोक्ती करण्यास प्रवृत्त होतो. यावेळी परिस्थिती अधिकच चिघळते.

अ. कारणं अवास्तवपणे सांगितली जातात.

एखादी गोष्ट का घडली किंवा घडली नाही हे फारसं विषयाला अनुसरून नसेल. पण तेच वाढवून सांगितलं की अगदी प्रामुख्याने मध्यवर्ती बनते.

लक्षावधी क्षमतेच्या आवाजाचा गजर अर्धी रात्र वाजत राहिल्यावर कोणालाही त्यांचं काम नीटपणे करता येत नाही.

ब. परिणाम फुगवून सांगितले जातात.

आपल्या मनाचा गंभीरपणे विचार करावा म्हणून होणारे परिणाम जरा फुगवून सांगितले जातात. परंतु बऱ्याच वेळी याचा परिणाम उलटाच होतो.

क. मार्ग काढण्यासाठी भरमसाट अटी लादणे.

वाद मिटविण्यासाठी दुसऱ्यावर मोठ्या अटी लादणे.

खांद्यापर्यंत लांब केस वाढविलेस, हरि गोपाल असं नाव ठेवलंस, तू लॉटरी

जिंकलीस, तरच तुझ्याशी विवाह करेन.

मार्ग कसा काढायचा

मोह आवरा. या वादातून शेवटी तुम्हाला काय साधायचंय ते ठरवा. वाद मिटावा व एकमत व्हावं हेच ना? मग लगेच काय हवं ते विसरा. 'माझं ऐकून घेतलं पाहिजे', 'माझं कोणी गंभीरपणे मनावर घेतच नाही' असली काही अपेक्षा बाळगू नका. सत्य काय याचा शोध घ्या. वाजवी काम आहे याचा विचार करा. मग प्रश्न सुटण्याचा मार्ग सुकर झालाच म्हणून समजा.

७. तुम्ही बटाटा म्हणालात

'आपल्याला मेजवानीला जायला उशीर झालाय. हे अगदी चुकीचं वाटतंय.'

'आपल्याला मेजवानीला जायला उशीर होणार. ओळखीच्या कोणी पाहिलं तर...'

या म्हणण्यात तथ्य आहे. याबाबत दुमत नाही. पण प्रत्येकजण एकाच घटनेकडे विविध भिंगांतून पाहत असतो. त्यावेळी तो वेगवेगळी भाषा वापरत असतो. यात बरोबर वा चूक नसतं. फक्त पद्धत वेगवेगळी असते.

मार्ग

जगाकडे पाहण्याचे विविध मार्ग आहेत. काही परिणाम सांगतात तर काही जोडण्यास मदत करतात. प्रश्न मिटण्यासाठी दुसरा काय सांगतो हे त्याच्या भूमिकेत जाऊन ऐका.

८. कालचा हँगओव्हर!

मी खूपच रागावलोय. मी विनाकारण माझी २० मिनिटं वाया घालविली. मला विमा विभागातील अधिकाऱ्यांशी बोलायचंय. मी दूरध्वनीसाठी सारखी बटणं दाबतोय. त्यानंतर मुद्रित केल्याचे आवाज ऐकू येतात. पण प्रत्यक्ष दूरध्वनी काही लागत नाही.

व्यंगचित्रामधील पात्राच्या डोक्यावर ढग असतो. तो जाईल तिथे ढग बरोबर येतो. त्याप्रमाणे आपण काही वाईट प्रसंगाच्या आठवणी सतत बरोबर बाळगत असतो. दु:ख उगाळत बसतो.

मी बैठकीला येतो. कामकाजामध्ये लक्ष केंद्रित करण्याचा प्रयत्न करतो. पण नैराश्य लपवू शकत नाही.

'ही कल्पना कोणाची?' माझा अहवाल दाखवत नामजोशींनी विचारलं.

'हो. माझाच. त्यात काय चुकलंय?' मी रागातच विचारलं. इथं नामजोशींनी काय म्हटलं किंवा काय स्वरात म्हटलं इकडे माझं लक्ष गेलं नव्हतं. पण मी

रागातच होतो व सर्वकाही माझ्या विरुद्धच चाललं आहे अशा संभ्रमात होतो.

'जरा नमतं घ्या,' नामजोशी म्हणाले. 'का मीच तारेवरची कसरत करीत सांभाळत बोलत राहू.' नामजोशींचाही घरी सौ.शी खटका उडालेला होता आणि ती अजून तोऱ्यात वागतानाचं त्यांना आठवत होतं.

यावरून हेच लक्षात येतं की सर्व माणसं विनाकारण जादा भावनावश होतात.

'थोडा भावनिक आवेश ठीक आहे. पण गेल्या सहा महिन्याचं काम तुंबलं आहे अशा अविर्भावात वागणं बरोबर नाही.'

'मी अगदी सहज विचारलं की अहवाल कोणाचा आहे. त्याबद्दल मला काहीच म्हणायचं नव्हतं. मलाच त्यावरून एक दोन छोटी कामं करायची होती.'

काही प्रश्न आहेत का?

काही गैरसमज होईल असं वाटत असेल तर अधिक खुलासा करून घ्यावा. त्यानंतरही नीट समजलं नसेल तर पुन्हा विचारावं. परंतु हे सर्व प्रश्न चांगले असतातच असं नाही. एक सर्वसाधारण तत्त्व म्हणून प्रश्न खुला असावा. त्यावर मत प्रदर्शनाला परवानगी असावी. असा प्रश्न विचारताना मन पूर्वग्रहदूषित नसावं. तटस्थ असावं.

याचा लाभ असा होईल की समोरचा माणूस त्याची मतं मांडेल. यातून एक समान विषय तयार होईल. आपण त्याचं ऐकलंय. त्यामुळे तो आपलं ऐकण्याच्या मन:स्थितीत राहील.

मतभेदावर दुसऱ्या व्यक्तीनं भर द्यावा असं वाटत असेल तर बंदिस्त व तटस्थ प्रश्न उपयोगी पडेल. अपेक्षित उत्तरासाठी स्वत:ची परिस्थिती सांगणारं विधान असावं.

तुम्हाला माझा प्रश्न जरा अवघड वाटेल. परंतु तुम्ही याच मताचे आहात का?...

माझं काही चुकत असेल तर मला सांगा. परंतु आपली मतं...

कदाचित माझं म्हणणं अपुरं असेल. परंतु, तुम्ही असं का म्हणता ते जरा खुलासेवार सांगाल का?

खुले आणि तटस्थ	**बंदिस्त व तटस्थ**
आहे या परिस्थितीत पुढं काय करावं असं तुला वाटतं?	नामजोशींचं म्हणणं स्वीकारणं हाच सर्वोत्तम मार्ग आहे असं तुला वाटतं का?
कोणतंही उत्तर येऊ शकतं. (हो किंवा नाही सोडून. प्रश्नकर्त्याला कशा प्रकारचा प्रतिसाद हवा हे ओळखणं कठीण.)	प्रश्नाचं उत्तर 'हो' किंवा 'नाही' असंच अपेक्षित आहे. वेगळं काही चालायचं नाही.

खुले आणि सूचित	**बंदिस्त व सूचित**
तुला कशात आनंद आहे.	आतापर्यंत जे काही घडलंय ते मनोहर मुळे का?
कोणतंही उत्तर येऊ शकतं. 'हो' किंवा 'नाही' सोडून. दुसऱ्याचं म्हणणं अवास्तव आहे याची प्रश्नकर्त्याला जाणीव आहे.	आतापर्यंत उत्तर 'हो' किंवा 'नाही' असंच अपेक्षित आहे. प्रश्नकर्त्याचा उद्देश स्पष्ट आहे. मनोहरचा पर्याय स्वीकारायचा नाही.

संवाद वाढत जाताना सहज लक्षात येतं. पण वादावादी अनावश्यक आहे. ती होते याचं कारण म्हणजे जो तो आपल्या भावनांना चिकटून आहे. यामुळे आपण सारे कालच्या हँगओव्हरचा त्रास झाल्याप्रमाणे त्रासलो आहोत.

सन्मार्ग काढूया.

या साऱ्यांमुळे जे घडतंय ते घडतंय म्हणून स्वीकारायचं. आपल्या जुन्या भावभावना ह्या गुंडाळून ठेवायच्या. म्हणजे अकारण, मुद्दे सोडून वादावादी होणार नाही. तरीही प्रसंग फारच चिघळला तर चक्क माफी मागा. आपण असं का बोललो याचं स्पष्टीकरण द्या... "मी बैठकीत येण्यापूर्वी एक दूरध्वनी आला होता. त्यावरील संभाषणाने माझी मन:स्थिती बिघडली होती. त्याच वातावरणात मी बैठकीत बोलायला लागलो. मला माफ करा."

९. मी जे बोललो तसं मला म्हणायचं नव्हतं.

"तुझ्या फोटोपेक्षा तू अधिक वयस्क दिसतोस. माफ कर हं. मला म्हणायचंय अधिक नीटनेटका. चाळिशीच्या वर वय असणं म्हणजे काही वाईट नाही. तुमचं

वय तेहतीस ना?''

वाद हे बऱ्याचवेळा निष्कारण असतात. आपण जे बोललो त्या अर्थाने आपल्याला म्हणायचं नव्हतं. मनात आले ते शब्द बाहेर पडतात. तेव्हा त्या परिस्थितीत काय बोलायला हवं होतं हे लक्षात घेतलं गेलं नाही. इतर लोकांच्या बाबतीतही असंच घडत असेल. पण आपण शब्दश: अर्थ घेतो व वादाचा कैफ चढत जातो.

यावर उपाय

१. विसरून जाऊया. त्याला जे म्हणायचं होतं ते वेगळं होतं. शब्दाप्रमाणे अर्थ घ्यायला नको. त्या शब्दाकडे पूर्ण दुर्लक्ष करूया.

२. विचारा. त्यांना नक्की काय म्हणायचं आहे हे विचारून, समजावून घ्या. तटस्थ व खुला प्रश्न विचारल्यावर त्यांना सांगावंसं वाटेल. त्यावर पुन्हा विचारता येईल.

'ते कसं घडलं?'

'मनोहर ही भारतातील अपात्र व्यक्ती आहे' हे तू कशावरून म्हणालास?

'थंडा, हृदयशून्य, निष्काळजी' याशिवाय नाकर्तेपणाचे काही वेगळे कारण सांगता आले असते ना!

१०. जुळून न येणारे मतभेद

''संगीत चालू असताना मला काम करता येत नाही.''

''काम नीट व्हायचं असेल तर पार्श्वभूमी म्हणून मला संगीत आवडतं.''

दोघेही एकाच स्टुडिओमध्ये काम करीत आहेत. त्यांचे विचार वरीलप्रमाणे आहेत. हे जुळणं अवघड आहे.

पण यावर काही उपाय? उदा. पहिल्या व्यक्तीला संगीत नको असतं म्हणजे त्यातील शब्द तापदायक ठरतात. पण शास्त्रीय संगीत किंवा नुसते सूर ऐकायला आवडत असेल तर चालू शकेल.

दुसऱ्या व्यक्तीला फक्त पार्श्वभूमी म्हणून काही आवाज हवाय. कदाचित खिडकी उघडी टाकल्यावर बाहेरचा थोडाफार आवाज पुरेसा होईल. दोघंही हेडफोन वापरू शकतील.

समझोता न होण्याचं मुख्य कारण म्हणजे आपण आपल्या व्यक्तिमत्त्वावर भर देतो. काम काय आहे हे विसरतो. तुम्हाला महाबळेश्वरला सुटीवर जायचं असतं. मला माथेरानला जावं वाटतं. हे आता 'आपलं' म्हणणं झालं. मला जे वाटतं ते व्हावं. वरवर पाहता वाटेल की आता एकमत होणं अवघड. पण बारकाईनं विचार केला तर तुला काय हवं? थंड हवेच्या ठिकाणी जाऊन काही पॉईंट्स पाहावेत व

विश्रांती घ्यावी. मग हे दोन्ही ठिकाणी शक्य आहे. कदाचित तिसऱ्या ठिकाणीही जमेल. काय हवं हे पाहिल्यावर मतभेद दूर होतात.

यावर उपाय

दुसऱ्यास कशामध्ये रस आहे (व स्वत:लाही) हे जाणणं. मग माझा आग्रह कशाला? उदा. मला पुढील कारणासाठी पगारवाढ हवी.

- 'जादा पैसे मिळावेत.'
- 'माझी तेवढी पात्रता आहे.'
- 'माझ्या कामाची पावती म्हणून वाढ मिळावी.'
- 'तेच काम करणाऱ्यांना जादा पगार मिळत आहे.'
- 'मी इतकी वर्षं कंपनीबरोबर आहे. त्याची जाण हवी.'

अन्य कितीतरी कारणं. काही कारणं अन्य कारणांपेक्षा महत्त्वाची असतील. कोणाला कर्ज भागविण्यासाठी पैसे हवे असतील तर कोणाला नवी कोरी गाडी खरेदी करण्यासाठी.

तुम्ही मला पैसे देण्यापूर्वी विचार करीत आहात की माझ्या कंपनीमध्ये पगार गोठविले आहेत. पण मला कंपनीत जाण्या-येण्यासाठी गाडीसाठी पैसे हवेत असं कळलं तर कदाचित पैसे द्याल.

तो वाद का घालायला लागला याचा उद्देश समजावून घेणं ही वाद होऊ न देण्याची पहिली पायरी आहे. वादामध्ये लोक जी भूमिका घेतात ती त्यांच्या इच्छेपेक्षा वेगळी असू शकेल. एखादा आपल्या मताशी सहमत का होत नाही आणि त्याचा उद्देश काय आहे हे जाणून घेण्यासाठी प्रथम त्यांना काय हवंय हे जाणलं तर प्रश्न मिटू शकतो. मग आव्हान उरतं ते समान मुद्दे कोणते आहेत हे शोधण्याचं. विषय, मुद्दे उगाळत न बसण्याचं.

आपण अडकले जातो.

आपण गडबडीत आहात. मी तुमच्याकडे काही काम घेऊन येतो. तुम्ही जोरातच बोलू शकता 'मी कामात आहे हे तुला दिसत नाही?' या ऐवजी काय काम आहे ते समजावून घेऊन 'मी आता कामात आहे दुपारी याल का?' असं म्हणू शकता.

समजा, मी सहकार्य करीत नाही. मी रागात असल्यानं म्हणावसं वाटतं– 'तुझं तूच ते काम का करून टाकीत नाहीस? माझ्या कामात व्यत्यय आणू नकोस.' पण त्याऐवजी मी म्हणतो– 'तुझं काय काम आहे?''

तुम्ही काळजीपूर्वक शब्द निवडले आहेत. 'तुम्हाला मदत करायला मी काय करायला हवं?' असे म्हटलेलं नाही. 'बोला, आता आणखी मी आज काय मदत करू?' या वाक्यानं तुम्ही वरचेवर मदत मागत असता व आता पुन्हा माझ्यावर

दबाव आणीत आहात, असं प्रतिध्वनीत होतं. यापेक्षा एक तटस्थ असा प्रश्न विचारलेला बरा.

'मला गेलेला बल्ब बदलायचा आहे. तो बदलण्यासाठी मी उभा असताना तू खुर्ची धरशील का?' 'हे दोन मिनिटाचं काम आहे. त्यामुळे माझी कामं मार्गी लागतील. तुझ्या मदतीबद्दल मी आभारी राहीन. पुन्हा लवकर मी तुला काम सांगून त्रास देणार नाही.' तुम्ही मान्य करता. प्रस्थापित संबंध अधिकच दृढ करता. शांत राहिल्यामुळे तुमच्याबद्दल आदरही वाढतो.

एखादा माणूस एखादी गोष्ट पुन्हा पुन्हा सांगून सतावतो. माझ्या साहेबांनी विचारलं की, विभाग प्रमुखाबरोबरच्या बैठकीबद्दल सर्वांना सांगितलं का?

'परंतु तसं तुम्ही कधीच सांगितलं नाही.'

'तुम्हाला सांगावं लागेल असं मला वाटलं नाही.'

'तुम्ही सांगितलेली सर्व कामं मी केली आहेत.'

'ठीक आहे. तेवढं पुरे आहे.'

न अडकण्यासाठी उपाय

१. नेम साधायला शिका. अर्थ सूचित करणारं वक्तव्य करा. अपेक्षित उत्तर सूचित करणारा प्रश्न, किंवा आपल्या वक्तव्याबद्दल खेद व्यक्त करा. असं यापूर्वी झालं असेल तर दुप्पट सावधगिरी बाळगा.

२. जोराने प्रतिक्रिया देणं योग्य असेल. परंतु ते करण्यापूर्वी आपल्या हिताचं काय आहे याचा विचार करा. त्यामुळे आपण दुसऱ्यांच्या इच्छेप्रमाणे अडकणार नाही.

३. दुसऱ्यांचा उद्देश काय आहे? तो चांगला असेल तर मनापासून सहकार्य करा. उद्देश माहिती नसेल तर सरळ साधा प्रश्न विचारून अधिक माहिती करून घ्या. उद्देश वाईट असल्यास त्याच्यापासून दूर गेलेलं बरं.

४. विषयातील सत्य काय आहे याकडे लक्ष द्या. भावनांकडे कमी लक्ष द्या. तुम्ही विषयातील गाभ्याला चिकटून आहात तोपर्यंत तुमच्या विरुद्ध काही खेळी होऊ शकणार नाही.

५. ते काय म्हणतात याचे अर्थ काढत बसू नका. त्यांना तसंच म्हणावयाचं असेल असं नाही. तुम्हीही असं काही बोलू नका. त्याचा वेगळाच अर्थ काढण्याला वाव राहील.

पालक आणि त्यांची मोठी झालेली मुलं यांच्यातलं संभाषण बघा–

''तुम्ही माझ्या कामामध्ये लुडबुडत असता.''

"माझं आयुष्य मला हवं तसं तुम्ही केव्हा जगू देणार?"

"तू अगदी तुझ्या वडिलांसारखा वागतोस."

कपड्यावरून तुम्ही आईशी वाद घालत असाल, खास मित्राशी वाद होत असेल.

खरा वाद

निरुपयोगी वादापासून सुटका करून घेतलेली बरी. परंतु काहीवेळा मूळ विषयाबद्दल मतभेद असू शकतात. हा वाद निर्मितीला उपयुक्त होऊन चांगला मार्ग निघू शकतो.

वादाची तीव्रता कमी करण्यासाठी निष्पत्तीयुक्त आणि उपयुक्त विषयावर वाद हवेत. मग ते बाजूला टाकणं किंवा नाहीसे करणं हे प्रकार करावेच लागणार नाहीत.

मनाला व्यायाम देऊया.

मतभेद कमी करण्यासाठी या आठवड्यात सर्वात जास्त कोणत्या पद्धतीचा वापर केला ते उतरत्या क्रमाने लिहा.

तीव्रता कमी करण्याचा प्रकार	माझ्यामते क्रमांक	या आठवड्यात कितीवेळा वापरले
ओपनर		
मनाचा अभ्यास		
सदासर्वदा		
तुमच्याच हाती		
आरोपाचा खेळ		
अतिशयोक्ती? मी?		
तुम्ही म्हणा बटाटा		
कालचा हँगओव्हर		
माझे शब्द म्हणजे म्हणणं नाही		
मतभेद मिटविणं		

काही दिवस हा गृहपाठ करीत राहा. प्रत्येक प्रकार किती वेळा वापरतो ते पहा. तुमच्या अंदाजाशी ते कितपत जुळतं ते पहा. पहिले तीन प्रकार प्रत्यक्षात किती वेळा वापरले ते पहा नंतर त्याची तीव्रता कमी करण्यासाठी काय करायला हवे होते त्याचा विचार करा.

१. प्रयोग – अशी एक व्यक्ती निवडा ज्यांच्याशी तुमचे भावनिक मतभेद होतात. पण ते का होतात हे काही ध्यानात येत नाही.

पुढच्या वेळी त्यांच्याशी बोलाल तेव्हा ते कोणत्या प्रकारचे शाब्दिक विष पेरतात ते पहा व त्यावर नेहमीपेक्षा वेगळा उपाय वापरा.

ते बोलताना त्यांचे वाक्य तोडत असाल तर त्यांना पूर्ण बोलू दे. यापूर्वी तुम्ही आवाज वाढवत असाल तर यावेळी प्रयत्नपूर्वक तो नेहमीच्या पातळीवर ठेवा. यापूर्वी निसटती वाक्यं बोलत असाल तर आता ठामपणे बोला. स्वाभाविकपणे तुम्ही प्रतिक्रिया देण्याची वेळ आली असेल तर थांबा. दुसरंच काहीतरी करा.

स्वत:च्या प्रतिक्रिया थांबविणं ही वादावादी थांबविण्याची पहिली पायरी आहे.

याचा उपयोग होईल. आता आपण निश्चितपणे कोणते शाब्दिक विष वापरतो ते पहा व थांबवा. वापरू नका. संबंध सुधारलेले दिसतील.

■

ठ माझे प्रामाणिक मत

प्रत्येक गोष्टीत वेळ करणार. चहा बॅग वापरून झाल्यावर तिथेच टाकणार. भरलेल्या ट्रेनमध्ये मोबाईलवरचे सर्व रिंगटोन्स ऐकणार. दुसऱ्यामध्ये बदल होणं आवश्यक असतं पण ते तितकंच अवघड असतं. माझं खरं मत त्यांना सांगायचंय. पण तरीही मी ते सांगत नाही.

हे तूच सांगतोयस का. मला शंका येते. तू कोण आहेस असं तुला वाटतं? आपण या विषयावर बोलत असतानाच मला तुझ्या दोन वैयक्तिक सवयी आठवल्या. त्याबद्दल मी तुझ्याशी बोलणार आहे. सुधारणा व्हाव्यात म्हणून लोकांना चार गोष्टी सांगाव्यात तर काही वेळा ते अंगलटच येतं. त्यांच्यात सुधारणा होण्याऐवजी ते आपल्याला अडचणीत आणतात.

हे बरोबर नाही. या प्रवृत्तीचे दूरवर परिणाम होतात. 'यावेळी राहू दे' यापेक्षाही हे परिणाम अधिक प्रभावी असतात. संबंध दुरावले की लोक प्रमोशनसाठी प्रयत्न करतात. मित्र दूर जातात. गट मागे वळतात. याचं कारण बऱ्याचवेळा सामान्य असतं. ते यापूर्वीच सोडविता आलं असतं. पण ते तसंच राहून गेलं.

लोकांच्या वागणुकीत बदल घडवून आणण्याचं तंत्र आहे. यशाची जरी १००% खात्री नसली तरी परिणाम लक्षणीय आहेत. काळ सुरू झाला तेव्हापासून हे तंत्र आहे. प्रत्येकानी हे तंत्र अवगत करणं शक्य असूनही बऱ्याचजणांना ते अद्याप माहिती नाही. हे तंत्र आहे स्तुती.

तुम्ही काहीच का म्हणाला नाही?

एका मनाच्या व्यायामशाळेत येणाऱ्या मोठ्या बँकेच्या उपाध्यक्ष म्हणाल्या की, "त्यांनी कोणी चांगलं केल्याचं कधीच काही म्हटलं नाही. त्याचं काय कारण असावं? या कामासाठीच तर त्यांना पगार मिळतो. ते समाधानकारक काम करीत असतील तर ते त्यांना सांगण्याचं कारण नाही."

कौतुक न करणं ही त्यांची वाईट सवय होती. त्यांच्या हाताखाली काम

खरंच, स्तुती.

तुम्ही दुसऱ्याची जेवढी स्तुती करता तेवढी स्तुती तुमची करावी का? खालील प्रश्नावर विचार करा. मग सोडवा.

१. चांगल्या कामासाठी तुम्ही कोणाचं यापूर्वी केव्हा कौतुक केलं आहे?
   गेल्या तासात, आज, काल, गेल्या आठवड्यात, आठवड्यापूर्वी.
२. एका दिवसात तुम्ही कितीवेळा स्तुती करता?
   जास्तीत जास्त एकदा, २-३ वेळा, ५-१० वेळा, १०-२० वेळा, वीसपेक्षा अधिक वेळा.
३. 'चांगलं केलंत' असं स्तुती करताना म्हटलं का? त्यावर नक्की काय चांगलं होतं ते सांगा.
४. आपल्या जवळच्या माणसाबद्दल विचार करा. (मित्र, भागीदार इ.) प्रत्येक दहा स्तुती सुमनांमागे किती वेळा टीका होती.
   कधीही नाही, एकदा, ५ वेळा, १० वेळा, २० वेळा, ५० वेळा, १०० वा अधिक वेळा?

स्तुती किती व किती वेळा करावी याचं ठरावीक उत्तर नाही. पण सोपं उत्तर म्हणजे. स्तुती अपुरीच आहे. उत्तरं पाहिल्यावर विचारासाठी थांबावं वाटलं तर स्तुती कशी करावी हे शिकावं लागेल.

करणाऱ्यांचा दृष्टिकोन वेगळाच असणार. त्यांनी चांगलं काम केव्हा केलं हेही त्यांना माहिती नाही. कारण त्यांना तसे कोणी सांगितलंच नाही. याबाबत नवनवीन कारणं ते दाखवितात.

ते लोकांचं कौतुक करीत नाहीत याचं पहिलं कारण म्हणजे ते चांगलं काम करीत आहेत हे त्यांना आधीच माहीत आहे. तेव्हा आता पुन्हा सांगण्याची गरज नाही.

दुसरं कारण म्हणजे दुसऱ्याचं कौतुक करायचं म्हणजे स्वत:ला कमी लेखणं असा समज होय. उपाध्यक्षांना असं वाटलं असेल की जर कौतुक केलं तर त्यांच्याबद्दल कोणीच काही बोलणार नाही. त्यांचा दर्जा कमी असून लगेच प्रभावित होतात.

वास्तविक मोठ्या आदरणीय व्यक्ती या नेहमी इतरांचं कौतुक मोकळेपणानं करीत असतात. कौतुक करणं हे विश्वास दर्शवितं. कमकुवतपणा नाही.

तिसरं कारण म्हणजे काहींना वाटतं की स्तुती करणं म्हणजे त्याला संकोचल्यासारखं वाटेल. त्यांना तसं वाटलं तर आपल्याला कसंसंच वाटेल. खरंच स्तुती जर नीट

केली नाही; अवाजवी केली तर ती समोरच्याला आवडणार नाही.

परिणामकारक स्तुती कशी करावी हे समजून घेण्याची आज गरज आहे.

त्यासाठी पाहूया पुढील भाग–

स्तुतीमध्ये वाढ करूया.

स्तुतीची वेळ

कौतुक करण्याची वेळ ही महत्त्वाची आहे. त्यावर त्याचा परिणाम अवलंबून असतो.

- **त्याक्षणी किंवा लवकर**

  लहानसहान गोष्टींचं कौतुक त्यावेळीच करावं. नाहीतर काही तरी मोठी गोष्ट केली आहे असा समज करून घेऊन नंतर स्तुती करावी लागते. उदा. गेल्या आठवड्यात आम्ही आपल्याकडे चहाला येऊन गेलो. त्याबद्दल धन्यवाद.

  महत्त्वाच्या गोष्टीबद्दल काही काळाने कौतुक करणं योग्य. त्यामुळे आपण त्यावर काही विचार केला आहे. यजमानाने त्यामध्ये काय काम केलं आहे हेही ध्यानात घेतलंय. केवळ औपचारिकता पूर्ण करावयाची म्हणून ते म्हटलेलं नाही.

- **आपण काही मागत तर नाही?**

  स्तुतीच्या बदल्यात आपण काही मागणी करीत असू तर त्या कौतुकाचं महत्त्व कमी होतं. त्या कौतुकाचा परिणाम हा नकारात्मक होऊ शकतो.

कौतुकाची शक्ती

अधिकाधिक लोकांचं अधिकाधिक वेळा कौतुक करण्याची चार कारणं आहेत.

कामं होतात : लोकांना त्यांनी चांगलं काम केलं आहे असं म्हणत राहण्यामुळे ते पुढे चांगलं काम करीत राहतात. कौतुक आणि काम या दोहोंमध्ये संबंध आहे. दुसऱ्यानं भविष्यात कसं काम करावं यासाठी कौतुक करण्याशिवाय आपल्याकडे काहीही नाही. इतकंच नव्हे तर काय करू नका हे सांगत राहिलं तर काय परिणाम होईल हेही सांगता येत नाही. यासाठी दुसऱ्यामध्ये काही बदल घडवून आणावयाचा असेल तर कौतुक वा स्तुतीला पर्याय नाही.

कौतुक नाही तर मनापासून काम नाही : काही लोक कोणी सांगितलं नाही,

तरी काम करीत राहतात. मी चांगलंच करीत आहे अशी त्यांची भावना असते. बाकीच्यांना काम करण्याबद्दल मार्गदर्शन हवं असतं. आपलं काम कितपत चांगलं किंवा वाईट होत आहे याबद्दल सूचना हव्या असतात. हे नसेल तर काय करावं किंवा काय करू नये याबाबतीत गोंधळलेले असतात. खेळासारख्या प्रकारात गुणवत्ता त्वरित जोखली जाते. प्रत्यक्ष जीवनात पालक किंवा मित्र म्हणून आपलं काम मोजणं अवघड होतं. आपलं काम कसं चाललंय यासाठी चांगलं सहकार्य प्राप्त करण्याचा चांगला मार्ग म्हणजे कौतुक होय.

प्रेममय वातावरण : एकमेकांच्या चांगल्या कामाचं कौतुक होतं तेथील वातावरण हे आनंददायी असतं. तिथं राहावं, काम करावं वाटतं. सर्वजण उत्साही राहतात. एखाद्याचं काम चुकलं तर टीका न करता मदत करण्याची वृत्ती राहते.

देत राहा. मिळत राहील : कौतुक करीत राहिलं की आपण इतरांना आवडू लागतो. दुसऱ्याबद्दल चांगलं बोलणारे आपली शक्तिस्थानं ओळखणारे यांच्या भल्यासाठी आपण काम करायला लागतो.

स्तुती ही साथीसारखी असते. तुम्ही चांगलं बोलू लागलात की बाकीचे लोकही तुमचं अभिनंदन करू लागतात. तुमच्याबद्दल चांगलं बोलू लागतात. पेरावं तसं उगवतं.

- **लक्ष असताना**

  जाता जाता, पूर्ण लक्ष नसताना स्तुती केली तर फारसा उपयोग होत नाही. त्यांचा आवडता दूरदर्शनवरचा कार्यक्रम पाहताना किंवा घरातून बाहेर पडता पडता बोललं तर ते हवं तितकं प्रभावी होणार नाही.

- **ते एकटे असताना**

  स्तुती ऐकताना त्यांना व आपल्यालाही संकोचल्यासारखं होता कामा नये. सर्वांना मान्य अशी स्तुती असेल तर लोक जास्तीत जास्त एकत्र आले असताना स्तुती करा. यासाठी रविवारचे स्नेहमेळावे अधिक उपयुक्त आहेत.

पंचतारांकित स्तुती

बऱ्याच वेळा 'व्वा, छान केलंस!' असं म्हणणंही पुरेसं असतं. दुसऱ्यावरील प्रभाव दीर्घकाळ टिकावा असं वाटत असेल व दुसऱ्यानं भविष्यात आपल्याशी चांगल्या रीतीनं वागावं असं वाटत असेल तर ही पंचतारांकित स्तुती उपयुक्त ठरेल. खालील परिस्थितीत कोणता स्टार तुम्ही द्याल? त्याची नोंद करा.

- **संदर्भ**

  आपण पूर्वी चांगल्या गोष्टीबद्दल कौतुक करावयाचं राहिलं असेल तर या गोष्टीचा संदर्भ देऊन नंतर योग्य ती स्तुती करावी. उदा. गेल्या गुरुवारी तुमच्याकडे पावभाजीचा कार्यक्रम फारच सुरेख झाला.

- **चांगलं काय ते नमूद करा.**

  चांगल्याबद्दल नेमक्या शब्दात बोललं तर ते अधिक परिणामकारक होतं. आपण जर म्हणालो, 'या अहवालाबद्दल आभारी आहे. हा अहवाल अप्रतिम आहे.' तर यावरून त्या व्यक्तीला भविष्यात 'नक्की चांगलं काय' याचा उपयोग करता येणार नाही. अहवाल प्रदीर्घ होता म्हणून चांगला होता का? त्यामध्ये चित्र होती, सुरुवातीस उपयुक्त सारांश होता, वाचकांसाठी प्रश्न विचारलेले होते असं काही सांगायला हवं.

  विशिष्ट गुण सांगतात ती चांगली स्तुती. याशिवाय गुण व स्तुतीमध्ये योग्य तो मेळ हवा. 'छान जेवण!' हे पुरेसं नाही. खमंगपणे भाजलेली पुरणपोळी, त्यावर प्रेमानं वाढलेलं रवाळ तूप हे सारं सभोवतालच्या रांगोळ्यांनी अधिकच सुशोभित झालेलं. असं निश्चित वर्णन हवं.

- **परिणामाचं वर्णन करा.**

  यामुळे व्यक्तीला प्रेरणा मिळते. परिणामाचं वर्णन केल्यामुळे त्याला शाबासकी मिळते. पुढील वेळी तो अधिक जोमाने काम करतो. असंच आपण इतरांबाबतही करावं. इथंही केलेलं काम आणि आपण करीत असलेलं वर्णन यामध्ये ताळमेळ असावा. परिणामाचं वर्णन फुगवून केलं तर उद्देश सफल होणार नाही.

- **त्यांच्या व्यक्तिमत्त्वाबद्दल बोला.**

  "जेवण तर चांगलं होतंच पण त्यावेळी कितीतरी महत्त्वाच्या व्यक्ती भेटल्या. हे सारं तुम्हीच जमवू शकता. एखादी रविवारची मेजवानी आयोजित करावी तर तुम्हीच." हे त्या व्यक्तीच्या संघटन कौशल्याबद्दल बोललं तर ते उपयुक्त ठरतं.

- **अभिनंदन करा.**

  अभिनंदन हे सुरुवातीस, मध्ये किंवा अखेरीस केव्हाही करा. स्तुतीमध्ये हे हवंच. पण केवळ 'अभिनंदन' एवढ्यानं ते भागणार नाही. सर्व गुणांबरोबर अभिनंदन हवं.

पंचतारांकित स्तुती	उदाहरण	घटना
संदर्भ	त्या दिवशी मला ते इतकं भावलं की काय करावं हेच सुचेना	
विशिष्ट	त्या दिवशी तू माझ्या कामात मदत केलीस तसंच वेबवरच्या किमती पहायलाही साहाय्य केलंस.	
परिणाम	त्यामुळे मी सर्वकाही वेळेवर करू शकलो	
व्यक्तिमत्त्व विशेष	खूप कामात असतानाही तू मला मदत केलीस. हे खरं मित्रत्वाचं लक्षण.	
अभिनंदन	धन्यवाद. हे खरंच कौतुकास्पद आहे.	

अशाच आणखी काही घटना निवडा. त्यावेळी केलेली स्तुती आठवा. त्यामध्ये पंचतारांकित परिणाम देण्यास काय करावं याचा विचार करा. सूचना लिहून काढा. केलेली स्तुती योग्य आहे का? त्यात करावे लागणारे बदल सुचवा.

स्तुती करण्याजोगे काही नसल्यास काय करावं?

तुम्हाला स्तुती करण्याजोगं काहीच सापडत नसेल तर अशी शक्यता आहे की ह्या व्यक्तीमध्ये स्तुतीयोग्य काहीच नसावं. पण जास्त शक्यता ही की तुम्ही स्तुतीयोग्य गुण शोधण्यात कमी पडला आहात.

एखादा नेहमी उशिरा येत असेल तर तो ज्या दिवशी वेळेवर येईल त्या दिवशी त्याचं कौतुक करा. इतर काही वेळेवर काम केलं असेल किंवा तो कमी उशिराने आला तर त्याबद्दल उल्लेख करा. वक्तशीरपणाचा फायदा त्याचवेळी सांगायला विसरू नका.

सल्ला

दुसऱ्याची वर्तणूक सुधारावी असं वाटत असेल तर त्याची स्तुती करा. टीका

नको. त्याचप्रमाणे केव्हा केव्हा अशी परिस्थिती उद्भवते की काय अयोग्य व काय योग्य हे सांगावं लागतं. त्यासाठी विधायक दृष्टीनं सल्ला द्यावा लागतो.

"मला वाटतं या प्रकल्पावर मी पुरेसं काम केलं आहे. आता मी नव्या प्रकल्पाकडे वळावं."

"एका गोष्टीकडे ध्यान केंद्रित करून त्याच प्रकल्पावर काम करण्याची तुझ्यामध्ये क्षमता आहे का?"

"हो तर! माझ्यामध्ये ती क्षमता आहे. तू असं का म्हणतोस?"

"या प्रकल्पावर तू केवळ एक महिनाच काम करीत आहेस. तू ग्राहक टिकवू शकला नाहीस तर ग्राहकाकडून उत्पन्न मिळणं अवघड होईल. त्यामुळे बढती मिळणंही अवघड होईल."

"हो. मला त्याची कल्पना आहे."

उद्दिष्टानं भारलेली व्यक्ती प्रकल्प पुरा होईपर्यंत शांत राहत नाही. प्रकल्प पूरा करण्यासाठी अशांत राहते. तो प्रकल्प पुरा करते व परिणामत: बढती मिळते. हे शक्य होतं त्याचं कारण म्हणजे तसा सल्ला देणाऱ्यांबद्दल आदर बाळगणे व त्या माणसाबरोबर चांगले संबंध ठेवणं.

सल्लागाराबरोबरचे संबंध जर दृढ नसते तर तो म्हणाला असता–

"प्रकल्प कसा आहे हे पाहून मी त्याबरोबर राहण्याचं ठरवीन. हा प्रकल्प काही तितकासा चांगला नव्हता. परंतु संबंधांमुळे कोणतेही खटके न उडता त्यानं तो पूर्ण केला."

योग्य सल्ला देणं हे उपयुक्त ठरतं. एकमेकांशी सुखदु:खं सांगून होतात. दुसरा माणूस या सल्ल्याबाबत काही करण्यास तयार होतो. पण काही वेळा त्याचे उलट वाईट परिणाम होतात. खरं आव्हान असतं ते हे परिणामकारकपणे करण्यात.

मनाच्या योग्य चौकटीतून प्रारंभ करा.

टीका ऐकायला वाईट वाटते. टीका करणारी व्यक्ती मनापासून ती आपल्या भल्यासाठी करते आहे असं असेल तर ती जरा बरी वाटावी अशी स्थिती असते. जर त्यामध्ये भलेपणाची भावना नसेल तर कडाक्याचं भांडण झालंच म्हणून समजा. आपण टीका करतो तेव्हा त्याचा उद्देश समोरच्याला कळत असतो. आपण भाग्यवान असू तर ती टीका तो विसरून जाईल. जर कमनशिबी असू तर ते अंगावर येणार.

जेव्हा आपण नको असताना सल्ला देतो तेव्हा तो आपण कृतीमध्ये आणलेला असावा व दुसऱ्याच्या हिताचा असावा.

पंचतारांकित सल्ला

पंचतारांकित स्तुतीप्रमाणे पंचतारांकित सल्ला मदत करते, पाठिंबा देते व कामात गोंधळ माजणार नाही हे पाहते.

- **संदर्भ**

  आपल्याला ज्या विषयाबद्दल बोलायचं आहे त्याबाबतची स्थिती निश्चित करणं हे पहिलं काम होय. आपण बोलणाऱ्या विषयाबद्दल इतरांना माहिती असण्याची आपल्याला खात्री असेल तर मग एकदम विषयाची प्रस्तावना न मांडता पुढील गोष्ट बोलावी. अन्यथा विषयाबद्दल सांगून समोरच्याला संभाषणासाठी समपातळीवर आणावं. प्रश्नाबाबत चर्चा करून एकत्रितपणे प्रश्न सोडवावा. एकमेकांवर तुटून पडू नये.
- **काय चुकलं ते निश्चितपणे सांगा.**

  एखाद्याला वेगळेपणानं काही करावयाचं आहे आणि आपण त्याबाबत नको असताना सल्ला दिला तर त्यांच्या व्यक्तिमत्त्वाला आव्हान दिल्यासारखं होतं. त्यांचे ते कसे भासतात हे त्यांना पाहू न देण्यासारखं होतं. आपण याबाबतीत दुसऱ्याला हस्तक्षेप करू देत नाही. वळणावर तुझं ड्रायव्हिंग चुकलं म्हणणं योग्य. तुझं ड्रायव्हिंग बरोबर नाही हे वाक्य वादाचं होईल. ते सामान्य स्थिती सांगणारं आहे. त्यामुळे वाद होऊ शकतो. निश्चित काय घडलं हे सांगा.
- **परिणाम आणि महत्त्व**

  वागणुकीचा परिणाम काय झाला होता हे माहिती असेल तर सल्ला देणाऱ्याला योग्य तो परिणाम साधता येतो. उदा. एखादा माणूस नेहमी दहा मिनिटे उशिरा कामावर जायचा. त्यात त्याला काहीच वाटायचं नाही. त्याचा कामावर काय परिणाम होतो हे त्याला सांगायला हवं. ग्राहक चिडतात, साहेबाच्या पुढ्यात ओशाळलेला दिसतोस, हे सारं त्याला समजवायला हवं. यापुढे उशीर झालेला चालणार नाही याचीही जाण द्यावयास हवी.

  मला असा धोका वाटतो की लोक आता तुला आमंत्रणच करणार नाहीत. तुला इथंच थांबावं लागेल.
- **पुन्हा व्यक्तिमत्त्व प्रस्थापित करा**

  सल्ला कितीही हळुवार दिला तरी तो व्यक्तीला आपल्यावर झालेला हल्ला वाटतो. म्हणून हे महत्त्वाचं आहे की 'सल्ला चांगल्या अर्थाने घ्या' हे सांगायला हवं. त्यामुळे त्यांचं व्यक्तिमत्त्व अबाधित राहील. 'तुम्ही चांगले यजमान आहात', 'तुझे मित्र तुझ्यावर खूप प्रेम करतात', 'गोष्ट सांगण्यात तू पटाईत आहेस', 'भोजन, मेजवानीच्यावेळी तू फारच छान करमणूक करतोस.'

पंचतारांकित स्तुती	उदाहरण	घटना
संदर्भ	हा प्रकल्प सोडून द्यावा असं तुला का वाटतं?	
विशिष्ट	गेल्या चार महिन्यांत तू वेगवेगळ्या पाच प्रकल्पांवर कामं केलीस. या प्रकल्पावर काही आठवडेच आहेस.	
परिणाम	ग्राहकाला जोडून ठेवलं नाही तर, त्याच्याशी संबंध जोडणं खूप अवघड जाईल व उत्पन्न कमी होईल याची तुला कल्पना आहे ना? तसंच ग्राहकालाही गट बदलायचा नसतो.	
ओळख	ग्राहक तुला फार मानतात. तू या प्रकल्पावर यापुढेही राहिलास तर त्यांना आनंद होईल.	
उपाय	आपण काय करावं असं तुला वाटतं? या गटाबरोबर तू काम करावंस यासाठी काय करावं असं तुला वाटतं?	

सल्ला विभागातील पाच टप्पे लक्षात येऊन, दैनंदिन परिस्थितीमधील उदाहरणं देऊन वरील कोष्टक पूर्ण करा. स्तुती संदर्भातील कोष्टकाशी तुलना करून दोहोतील प्रश्न सोडविण्याच्या मार्गांचा अभ्यास करा.

- **उत्तरं एकत्र लिहा.**

  परिस्थिती सुधारण्यासाठी काय करावं यासाठी चर्चा करण्याची हीच वेळ आहे. त्यामुळे पुन्हा अशी परिस्थिती निर्माण होणार नाही. उदा. रिकाम्या पोटी पाणी पिऊ नये. परंतु जेवणास वेळ आहे. मग जेवण होईपर्यंत पाणी प्यावयाचं नाही असं ठरविलं तर?

  पर्याय समोरच्याकडून आले तर ते त्यांच्याकडून व्यवस्थित पाळले जातात. पण तरीही थोड्या सूचना उपयुक्त ठरतात.

चर्चा उपयुक्त झाली असेल तर त्याबद्दल जरूर कौतुक करावं. त्यांच्यात बदल व्हावा वाटत असेल तर चांगलं वातावरण निर्माण करायला हवं.

सारं सांगू नका. अचूक सल्ला द्या.

जर आपण पंचतारांकित सल्ला हा त्याच क्रमानं दिला तर तो यशस्वी न होण्याचा धोका आहे. त्यातील काय हवं तेवढंच वापरलं तर मात्र लागू पडेल.

सल्ला मानावा यासाठी आपण एकतर्फी बोलत नसून दोन्ही बाजूचे आहोत ही भावना बळावली पाहिजे. त्यासाठी दुसऱ्याच्या जागी स्वत: असल्यास काय वाटेल याचा विचार करायला हवा. सल्ला ऐकणाऱ्याला जेव्हा तुम्ही त्याची परिस्थिती समजावून घेत आहात हे लक्षात येतं तेव्हा तो ऐकण्याच्या मन:स्थितीत येतो.

मनाची कला : उपजत स्तुती आणि उपदेश

कौतुक करणं, सल्ला देणं यामुळे गैरसमज होण्याची शक्यता बऱ्याच अंशी कमी होते. काही वेळा या परिस्थितीचा फार मोठा लाभ घेतोय असं वाटतं. आपल्याला काही सांगायचं असतं. पण थोडं अवघड वाटतं. त्यावेळी आपली मतं आडवळणानं मांडावी. याचा परिणाम काय होईल हा निश्चित माहिती होत नाही. त्याचा चुकीचा अर्थ लावला जाण्याचा धोका असतो. परंतु त्यातला बारकावा म्हणजे स्वत: फार मोठे नाही असं समजून सहज म्हणून आपलं म्हणणं मांडलं तर योग्य परिणाम होऊ शकतो.

अप्रत्यक्षरित्या स्तुती करण्याचे व सल्ला देण्याचे पुढीलप्रमाणे ४ प्रकार आहेत.

कथा काय आहे?

कसं वागावं, कसं वागू नये याबाबत जागरूकता निर्माण करण्यासाठी बालवाडीपासून गाण्यातून शिकवलं जातं. पंचतंत्रकथांमधून विविध पात्रांद्वारे वागणुकीचे धडे दिले जातात. कोल्ह्याचा धूर्तपणा त्याच्या कसा अंगलट येतो हे कथेतून कळतं व स्वार्थीपणा हा दुर्गुण आहे हे मनावर बिंबतं.

कथा या फक्त मुलांसाठीच असतात असं नव्हे तर मोठ्यांनाही उपदेश देतात.

उपदेश करण्यामध्ये कथा हे माध्यम प्रभावी आहे. ते अप्रत्यक्षपणे उपदेश करतं. त्यामानानं त्याचा वापर कमी केला आहे. महाविद्यालयातील शिक्षण पूर्ण

केल्यावर नोकरीस सुरुवात करताना त्यांना विविध उदाहरणं दिल्यावर त्यांच्या कामात कार्यक्षमता वाढली.

तिसरा मार्ग

एकानं दुसऱ्याजवळ तिसऱ्याबद्दल स्तुती केली तर दुसरा तिसऱ्याला सांगतो तेव्हा त्याला ती स्तुती आवडते. स्तुती करणारा व ज्याच्याबद्दल स्तुती केली आहे या दोहोंनाही यामध्ये अवघडल्यासारखं होत नाही. 'अरुण मला म्हणाला की तुझं वेळेचं नियोजन फारच सुधारलंय.' हे जर अनिलनं ऐकलं तर तो खूष होतो. यामध्ये साऱ्यांचाच फायदा होतो. सारेच विजयी असतात... ज्यांच्याबद्दल कौतुक होतंय तो ते सहजपणे स्वीकारतो.

सूर्य आणि वारा– एक कथा.

एकदा सूर्य आणि वारा यांच्यामध्ये पैज लागते. एका माणसाच्या अंगातला कोट काढण्याचं ठरतं. जो त्याचा कोट काढेल तो जिंकला.
प्रथम वारा पुढे होतो. तो जोराने त्या माणसाच्या भोवती वाहू लागतो. वाऱ्याच्या झोताने कोट उडेल असा त्याचा प्रयत्न असतो. वाऱ्याचा वेग वाढू लागतो तसा तो माणूस अंगाभोवती कोट घट्ट धरून बसतो. कोट काही निघत नाही.
आता पाळी असते सूर्याची. सूर्य कोणताच अतिरेक करीत नाही. तो तेथील तापमान सुखदायी राहील एवढाच प्रकाशमान होतो. सुरेख हवेचा मनमुराद आनंद लुटावा म्हणून तो गृहस्थ कोट काढतो.
सूर्य जिंकतो. वारा हरतो.

विदूषकाचा खेळ

विनोद ही मानवाला मिळालेली देणगी आहे. विनोदामध्ये दुसऱ्याला आपलं म्हणणं प्रभावीपणे सांगण्याची शक्ती आहे. जर त्या व्यक्तीबरोबर आपले सलोख्याचे संबंध असतील, उद्देश स्पष्ट असेल तर आपलं म्हणणं कळविण्याचा हा हळुवार प्रकार उत्तम होय. विषयावर विनोद छान प्रकाश टाकतो. त्यामुळे संवाद कमी लागतात. 'ड्रायव्हिंग नीट कर' हा झाला सरळ सल्ला. हाच विषय विनोदाने मांडताना मित्र म्हणेल, 'तू ड्रायव्हिंग शिकण्यापूर्वी रस्त्यावरील सर्वांचा विमा उतरवला आहे ना पहा!' यावर तो जे हसेल त्यातच त्याला सल्ला पोहोचलेला असेल.

स्तुती व सल्ला यासाठी जे मार्ग आहेत त्यात 'विनोद' हा धोकादायकही आहे.

हा विनोदानं बोलतोय हे लक्षात न घेता गंभीरपणे घेतलं व तो आपली मुद्दाम टर उडवतोय असा समज त्याने करून घेतला तर घोटाळा होऊ शकतो.

म्हणून विनोद काळजीपूर्वक हाताळावा.

देहबोली

कौतुक म्हणून नातवाला मंडळात नेलं. तिथं तो खेळताना पडला. आजोबा मित्रांशी गप्पा मारत राहिले. आता नातवाने हातातील बंदुकीनं बार उडवला. सारेजण कसला आवाज म्हणून दचकून पाहू लागले. आजोबांनी खूणेनंच नातवाला सांगितले की आपण बाहेर जाऊया.

नातू नकार देतो. पण आता आपण शांत राहिलं पाहिजे याची त्याला जाणीव होते. आजोबांचा उद्देश सफल झाला. आजोबा पुन्हा गप्पागोष्टीत रमले.

आपण कित्येक विचार शब्दावीण कळवीत असतो. भुवया उंचावणे, डोळे वटारणे, डोळे मिचकावणे, प्रश्नाला उत्तर न देता गप्प राहणे, शांतता हे विचार व्यक्त करण्याचं प्रभावी माध्यम आहे.

या नि:शब्द माध्यमामध्ये धोकाही आहे. त्याचा वेगळाच अर्थ घेतला गेला तर गोंधळ उडू शकेल.

सर्वांचं मिश्रण

तुला सँडविचेस आवडणार नाहीत?

'कसे झालेत सँडविच' (feedback sandwitch) नावाचं एक तंत्र आहे. त्याचा अर्थ स्तुती करणे हा आहे. (तू या प्रकल्पावर फारच छान काम केलंस.) नंतर सल्ला द्यायचा. (पण कामावरचे बरेच लोक तू त्यांचं म्हणणं ऐकत नाहीस म्हणून नाराज आहेत.) त्यानंतर अधिक स्तुती करायची. (प्रगती अहवाल तर अप्रतिमच झालाय.) यामागचे तंत्र म्हणजे टीकेचा प्रहार सहन व्हावा म्हणून स्तुती करायची. त्यामुळे सल्ला नीट ऐकला जातो. प्रत्यक्षात मात्र सँडविच फीडबॅक वापरल्यावर कदाचित उलटा परिणाम होण्याची शक्यता असते. स्तुतीचं अवमूल्यन करून ती ऐकली जाते. कारण सल्ला ऐकावा म्हणून ती केली आहे हे ध्यानात येतं. कधी कधी स्तुतीकडे दुर्लक्षच केलं जातं. फक्त ऐकला जातो तो सल्ला. काम कोठवर व कसं झालंय याचा आढावा घेण्यासाठी बैठक आयोजित केली आहे. काय काय काम चांगलं झालं याचे मुद्दे येतात तेव्हा सहभागी अधिकारी होकारार्थी माना डोलावतात. काय काम बरोबर झालं नाही याबद्दलचे मुद्दे मात्र लिहून घेतात. स्तुती व सल्ला हे स्वतंत्र विभागात सांगितले तर अधिक लक्षात राहतात.

स्तुतीचं सातत्य

स्तुती ही सातत्याने करावी लागते. एखाद्याची खूप स्तुती केली व नंतर एकदमच थांबविली तर त्यांना वाटेल की आता ते काम करीत नाहीत. वास्तविक पाहता काम चांगलं झालं आहे पण आपणच कौतुक करण्याचं विसरलो आहोत. एकदम खूप स्तुती केल्यानंतर पुढे ती पूर्ण थांबविण्यापेक्षा थोडी पण नियमितपणे केलेली स्तुती उत्तम.

तुलना

एक कथा आहे. मधल्या भावाची. त्याला आयुष्यभर असं वाटलं की आपल्या आईवडिलांनी नेहमी आपल्या थोरल्या व धाकट्या भावाला आपल्यापेक्षा चांगले वागविलं. त्याच्या भावांनी व मित्रांनी त्याला खूप समजावून सांगितलं की, 'तू विनाकारण भावनाविवश होत आहेस.' तरीही त्याचा समज दूर झाला नाही.

काका वारल्यावर त्यांनी त्या मुलांसाठी काही संपत्ती ठेवली होती. ती या तिघांमध्ये वाटायची होती. मधल्या मुलाला समान वाटा देण्यात आला. तरीही त्यानं तक्रार केली. तो पालकांना म्हणाला, "माझ्यापेक्षा त्या दोघा भावांना तुम्ही नेहमीच झुकतं माप दिलं." त्यांच्या डोळ्यांतून अश्रू वाहू लागले. आईला धक्काच बसला. तिनं एक नजर वडिलांकडे टाकली. नंतर मुलाला म्हणाली, "बाळा, ते इतकं महत्त्वाचं वाटतं का?"

आईची प्रतिक्रिया धक्कादायक वाटते. आईनं स्तुती व सल्ला यांचं योग्य मिश्रण वापरण्याचं आव्हान स्वीकारायला हवं होतं.

आईवडील झाकत असले तरी मधल्या भावानं जाणलं होतं की आपल्याला सापत्नभावाची वागणूक मिळते. पालकांनी मुलांना किती वेळा सल्ला दिला व किती वेळा स्तुती केली हा महत्त्वाचा मुद्दा आहे. जेव्हा आपल्या जवळचा गट असतो, मुलं किंवा कार्यालयातील कर्मचारी यांना समान वागणूक देणं महत्त्वाचं असतं. त्या गटातील प्रत्येकाला परिणामकारक सल्ला देण्याने व स्तुती केल्याने भागत नाही तर सातत्याने त्या गटालाही सल्ला द्यावा लागतो व स्तुती करावी लागते.

गरम आणि थंड

स्तुती व सल्ला देतानाची पहिली अट म्हणजे हे आपण दुसऱ्यांच्या भल्यासाठी करावयाचं आहे, स्वत:साठी नाही. हे आपल्या मनात जितकं ठामपणे बिंबलेलं असेल तितकं स्तुती आणि सल्ल्यामध्ये सातत्य राहील. आपण जेव्हा आपला उद्देश लोकांना सांगतो तेव्हा परिणामही चांगले दिसून येतात.

काही मॅको मॅनेजर 'गरम थंड' वातावरण ठेवून, सारखं मागं लागून त्यांच्या

गटाला सतत पळापळ करायला लावतात. मॅनेजरच्या लहरींवर लोकांचं म्हणणं अवलंबून राहतं. ते स्वत:मध्ये प्रगती करण्याचं थांबवितात. तो काय म्हणतो याचाही थोडा वेगळा अर्थ काढला जातो. ''तो आज असं म्हणतोय कारण त्याचा आज चांगला मूड आहे.''

वेगवेगळी वागणूक

वेगवेगळ्या लोकांना वेगवेगळी वागणूक द्यावी लागते. लोकांची गरज बघून स्तुती व सल्ला यांचं प्रमाण ठरवावं लागतं.

जे हे काम करतात ते मान्यताप्राप्त असले पाहिजेत. काहींना सुरुवातीसच खूप स्तुतीची आवश्यकता असते. तर काहींना थोडी स्तुती पुरते. परंतु काम पूर्ण करण्याबाबत योग्य तो सल्ला हवा असतो.

इंग्लंडमध्ये केलेल्या एका पाहणीत असं आढळून आलं की प्राथमिक शाळेतील मुलांना दिला जाणारा सल्ला व त्यांचं केलं जाणारं कौतुक हे १९:१ या प्रमाणात आहे. 'ते करू नको, ते चूक आहे, शांत रहा' असं नकारात्मक सांगितलं जातं. 'व्वा! फार छान केलंस' असं कमी म्हटलं जातं. हे प्रमाण चांगलं नाही. अगदी कमी प्रमाण सांगायचं ठरविलं तरी ते १:१ असावं. अधिकाधिक वेळा स्तुती ही सल्ल्यापेक्षा अधिक हवी.

१ प्रयोग : तुमची किंवा दुसऱ्याची कोणी स्तुती करताना एक आठवडा ऐका. ती प्रत्यक्ष असेल किंवा दूरदर्शनवर, आकाशवाणीवर असेल. टीव्ही वा रेडिओवरून ती दुसऱ्याबद्दल असणार. प्रत्येकवेळी ती स्तुती पंचातारांकित प्रकारांपैकी कोणत्या प्रकारात मोडते याची नोंद करा. आठवड्याच्या शेवटी कोणती स्तुती अधिक परिणामकारक वाटली हे आपल्या लक्षात येईल.

हाच प्रकार सल्ल्याच्या बाबतीत करा. विधायक टीका असेल तर त्यास पंचतारांकित सल्ल्याप्रमाणे गुण द्या.

१. प्रयोग

स्तुती.

रोज कोणाची तरी स्तुती कराच. पहिल्या दिवशी एक तारांकित स्तुती पुरेशी आहे. दुसऱ्या दिवसापासून रोज एक तारांकन स्तुती वाढवत जा. आठवड्याच्या अखेरीस कोणाला तरी पंचतारांकित स्तुती दिलेली असेल.

दुसऱ्या आठवड्यात कोणाची तरी ४ किंवा ५ ताऱ्यांची स्तुती रोज करा.

आता स्तुती करण्याची तुम्हाला सवय लागेल. ते सोपंही जाईल. हे करीत रहा.

ते करण्याचा आनंद घ्या. मग पहा, लोक तुम्हाला हवी असलेली कामं चांगल्या पद्धतीनं कशी करीत राहतात.

सल्ला

आतापर्यंत जे काही लोकांना सांगावं वाटलं परंतु सांगून झालं नाही त्याची यादी करा. ज्यापासून लोकांचा लाभ होईल असा सल्ला आठवड्यातून एकाला तरी द्या. ज्या मताबद्दल ते आग्रही आहेत त्यापासून शक्यतो सुरुवात करू नये.

सल्ला देण्यापूर्वी पुढील कोष्टक भरूया.

तयारी

आपल्याला त्यांना काय सांगायचं आहे?

त्यामुळे त्यांना काय लाभ होईल?

त्यांना केव्हा सांगणार?

कोठे? त्यावेळी कोण उपस्थित राहणार?
त्यामुळे तुम्ही अस्वस्थ होण्याची शक्यता आहे का?

संवाद

संदर्भ देण्यासाठी सुरुवात कशी करणार?

निश्चितपणे काय चुकलंय? ते योग्य प्रकारे कसं
सांगणार?

त्याचे परिणाम काय होतील. स्वत:ची मतं न
लादता ते कसं सांगणार?

कोणत्या गोष्टी ते करतील?
अ) परिस्थिती निवळण्यासाठी

ब) अशी निरुपयोगी वर्तणूक पुन्हा होऊ नये म्हणून.

त्यांना या परिस्थितीमध्ये निर्णय घेण्यासाठी काय प्रश्न विचाराल?

हे सारं करण्यासाठी आत्मविश्वास नसेल तर दुसऱ्यांच्या मदतीनं सराव करा. परिस्थिती समजावून सांगा. योग्य मार्ग काढा. बऱ्याच वेळा मोठ्यानं बोललं जातं. तेच लिहून काढलं असेल तर त्याचा योग्य प्रकारे वापर केला जातो. ज्याच्याबरोबर आपण सराव करीत आहोत त्याची वेगवेगळ्या पद्धतीनं प्रतिक्रिया येऊ शकते. त्यामुळे तुम्ही विविध पर्यायांचा विचार करून ठेवता.

■

(ड) वाईट बातमी

जी बातमी ऐकायला लोकांना आवडत नाही ती वाईट बातमी होय.

वाईट बातमी सांगायला कोणाला नको असतं. सांगायची वेळ आली तर ती गडबडीत सांगितली जाते. शक्यतो सांगणं पुढं ढकललं जातं. त्यामुळे परिस्थिती आणखीनच बिकट बनते.

वाईट बातमी सांगणं अवघड असलं तरी त्या बातमीचा आघात सौम्य करण्याचे मार्ग आहेत. एखादी माहिती किंवा निर्णय हा समोरच्या व्यक्तीला आवडणार नाही. तरीही ती त्याच्यापर्यंत कशी पोहोचवायची व त्यातून चांगलं कसं घडेल हे आपण या धड्यामध्ये पाहणार आहोत. निदानपक्षी निर्णय वा बातमी अतिशय संवेदनशीलतेनं व परिणामकारकतेनं सांगितली जातेय असं तरी वाटलं पाहिजे. ती बातमी सांगण्याबद्दलचं मत चांगलं झालं पाहिजे.

वाईट बातमीबद्दलची चांगली बातमी.

'मी ते उद्या करीन.'

'ते तितकं वाईट नाही.'

'त्यांना ते आताच समजलं पाहिजे का?'

वाईट बातमी सांगायची म्हटलं तर मन कचरायला लागतं व ते काम पुढे ढकलतं. काम पुढे ढकलल्यानं वा ते न केल्यानं काय परिणाम होतील याचा विचार केला तर ती बातमी सांगण्याच्या मन:स्थितीत आपण येतो. वाईट बातमी सांगण्याची कला आपल्याला प्राप्त झाली तर आपले इतरांशी संबंध सुधारतात. गोंधळाच्या परिस्थितीत निश्चित काय घडलंय याचा विचार मांडावा. संवेदनशीलपणे वाईट बातमी सांगावी. बातमीचा परिणाम विरल्यावर आपली बातमी सांगण्याची पद्धती योग्य होती असंच साऱ्यांना वाटेल. ज्यांच्यावर आपण खूप प्रेम करतो ते हे समजून घेतात.

वाईट बातमी तीन भागांची का असते?

वाईट बातमी सांगायची म्हणजे ती तीन भागात असते. एक– घटना, दोन– त्यामुळे उद्‌भवणाऱ्या भावना, तीन– दुसरा ती बातमी कशी स्वीकारतो. यालाच 'व्यक्तिमत्त्वाप्रमाणे स्वीकार' म्हणतात.

वाईट बातम्यांच्या विविध प्रकारानुसार त्यांना हाताळावं लागतं. 'चहा थंड झालाय' सांगणं म्हणजे फक्त घटना सांगायची आहे. 'मी तुम्हाला सोडून चाललोय' सांगताना मात्र घटनेबरोबरच भावनांचा संबंध आहे. बातमी जितकी महत्त्वाची तितक्या भावना अधिक. समोरच्याला काय वाटेल याचा विचार अधिक महत्त्वाचा.

घटनेला सामोरे जा.

घटना विविध प्रकारच्या असतात. आपण त्या योग्य पद्धतीनं सांगायच्या असतात.

१. संदर्भ

कशाबद्दल बोलतोय हे सांगितल्याशिवाय कळणार नाही. ''गेले काही दिवस तू सहलींचं आयोजन करतोयस. मला त्याबद्दल बोलावयाचं आहे.''

२. शीर्षक

वाईट बातमीचा सारांश म्हणजे शीर्षक होय. ते आधीच सांगावं. ''वाईट गोष्ट म्हणजे मी येऊ शकणार नाही.''

३. सविस्तर माहिती

महत्त्वाची बाब शीर्षकामध्ये सांगितलेली असते. तरीही अधिक काही सांगायचं असतं. ''मी प्रवासाला येणार नाही म्हटलं ते या वर्षासाठी. पुढील वर्षी मी नक्की येईन.''

४. शीर्षकामागील कारणं

अवघड संदेशामागील कारणं लक्षात घेतली तर संदेश स्वीकारणं अवघड जात नाही. ''मी माझी पैशाची स्थिती पाहत होतो. मला वाटतं होतं त्यापेक्षाही ती वाईट आहे. त्यामुळे सध्या तरी मला सहलीला जाणं अशक्य आहे.''

५. या शीर्षकापर्यंत येताना काय काय घडलं?

ही वाईट बातमी का व कशी घडतेय याचा खुलासा केलेला चांगला. त्यामुळे हा निर्णय बदलणं कठीण आहे हेही ध्यानात येतं. ''तू मला सहलीची योजना सांगितलीस तेव्हा मी खूष झालो. येतो म्हणालो. मग मी अंजलीशी बोललो. सहलीचा खर्च किती येणार याचा अंदाज घेतला...''

६. शीर्षकाचा परिणाम

परिणाम उघडच आहे. ते स्पष्टपणे पाहिलेलं बरं. ''मला कल्पना आहे की तुझी

सहल पूर्ण होण्यास तुला काही सदस्य कमी पडत आहेत. आता वेळही थोडा आहे.''

७. पर्याय.

काही वेळा त्या बातमीबाबत आपण काहीही करू शकत नाही. काही वेळा ती बातमी इतकी भयंकर असते की त्याबाबत काय करावं हेही लक्षात येत नाही. इतर बातम्यांबाबत मात्र आपण काय काय करू शकतो याबाबत पर्याय उपलब्ध असतात. ''जर केनियाऐवजी श्रीलंकेला सहल जाणार असेल तर मात्र मी विचार करेन.''

भावना

वाईट बातमीमुळे राग, दु:ख, अस्वस्थता, स्वत:वर दया, धक्का, असाहाय्य, नाईलाज अशा कित्येक भावना जागृत होतात. यामध्ये काहीही चुकीचं नाही. याउलट अशा भावना उफाळून येणं हे त्या परिस्थितीचा सामना करण्यास योग्य असतं.

वाईट बातमी सांगताना ऐकणाऱ्याला काय वाटेल याचा विचार करून त्या परिस्थितीबद्दल बोलावं. सहानुभूती दाखवावी. त्यांना काय वाटतं हे सांगण्याची संधी द्यावी. त्याला काय वाटतं त्याबद्दल बोलावं.

बातमी सांगताना आपल्या काय भावना आहेत त्या प्रथम उघड करू नयेत. वाईट बातमी समोरच्यासाठी आहे. स्वत:साठी नाही. त्यामुळे ''मला सांगताना किती वाईट वाटतं...'' असं म्हणू नये. यामध्ये स्वार्थ दिसतो.

संकटाच्या वेळी लोक बीबीसी का ऐकतात?

राजकीय उलथापालथ, हल्लेखोरांच्या कारवाया, दबावाखालची निवडणूक यातील काहीही असो, जगभर याबाबतच्या प्रतिक्रिया सारख्याच असतात. पण खरंच काय झालंय हे कळण्यासाठी आपण बीबीसीकडे वळतो.

तटस्थपणे बातम्या देणं, माहितीपूर्वक मतप्रदर्शन, सत्यकथन याबाबत बीबीसीची कित्येक वर्षांची विश्वासार्हता आहे. नाहीतर काही वृत्तपत्रं त्यांच्या मालकाची राजकीय बातमी रंगीत व आकर्षक मथळ्यासह छापतात.

जेव्हा आपल्यावर वाईट बातमी देण्याची वेळ येते तेव्हा आपण बीबीसीचं उदाहरण डोळ्यांपुढे ठेवावं. कोणतीही बाजू न घेता, भावनाविविश न होता सरळ बातमी द्यावी. ज्यांना आपण वाईट बातमी देतो त्यांच्याकडून आभाराची फुलं कधीच अपेक्षित नसतात. परंतु ते कायमस्वरूपी कृतज्ञता व्यक्त करीत राहतात.

ओळखपत्र

वाईट बातमीमधील घटना फार वाईट नसते. परंतु त्या बातमीमुळे माझ्याबद्दल लोक काय म्हणतील, माझी प्रतिमा मलीन होईल हा विचार त्रासदायक असतो. फार जुन्या भागीदारानं आपल्याला भागीदारीतून बाहेर काढणं, कामावरून कमी करणं, घरातील इच्छापत्रात आपलं नाव नसणं हे क्लेशदायक होय. पण जर आपण असा समज करून घेतला की आपण प्रभावी नाही, काम करण्यायोग्य नाही, घरात अप्रिय आहोत तर ते अधिकच त्रासदायक ठरेल.

स्वत:ची ओळख पुनर्प्रस्थापित करणं हा वाईट बातमी सांगण्यातला महत्त्वाचा भाग होय. हे तिसरे मूलतत्त्व आहे.

वाईट बातमी ऐकणाऱ्याच्या प्रतिमेवर कसा आघात होतो ते पुढील उदाहरणावरून लक्षात येईल.

मीपणा हा चर्चेत सतत डोकावत असतो– 'मला काय वाटतं', 'मी काय म्हणतो' अशी वाक्यं जास्त असतात. त्यामुळे दुसऱ्याच्या मनाचा तुम्ही किती आदर करता यावर वाईट बातमी सांगण्यातलं यश अवलंबून आहे.

परिस्थिती	**जर नीटपणे हाताळली नाही तर व्यक्तिमत्त्वावर होणार परिणाम**	**अधिक चांगल्या पध्दतीनं व्यक्तिमत्वाचा विचार कसा करावा.**
१. तुला काम मिळालं नाही.	मला विक्री करणं जमतच नाही.	तुम्ही शांत स्वभावाचे व मदत करणारे आहात. आता आम्हांला ज्या सेवा लागतात त्यातच बदल झालाय.
२. तुम्हाला यापुढे कामावर ठेवायचं नाही असं आम्ही ठरवलंय.	मला विक्री करणं जमत नाही हेच खरं.	मी नकोय. पण या कामाला योग्य असा माणूस मी तुम्हाला मिळवून देईन.
३. आपले संबंध तोडू या.	मी कोणाला आवडत नाही. माझ्यावर कोणाचं प्रेम नाही.	तुमच्याशी जमेल अशा भागीदाराबरोबर तुमचा चांगला व्यवसाय होईल.

४. ह्या विभागाची आम्ही पुनर्रचना करीत आहोत.	पेपरक्लीप एवढीच माझी लायकी.	कार्यक्षमतेनं काम कसं करायचं हे तुम्ही दाखवून दिलं. तुमच्या ध्येयवादामुळे मी इथंवर पोहोचलो.
५. मी तुझ्याबरोबर सहलीला येऊ शकत नाही.	मला कोणीच आवडत नाही.	तुझ्यासारख्या मोठ्या माणसाबरोबर सहलीला जाणं भाग्यच. मी पुन्हा केव्हातरी येईन.
६. काम पुरं होण्यास वेळ लागणार आहे.	ग्राहक म्हणून मला काहीच किंमत नाही.	तुला असं वागविलं जातंय हे बरोबर नाही. तुम्ही आमचे महत्त्वाचे ग्राहक आहात. तुम्हाला माल लवकर मिळावा म्हणून मी सर्व तऱ्हेने प्रयत्न करतो.

वाईट बातमीचे टप्पे

वाईट बातमी नीटपणे सांगण्याचे चार टप्पे आहेत– तयारी, जाहीर करणे, चर्चा, सारांश.

पहिली पायरी : तयारी

अभ्यास केला नाही तर नापास होणार. अशा परिस्थितीत असेल तर नापास झाल्याची वाईट बातमी ऐकायला मन तयार होतं. योजना आखताना पुढील गोष्टी ध्यानात घ्याव्यात.

- **परिस्थिती, वेळ, वातावरण**

  बातमी कुठे सांगावी? कोणतं माध्यम वापरावं? वातावरणनिर्मिती कशी करावी? टाईप केलेला मजकूर पाठवून दिला म्हणजे दुसऱ्याला त्या मजकुरावरून जे समजेल ते समजेल. मग तो लघुलिपीत का असेना. तुमचा आवडीचा प्रकल्प नामंजूर झाला हे मोबाईलवरून सांगून आपण कॉफी हाऊसमध्ये आरामात बसलोय. त्यापेक्षा थोडा वेळ काढून, व्यवस्थित चर्चा करून, त्यामध्ये कोणते अडथळे येणार नाहीत याची काळजी घेऊन, मोबाईल बंद करून सांगणं श्रेयस्कर.

- **सुरुवातीचे शब्द.**

  सुरुवात करताना काय शब्द वापरणार हे ठरवलेलं असावं. नाहीतर आपण लगेचच थांबू. परंतु जर संदेश मताशी जुळणारा असेल तर योग्य मार्गावर आपण बोलत राहू.

- **रंगीत तालीम.**
  सुरुवात काय करायची हे मनात आणावं. ते मोठ्यानं बोललं तर उत्तमच. दुसऱ्याशी बोलून त्याला त्यावर काय वाटलं हे समजावून घेतलं तर सर्वोत्तम. प्रत्यक्ष माणसाशी बोलल्यावर कोणत्या शब्दांचा काय प्रभाव पडतो हे त्वरित समजतं.

दुसरी पायरी : जाहीर करणं.

तयारी केल्यावर आता संदेश देण्याची वेळ आलीय.

- **शीर्षक व त्याला साजेशा घटना लगेच द्या.**
  आपल्याला जी बातमी द्यायची आहे, ती न देता जर इतर गप्पा मारत बसलं– ''दिवसभर काय केलंस?'', ''आपले संबंध कसे आहेत असं तुला वाटतं?'' तर दोघांचाही वेळ वाया जातो. लवकर महत्त्वाची गोष्ट सांगितली नाही म्हणून नाराजीही ओढवायची. त्यापेक्षा घटना सांगावी. शीर्षकच सांगावं.
- **बातमी कशी रचलीय यावर फार मोठा फरक पडतो.**
  ''तुम्हाला उच्च रक्तदाबाचा त्रास आहे हे ऐकून फार वाईट वाटलं. त्यामुळे हृदयविकाराचा त्रास होतो. काही वेळा तर मरणच ओढवतं!'' अशी भयंकर बातमी सांगण्यापेक्षा ''रक्तदाबाचा त्रास तुमच्या वयाच्या बहुतेकांना सुरू होतो. तो त्रास सोडला तर तुमची तब्येत चांगली आहे.'' असं सांगणं चांगलं नाही का?
  शीर्षक देण्याच्याही वेगवेगळ्या पद्धती आहेत. ''बँक तुम्हाला कर्ज मंजूर करणार नाही.'' असं म्हणण्याऐवजी ''नवीन खातेदारांच्या बाबतीत यावेळी कर्ज मिळणार नाही. पण खात्यात काही दिवस व्यवहार झाल्यावर कर्ज मिळेल.'' असं सांगणं हितावह.
- **आपण काळजी करता हे दिसू द्या.**
  बातमी ऐकणाऱ्याला काय वाटेल याची जाणीव ती बातमी देणाऱ्याला आहे हे त्यांना समजू द्या. बातमी देणाऱ्याच्या हालचाली, भावना यावरून ते लक्षात येतं. यावरून बातमी देणारा हा आपल्या विरुद्ध नसून आपल्याला मदत करणारा आहे हेही ध्यानात येतं. पण जर भावना स्पष्ट होत नसतील तर अंदाज बांधून समजूत करून घेण्यापेक्षा थोडं बोललेलंच बरं.
- **दुसऱ्याबद्दलचे चांगले गुण स्पष्ट करा.**
  वाईट बातमी ही विशिष्ट परिस्थितीमुळे असू शकते. ती व्यक्तीशी निगडित नसते. तुमचा एक मित्र लग्न समारंभाच्या भोजनाच्या ऑर्डर्स स्वीकारतो. तुमच्या लग्नाच्या भोजनाचं काम तुम्ही दुसऱ्या कंत्राटदाराला दिलं आहे. आता त्या मित्राला हा वैयक्तिक अपमान वाटण्याची शक्यता आहे. त्याला वाटेल, 'मी

चांगला आचारी नाही', 'मी त्याचा खरा मित्रच नाही' हा गैरसमज दूर व्हावा म्हणून आपणास म्हणावं लागेल– "तू अनुभवी, नाव कमावलेला हुशार, जवळ भरपूर मनुष्यबळ असलेला काँट्रॅक्टर आहेस. तुझ्याकडील भोजनही चवदार आहे. पण मुलीकडील लोकांच्या विचारानं आम्ही दुसऱ्यास काम दिलं आहे. तू गैरसमज करून घेऊ नकोस."

- **सर्व वाईट.**

  कितीही अंधारलेला ढग असला तरी त्याला चंदेरी किनार असतेच. खरं आव्हान असतं ते ही चंदेरी किनार शोधण्याचं. व ते योग्य वेळी सांगण्याचं.

लिहिताना प्रत्यक्ष वा अप्रत्यक्ष मार्ग चोखाळावा.

वाईट बातमी कळविताना कोणता मार्ग बरा? ठळक शीर्षक देऊन लिहिण्याचा प्रत्यक्ष मार्ग की अध्याहृत ठेवून अप्रत्यक्षपणे लिहिण्याचा मार्ग?

काही मानसशास्त्रज्ञ म्हणतात अप्रत्यक्ष मार्ग उत्तम. वाईट बातमी वाचल्यावर ती व्यक्ती पुढचं वाचायचंच थांबेल. रागावेल. तटस्थ बातमीने वाचक काही काळ वाचत राहील. हा थोडा धक्का सहन करण्यास काळ मिळेल. वाईट बातमीची कारणंही त्याला कळतील.

परंतु प्रत्यक्षपणे बातमी लिहिलेली चांगली असं म्हणणारा एक गट आहे. नकार कळविणारी दोन पत्रं, एक प्रत्यक्ष लिहिलेलं व दुसरं अप्रत्यक्षपणे सांगितलेलं, ९० विद्यार्थ्यांना दाखविण्यात आली. त्यांच्या निरीक्षणाचा सारांश मानसशास्त्रज्ञांनी दिला. त्याप्रमाणे प्रत्यक्ष पद्धतीमध्ये मनापासूनचं लिखाण, दुसऱ्याबद्दलची आपुलकी, युक्ती, आदरभावना हे गुण अधिक प्रमाणात दिसले.

- **पुढे काय करणार याबद्दल बोला.**

  वाईट बातमीच्या बाबतीत पुढे काय घडणार हे साधारणत: माहिती असतं. इतर वेळी वेगवेगळ्या पर्यायांचा अर्थ लावला जातो. जर पुढील पर्यायांचा अंदाज असेल व नंतर काय काय घडणार याची कल्पना असेल तर त्याबद्दल बोलावं. बातमी पूर्णपणे ऐकून पचनी पडली की मग पुढील पर्याय बोलावेत.

तिसरी पायरी : चर्चा

वाईट बातमी सांगायला योग्य वेळ आली की काही प्रश्न विचारून मदत करावी. ऐकण्याची कला अवगत असणं हे उत्कृष्ट चर्चेसाठी उपयुक्त ठरतं. आपलं लक्ष त्या व्यक्तीवर केंद्रित करा. त्यांच्यापेक्षा आपलं बोलणं कमी असावं.

तुझ्यामुळे नाही; माझ्यामुळे हे नकार आहेत. दुसऱ्याला महत्त्व देताना त्याचा अतिरेक करू नका. शब्दामधील अर्थ जाणा. पुढील उदाहरणं पहा :	
ते काय म्हणतात	**त्यांना काय म्हणायचंय**
आपण एकमेकांना अनुरूप आहोत का हे लक्षात येत नाही.	तू मला वेड लावायची वेळ आणली आहेस.
मी तडजोडीला तयार नाही.	मी तुझ्या भावाच्या बाजूनं आहे.
मी तुला मागं खेचतोय असं वाटून घेऊ नकोस.	मी तुझ्या भावाकडे लक्ष देतोय.
आपल्याला थोडी जागा लागेल.	तू भावाचा विचार करू लागलास तर मी इथून दूर जाईन.
तू नाही. मी आहे.	तूच आहेस.

चौथी पायरी : सारांश.

चर्चा झाल्यावर, समोरच्याचं ऐकून झाल्यावर पुढे काय करायचं ते ठरवा. काय म्हटलं, काय कृती करायची, पुढे काय होईल, केव्हा होईल हे सारांश रूपानं मांडा.

वाईट बातमी : प्रखर प्रतिक्रिया

वाईट बातमी सांगण्याची आपण योजना आखलीय, भावना लक्षात घेऊन हळुवारपणे बातमी सांगितलीय, त्यांच्या जागी आपण असतो तर त्यांना काय वाटलं असतं याचा विचार केलाय, त्यांच्या व्यक्तिमत्त्वाला धक्का लागणार नाही याची काळजी घेतलीय, तरीही काही वेळा लोकांची प्रतिक्रिया अनपेक्षित अशी येते. अशा गोष्टीची तयारी ठेवणं हाच या प्रतिक्रियेवरील सर्वोत्तम उपाय होय. अशा परिस्थितीत काय करावं याबाबत पुढील सूचना पहा.

स्फोट

"ही भांडाभांडी आहे. यामुळे माझं जीवन उद्‌ध्वस्त होणार आहे."

“हा भयानक हल्ला आहे.”

“यातून तुझी सुटका नाही.”

रागापासून अश्रूपर्यंत भावनिक स्फोटक प्रतिक्रिया असू शकते. याबाबतीत एक गोष्ट लक्षात ठेवायची की ती जशी दिसते तशी असेलच असं नाही. पूर्ण ऐकून घ्या. त्यांच्याबद्दल पूर्ण सहानुभूती दाखवा. त्यांचा आरडाओरड, रडारड थांबली की मग त्यांना याबाबतीत काही चर्चा करावयाची आहे का विचारा. काही घटना सांगताना चुकल्यासारख्या वाटतात का हे विचारा. घटनांचा त्यांनी भावनेच्या भरात वेगळा अर्थ घेतलेला नाही ना हे पहा.

संयम बाळगा. शांत रहा. ध्यानपूर्वक ऐका.

फ्रीझ

काहीच प्रतिक्रिया न आल्यास काय करायचं हे ठरविणं अवघड असतं. समोरचा माणूस एकटक खिडकीतून बाहेर पाहत शांत बसलेला असतो. कधीकधी तो जमिनीकडे पाहत बसतो. काही वेळा तर असं वाटतं की आपण जे बोललो ते त्यांनी ऐकलंय का?

अशावेळी उघड प्रश्न विचारावा. (तू कसला विचार करतोस?) त्यांना उत्तर देण्यास वेळ द्या. शांततेचा अनुभव घ्या. एकाच शब्दात ‘काही नाही’ अशी प्रतिक्रिया असेल तर विषय थांबवा. थोडा वेळ थांबा. मग पुन्हा बोला. ‘काहीच नाही का?’, ‘काहीच सांगायचं नाही?’ आपण विचारत राहिलो की एखादी जोरदार प्रतिक्रिया येते. त्यातून आपण भक्कम शांततेला चिरा पाडण्यात यशस्वी होतो.

प्रश्न विचारा. शांततेचा अनुभव घ्या. सर्व मार्ग संपले असं वाटल्यास दुसऱ्यास बोलण्यास प्रवृत्त करा. संवाद प्रस्थापित करा.

नकार

“असं होत नाही.”

“तू थट्टेनं बोलतोस. हो ना?”

“खरं ते सांग.”

इथं व्यक्ती खरं सांगायला नकार देते. चांगला मार्ग म्हणजे का हे झालं ते सांगणं. “हे नामुष्कीचं का वाटतं याची मला पूर्ण कल्पना आहे.” ते ऐकत आहेत असं तुम्हाला वाटतं तेव्हा त्याची खात्री करून घ्या. जर मदत होणार असेल तर हा निर्णय कसा घेतला गेला व निर्णय पक्का कसा आहे हे सांगा. यामुळे त्यांना आपण अजूनही महत्त्व देत आहोत हे दिसून येतं– “तुम्ही आमच्या लेखी एक उत्कृष्ट प्रकल्प अधिकारी आहात.”

समजवा. खरं काय आहे याची पुनरावृत्ती करा. त्यांना महत्त्व आहे हे विशद करा.

बाजू मांडणं

"काम होण्यासाठी मी काहीही करायला तयार आहे. कृपया पहा."

"परिस्थिती बदलण्यासाठी मी काय करू?"

"कृपया मला एक संधी द्या."

काही लोकांना वाटतं की आपण काहीही करू पण निर्णय आपल्यासारखा करवून घेऊ. त्यांना एक संधी द्यावी असं मनात येईल व इथं खरं आपल्यापुढे आव्हान असतं. अशावेळी ते अजूनही काम करायला तयार आहेत याची नोंद घ्या. पण निर्णय झालेला असल्याचं सांगा. परिस्थिती समजावून सांगून यापुढे आपण कामासाठी भेटू. या काळात तुम्हालाही महत्त्वाची कामं हातावेगळी करता येतील. काम दिलं नाही म्हणजे आपल्यात काही वैर नाही असे सकारात्मक विचार मांडावेत.

स्वतःला दोष देणार

"हे असं होणार याची मला कल्पना होती. त्यात माझाच दोष होता."

"मी या कटकटीत अडकलोय ते तुझ्यामुळे."

"मी पैजेवर सांगतो. यातसुद्धा तू मजेत आहेस."

वाईट बातमी ऐकणाऱ्याला हे सारं सांगणाऱ्यामुळे झालं असं वाटतं. त्यामुळे तो शब्दांचा मारा सुरू करतो. अशावेळी शांत राहून तो काय म्हणतो ते ऐकून घ्या. तो म्हणतो हे आपल्याला पटेलच असं नाही. काही शब्द अपमानास्पदही असतील. त्यामुळे हे ऐकणं अवघड काम असतं. परंतु त्यांना बोलू द्यावं. यात कारण नसतानाही आपल्याला बोलणी खावी लागतात. तरीही ते बोललेलं बरं. त्यांना योग्य मार्गावर आणू असं आपल्याला वाटलं तर तुम्ही बोला. वातावरण फारच तापलं तर लोक बोलतात त्या शब्दांना ते अर्थ नसतात. वाईट बातमी पचायला अधिक वेळ लागतो. तेव्हा त्यांना अवधी द्या.

वाईट बातमी पुरणे

वाईट बातमी ही भुतासारखी असते. आपल्याला ती जमिनीखाली गाडली गेली असं वाटतं. ती पुन्हा वर येते. जिवंत असते. खायला सुरुवात करते. आपल्याला खात नसेल तर आपल्या घरातल्यांना, प्रियजनांना ती त्रास देते. त्यापेक्षा त्या वाईट बातमी बद्दल बोलावं, भावना, मीपणा हे सारं बाजूला ठेवावं. वाईट बातमी गाडून टाकू तो नेहमीच वाईट दिवस ठरतो. ज्यादिवशी आपण त्यावर परिणामकारकतेने बोलतो तो सुदिन!

■

तणाव आणि आराम

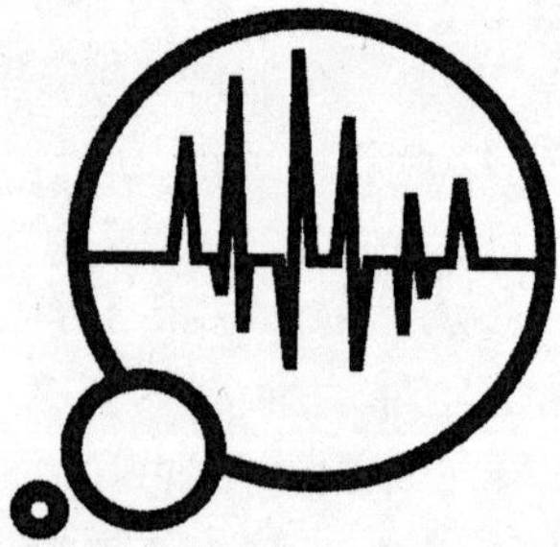

आधुनिक कार्यपद्धतीमध्ये तणाव तयार होतात. सकाळी सर्वांना कॉफी दिली जात असतानाच ईमेलवर सूचनांचा मारा सुरू होतो. नुकत्याच केलेल्या एका पाहणीमध्ये असं दिसून आलं. मुंबईकरांना काम करताना तणाव जाणवतो का? त्यावर ८७% लोकांनी होकारार्थी उत्तर दिलं. त्यामध्ये अनेकजणांना उच्च रक्तदाबाचा त्रास आहे. सकाळचा आगगाडीतील धकाधकीचा प्रवास, वाहतुकीच्या कोंडाळ्यात अडकलेले आपण, कार्यालयात आल्याबरोबर आलेल्या भरपूर ईमेल हे सारं पाहता पाहता जेवणाची वेळ येते. व्यायाम करणं राहूनच गेलेलं असतं. फोटो कॉपीज् काढायच्या असल्या की यंत्रातील शाई संपलेली आढळते. दर पाच मिनिटांनी ट्रेन मधला माणूस घरी मोबाईलवर सांगत असतो, 'मी ट्रेनमध्ये आहे' त्यामुळे 'शांतता कशी मिळवा' असली पुस्तकं लाखोंनी खपली तर नवल नाही.

एक मजेची गोष्ट आहे. ८७% मुंबईकरांनी कामात ताण जाणवतो म्हटलं असलं तरी त्यातील ५०% लोकांनी कामात मजा येते असंही म्हटलं. ज्या १३% लोकांनी त्यांना कामात तणाव जाणवत नाही म्हटलं. त्यांनी त्यासाठी काय केलं असावं? शिवाय तणावपूर्ण कामातही आनंद अनुभवणारे ३७% लोक आहेतच. काही लोकांना काम आवडतं. त्याशिवाय जे तणावातही कामात मजा अनुभवतात ते काय करत असतील? उत्तर ऐकाल तर सुरुवातीस आश्चर्यचकित व्हाल. पण जसजसा त्याबद्दल विचार कराल त्यामध्ये तथ्य आहे असं वाटेल. तणाव हा तुमच्यासाठी चांगला असू शकेल. अर्थात काही वेळा आपल्या तब्येतीला तो वाईट ठरू शकतो. पण तो वेगवेगळ्या स्वरूपात आपणाला सुखकारक, यशप्राप्तीकडे नेणारा आणि समाधानकारक असू शकतो. आपल्या जीवनातून तणाव नाहीसा झाला तर जीवन एकाकी बनेल. प्रसंगाला सामोरे जाण्याची क्षमता नाहीशी होईल. खळबळ, दबाव, आव्हान यामुळेही जीवनाला एक अर्थ प्राप्त होतो. तणाव नाही तर आनंद नाही.

कोणत्या प्रकारचे तणाव 'चांगले' आणि कोणते 'वाईट'? पहिल्या प्रकरणात त्याचा विचार केलाय. तणावातील आनंद– तो पाहूया. तणाव सकारात्मक वा

नकारात्मक कसा होतो तेही पाहूया. आपल्या तणावाबद्दल आपण जेव्हा माहिती घेऊ तेवढे आपण त्याचा वापर करण्यास सक्षम होऊ.

नकारात्मक तणावाला सामोरे जाताना तणावफुगे फोडणं, तणाव आग विझवणं असे प्रयोग केले जातात. वाईट तणावातून बाहेर कसं पडायचं याचा व्यावहारिक मार्ग पाहायचाय. तसेच तणाव येणार याची वेळीच सूचना देणारी पद्धती व मानसिक गजर घंटा याचीही माहिती घेऊ.

अन्य भागामध्ये नकारात्मक तणावातून बाहेर पडण्यासाठी दीर्घश्वसन व शांती याबाबत उपयुक्त तंत्र सांगितलं आहे.

■

(ढ) तणावातील आनंद

वाहन चालविण्याची परीक्षा देण्यापूर्वी अखेरचा धडा अलका शिकत होती. तिने तिच्या मार्गदर्शकाशी चर्चा केली. पंधरा वेळा सराव झाल्यामुळे अलकाचा आत्मविश्वास वाढलेला दिसत होता. ती गाडीमध्ये बसली व गाडी सुरू केली. दोनच मिनिटांत एक घटना घडली. काल दूरदर्शनवर काय पाहिलं हे ती सांगत होती. त्या नादात पुढून एक गाडी येत होती ती ते पाहायचं विसरली. क्षणातच जोरात ब्रेक मारावा लागला. मग मात्र तिनं लक्ष केंद्रित केलं. मुद्दाम लक्षात न ठेवताही तिनं मागील आरसा तपासून घेतला. क्लच बरोबर चालतो ना पाहिलं. गिअर बदलून पाहिले. पुन्हा क्लच हळुवारपणे सोडला. सर्व सूचना बरोबर द्याव्या म्हणून इंडिकेटरचा वापर केला. वळणावर स्टिअरिंग हळुवार फिरवलं. अगदी व्यावसायिक वाहन चालकाप्रमाणे गाडी चालविली.

कोपऱ्यावर गाडी मागे घेताना मात्र जरा अवघड झालं होतं. तिनं ते तीन वेळा मागे नीट केलंही होतं. पण यावेळी गाडी थोडी घासलीच. त्यातून तिनं स्वतःला सावरलं व बाकी प्रवास काहीही वेडवाकडं न घडता केला.

आता ती पुन्हा रस्त्यावर आली. एक गोल फेरी मारली... पण दुर्दैव म्हणजे गाडी बंद पडली. तिने गाडी सुरू करण्याचा प्रयत्न केला. पण गाडी गिअरमध्ये अडकली होती. सुरू होत नव्हती. तिनं डोक्याला हात लावला व स्टिअरिंगवर हात टेकून ती निराशेत बसून राहिली. मार्गदर्शकानं तिला धीर दिला व मदत केली.

अलकाच्या गाडी शिकण्याचा धडा पुढील आकृतीत दिसेल.

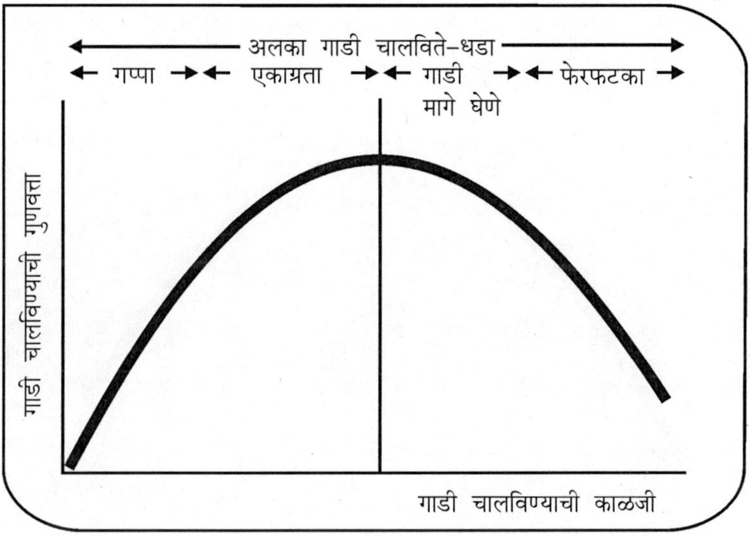

आकृती क्र. १

पूर्वीसारखा तणाव आता नाही

आपली जागरूकतेची पातळी वाढून आपण किती गुणवत्ता प्राप्त करतो हे दर्शविणारा असाच एक आलेख दोन मानसशास्त्रज्ञांनी शंभर वर्षापूर्वी तयार केला होता.

अलकानं गप्पा मारणं कमी करून एकाग्रता वाढविली तेव्हा तिची गुणवत्ता वाढली. मानसशास्त्रज्ञांच्या मते आपली जागरूकता वाढली की कार्यपरिणाम चांगले दिसून येतात.

जागरूकता चांगली हे खरंच. त्यामुळे अलकाचं गाडी चालविणं सुधारलं. परंतु एका पर्याप्त पातळीपर्यंत जागरूकता योग्य. त्यावर ती वाढली तर कार्यपरिणाम खाली येऊ शकतो. गाडी मागे घेताना ती कोपऱ्यावर त्यामुळेच घासली गेली.

तणावाच्या या प्रकारात पुढे सुधारणा केल्या गेल्या. तणावाचे विविध टप्पे अभ्यासले गेले. जागरूकतेने वाढलेल्या तणावामुळे कार्यपरिणाम सुधारले. त्याला प्रेरणादायी तणाव म्हटलं. उदाहरणार्थ सामन्याला गर्दी झाल्यास खेळाडू अधिक जोमाने खेळतो. त्यापलीकडे अतिजागरूकता सुरू झाल्यावर कार्य परिणाम कमी प्राप्त होऊ लागतो. त्याला चिंताग्रस्त तणाव म्हटलं. (आकृती क्र. २)

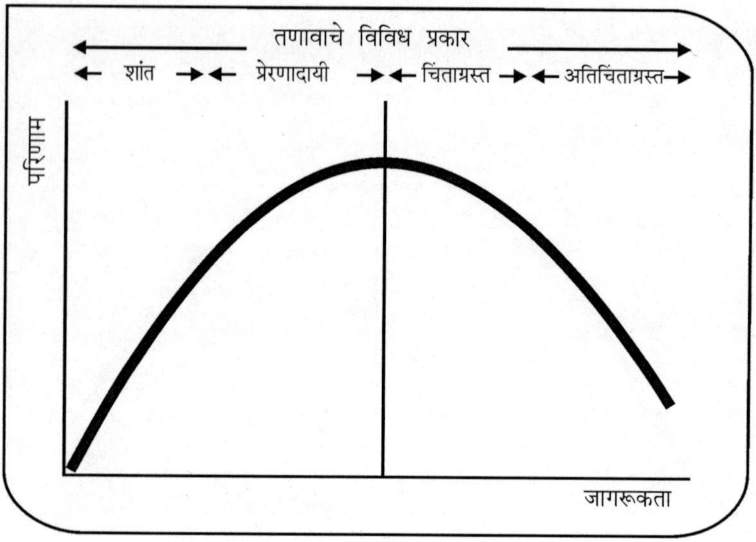

आकृती क्र. २

जागरूकतेचे विविध प्रकार पाहिल्यावर असं लक्षात येतं– सर्व तणाव वाईट नसतात. पर्याप्त पातळी पलीकडे तणाव वाढल्यास तो वाईट ठरतो. त्यासाठी आपली जागरूकतेची पातळी वाढविली तर परिणाम सुधारतील. कालांतराने निष्कर्षामध्ये बदल होत गेले. काम करण्याच्या पद्धतीत फरक पडला व तणावाच्या व्याख्याही बदलल्या. सकारात्मक तणाव, अतितणाव हे सारं 'तणाव' या शब्दात सामावलं गेलं. आकृती ३ पहा.

या साध्यामुळे प्रश्न निर्माण झालाय. नकारात्मक तणाव व सकारात्मक तणाव यातला फरक नाहीसा केला गेलाय. त्यामुळे सर्वत्र तणाव वाईट असतात अशी आपण समजूत करून घेतलीय. त्यामुळे खरा प्रश्न काय आहे हे निदान होणार नाही. मग बरोबर उपचार काय होणार!

तणाव : आपण गोंधळलेले असता काय?

शैला ही एक नटी आहे. संगीताची परीक्षा देत आहे. त्यात पास झाली तर ती कलाक्षेत्रात मोठी होण्याची संधी तिला प्राप्त झाली आहे. मग साधी नोकरी सोडून देता येईल. ती सारखा संगीताचा सराव करतेय. परीक्षा पास व्हायचंय हे तिचं उद्दिष्ट आहे. शेवटी परीक्षा उत्तम रीतीने पार पडली. आकृती ४ मध्ये तिची स्थिती 'अ' या बिंदूजवळ दाखविली आहे.

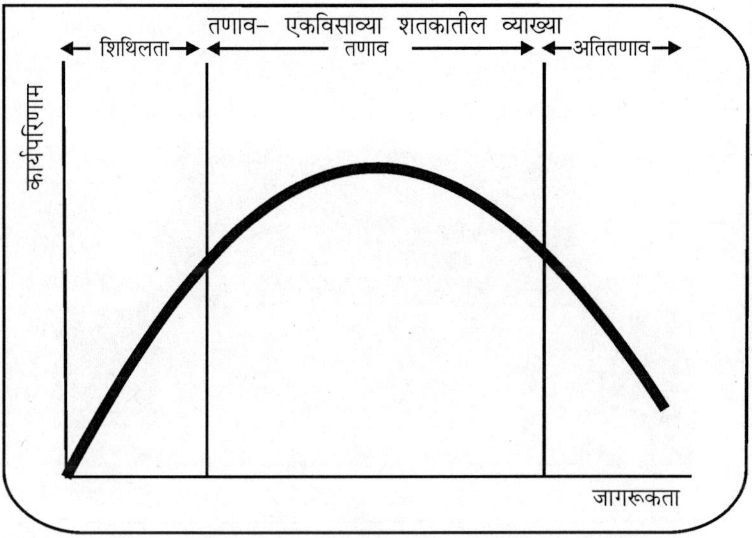

आकृती क्र. ३

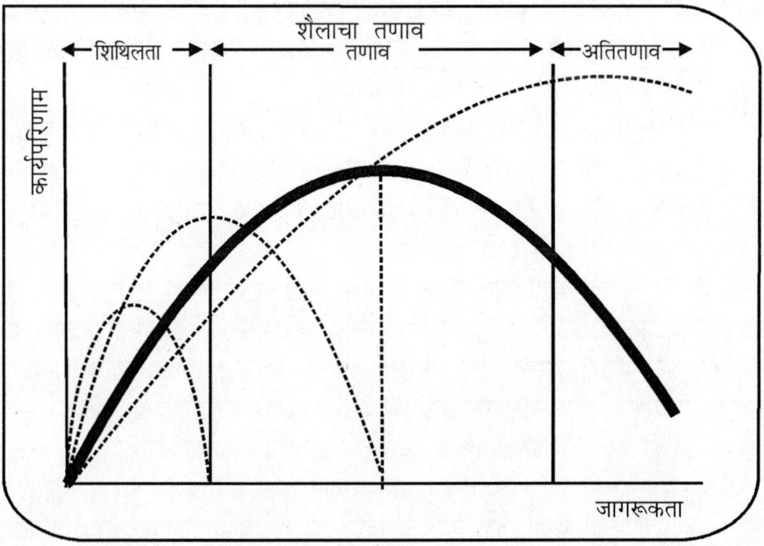

आकृती क्र. ४

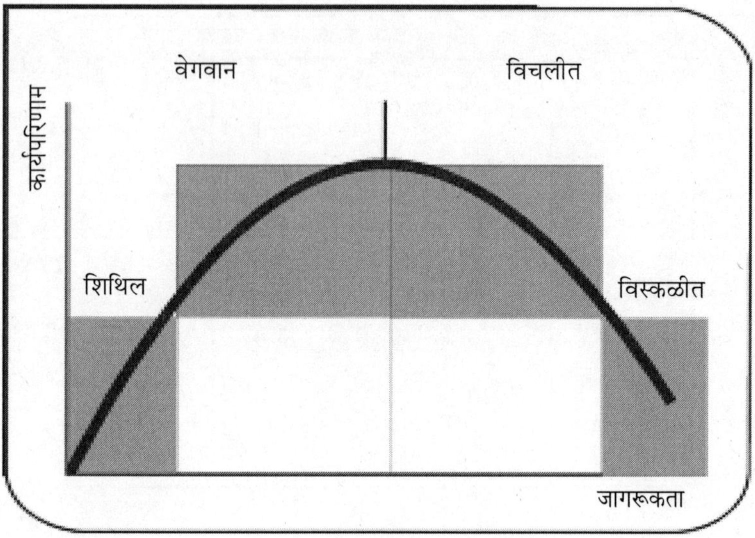

आकृती क्र. ५

परंतु सर्व तणाव एकत्र धरण्याच्या आधुनिक पद्धतीत 'तणाव' याला वेगळाच अर्थ प्राप्त होईल. शैलाला जर विचारलं की तुला तणाव जाणवला का? तर नव्या पद्धतीनं तिचं उत्तर 'हो' म्हणून येणार. म्हणजेच हा तणाव वाईट होता असा अर्थ काढला जाणार. प्रत्यक्षात तिला या तणावात एक प्रकारचा आरामच मिळाला. त्यामुळे तिचा कार्य परिणाम चांगला दिसला.

असं समजूया की तणाव आकृतीमध्ये ती उतरत्या रेघेवर आहे. चढत्या नव्हे. त्यामुळे शैलानं चुकीनं वळण २ काढलं आहे. पुन्हा सराव करण्याऐवजी तणाव कमी करण्याचा शैलाचा विचार आहे. आपल्या स्वरतंतूंना विश्रांती मिळावी म्हणून ती चक्क बाहेर खरेदीला गेली.

आपण तणावाखाली आहोत हा शैलाचा चुकीचा समज होता. त्यामुळे तिनं विश्रांतीची चुकीची कृती केली. त्यामुळे कार्य परिणाम बिघडण्याचीच शक्यता जास्त. खरं पाहिलं तर शैलाचा सराव चांगला चालला होता. त्यात सातत्य ठेवण्यानं अधिक उत्तम परिणाम साधणार होता. प्रत्यक्षात ती वळण २ वर नसून वळण १ वर आहे. जागरूकता वाढवून कार्यपरिणाम वाढणार आहे.

हे इथंच थांबत नाही. शैलाचं तणाव वळण पुन्हा डावीकडे झुकणार काढलं तर असंच ती पुन्हा पुन्हा करू शकेल. (आकृती ३) तणावापासून पुन्हा शांतता मिळेपर्यंत ती हे करीत राहील. तसेच शांतता भागात राहण्याचा वेळही वाढेल.

आणखी दोन चांगल्या बातम्या आहेत. आपला कार्य परिणाम सुधारण्यासाठी

योग्य पाऊल केव्हा टाकायचं हे दाखविणारं वळण आपण ओळखू शकलो पाहिजे. दुसरी म्हणजे तणाव कमी होत जाणारी आकृती आपण मनानं काढली तर आपण पुन्हा शांतता प्राप्त करू शकू. शैला चंदेरी दुनियेत प्रवेशकर्ती झाली!

मंडळ तणावाचं स्वागत

तणावाला सामोरं जावं व तणाव वळणावर आपण कोठे आहोत हे पाहावं. क्लबमध्ये जशा स्वतंत्र खोल्या असतात तसे आकृतीतील वळणाचे चार विभाग करूया. प्रत्येक खोलीचं वेगळं वातावरण. (आकृती ५) प्रत्येक विभागाचं निरीक्षण करून आपण सध्या कोठे आहोत व कोठे जाऊया हे ठरविता येईल.

१. शिथिल– थंड विभाग

सध्या वातावरण– अगदी रविवार सकाळसारखा आराम.

अगदी शंकाच नको. या थंड विभागात राहणं एकदम मस्त. संगीत कसं अगदी शांत व हळुवार आहे. मऊ लुसलुशीत सोफ्यावर रसिक विराजमान आहेत. गडबडीचं जग मैलोन् मैल दूर असल्यासारखं वाटतंय. प्रत्येकजण आनंदी आहे. रेलून बसलेत, आरामात....

थंड विभागातील आनंदी लोक जागरूकतेच्या अगदी खालच्या बिंदूजवळ असतात. जर त्यांच्या मनात विचार येतच असले तर ते पुढीलप्रमाणे–

- ते तितकं महत्त्वाचं नाही. तो काही माझा प्रश्न नाही.
- जीवन आनंदी आहे.
- काहीही असो. मला चिंता नाही.
- जग खूप सुंदर आहे नाही?
- काळजी नको. नंतर सारं ठीक होईल.

काहीजण या विभागात जादा वेळ घालवितात. याचंच उदाहरण पहा. जय हा माइंड जिमचा सदस्य. त्याला तणाव कधी माहीत नाही. फक्त सोबती पुढे गेले हे जाणवलं की अगदी थोडा तणाव त्याला जाणवायचा.

आपण याचा विचार करू लागलो की त्याचा खरा अर्थ जाणवू लागतो. तणाव नको असेल तर जयनं या विभागात थांबायला हवं. परंतु त्याचं काम त्याच्या सोबत्यांइतकं चांगलं झालं नाही. कारण हे सोबती विभाग २ किंवा ३ मध्ये अधिक काळ होते. तेथील तणाव हा कार्यपरिणाम वाढविण्यास उपयुक्त होता. त्यामुळे त्यांना बढती मिळाली.

तणावावर आवडता सल्ला म्हणजे हा आपला कमतरता दाखविणारा विभाग आहे. पण हे खरं नाही. जयसारखे जे इथं जादा वेळ घालवितात त्यांना इतर मागे टाकण्याची शक्यता अधिक. हा थंड विभाग केव्हा चांगला? दूरवर जाऊन सुटी मजेत घालविण्यासाठी, थकून भागून आल्यावर विश्रांतीसाठी हा विभाग मस्त आहे. प्रत्येकाला मोकळं होण्यासाठी जागा किंवा वेळ हवा असतो. ते करण्यासाठी मोकळं कशापासून व्हायचं ते तरी हवं.

२. गतिमान– थरार विभाग

थंड विभाग हा गार आहे तर थरार विभाग हा गरम आहे. जोरानं संगीत चाललंय. प्रखर दिवे आहेत. प्रत्येकजण नृत्य करतोय. काही चांगली दिसणारी माणसं आहेत पण तुमच्या हालचाली पाहून तेही त्यांना आवडू लागतं. ही तुमची रात्र आहे.

'सकारात्मक तणाव' सुचणाऱ्यांच्या मानसशास्त्रज्ञांचा हा विभाग आहे. या विभागात महत्त्वाकांक्षी लोक राहतात. त्यांच्यातील क्षमता वापरून बढतीसाठी प्रयत्न करणारे हे लोक असतात. त्यांना वाटतं...

- उत्साह, जोम, स्वत:मध्ये मशगुल.
- दबावाखाली/परीक्षा घेतली जात असलेले.
- निश्चयी.
- प्रत्येक क्षणाचा विचार करणारे.
- इच्छेप्रमाणे चाललेला वेळ सेकंदासारखा वाटून घेणारे.

दुसरी व्यक्ती म्हणजे डॉक्टर. ते म्हणतात, ''मी थकलोय असं सांगणारे लोक पाहून मी कंटाळलोय.'' तसं पाहिलं तर जे थकले नाहीत ते जगतच नाहीत. तणाव नको म्हणणाऱ्यांचे सर्वच सल्ले मानले पाहिजेत असं नाही. थरार विभाग हा काही प्राप्त करून देणारा विभाग आहे. जर आपल्याला काही करून दाखवायचं असेल तर आपण आव्हानात्मक ध्येय पुढे ठेवू. या विभागात अधिक काळ राहू.

३. विचलीत विभाग

डिस्को खेळतोय.

वरवर पाहता मागील विभागापेक्षा हे वेगळं वाटत नाही. परंतु मागील विभाग हा गरम होता तर इथं पाणी उकळायला लागलंय. नृत्य करणाऱ्यांमध्ये कितीतरी चांगले आहेत पण तुम्ही गोंधळलेले दिसताय.

तुम्ही विभाग २ मध्ये अधिक वेळ घालवायला लागलात की तुम्ही विभाग ३

कडे घसरू लागाल. ही काही सुंदर जागा नव्हे. या विभागात काळजी जास्त. आपण सतत आपलाच विचार करतो. परिस्थितीतून बाहेर पडण्याचा विचार करीत नाही. या विभागातील लोकांचे विचार पहा–

- सुरुवात कशी करावी हेच लक्षात येत नाही.
- मी काय दबावाखाली आहे हे कोणाच्या लक्षातच येत नाही.
- हे एक संकट आहे. यातून बाहेर पडता येईल असं वाटत नाही.
- मला बरंच काही करायचं आहे. हे या जन्मात जमेल ना!
- ओह! अगदी सोप्पं!

या विभागातील आपल्या भेटी कमी कराव्यात, त्या थोड्या वेळाच्याच असाव्यात.

४. विस्कळीत विभाग

गोष्टी वाईटाकडून अतिवाईटाकडे चालल्या आहेत. खूप गरम आहे. प्रकाश प्रखर आहे. कर्णकर्कश संगीत आहे. नृत्य सभागृह खचाखच भरलं आहे. बारमध्ये अर्धा तास वाट पाहूनही सेवा द्यायला कोणीही नाही. डोकं ठणठणायला लागलंय. बाहेर जावं तर टॅक्सी यायला अजून २ तास अवकाश आहे.

सुख कुठाय?

सर्वात मजेच्या वेळी काय घडतं यावर संशोधन केल्यावर असं आढळलं की खालील एक वा अधिक घटक होते.

१. जे काम पूर्ण करण्याची संधी आहे ते करण्याची धडपड करतो.
२. जे काम करतोय ते पूर्ण करण्यासाठी मन एकाग्र केलंय.
३. ध्येय निश्चित आहे.
४. त्वरित प्रतिसाद मिळतोय.
५. मनापासून कामात झोकून दिलंय.
६. स्वत:च्या कृतीवर मनाचं नियंत्रण आहे.
७. काम करताना स्वत:बद्दल विचार करीत नाही. काम झाल्यावर आपणास काय वाटेल ते पाहतो.
८. वेळेचं महत्त्व यामध्ये बदल केलाय.

प्रत्येक गोष्टीत सहभागी लोक सकारात्मक तणावाचा अनुभव घेत आहेत. ते विभाग २ मध्ये आहेत. आपल्या व्यक्तिमत्त्वाप्रमाणे सुखाची जागा ठरणार. ती डाव्या बाजूच्या वळणावर आहे.

विभाग क्र. ३ व ४ यामध्ये एक फरक आहे. जेव्हा आपण विभाग क्र. ३ मध्ये असतो तेव्हा असं लक्षात येतं की फार काळजीग्रस्त विभागामध्ये आपण आलेलो आहोत. आपल्याला असं वाटत नाही की ही स्थिती सर्वांनाच येते व ती नेहमीच असते. मात्र विभाग ४ मध्ये ही स्थिती राहते. सर्व गोष्टी अगदी टोकापर्यंत पोहोचल्या आहेत व त्यातून आता कोणताच मार्ग दिसत नाही. परिस्थिती इतकी गंभीर बनलीय की आपल्या भविष्यावर परिणाम करण्याइतपत ती ताणली जाणार. आता सुटका नाही.

आपण या विभागात असू तर पुढील पैकी विचार करू.

* माझं जीवन म्हणजे गोंधळ आणि आपत्तीच आहे.
* यातून आता मार्ग नाही.
* जग मला बाहेर घालवायला बसलंय/मी कुचकामी आहे.
* आता मी अधिक जमवून घेऊ शकत नाही.
* मी ज्यामध्ये हात घालीन ते चुकीचंच ठरतं.
* मी कशावरच मन एकाग्र करू शकत नाही.
* साध्या साध्या गोष्टी पूर्ण व्हायला चांगलाच वेळ लागतो.

आपल्यापैकी काहीजण विभाग ४ मध्ये असतो. पण काही दिलासा मिळतो, आशा दिसू लागते व या परिस्थितीतून लवकर बाहेर पडतो. पण या विभाग ४ मध्ये अधिक काळ थांबावं लागलं तर मग तो धोकाच होय. सरकती वाळू आपल्याला खाली ढकलत राहाते. आशा संपते, वर येणं अवघड होतं. तशी स्थिती इथं निर्माण होते.

आपण कोणत्या विभागात आहात?

पुढील प्रश्न वाचा. तुमच्या विचाराशी कोणता पर्याय जुळतो पहा.

---

१. आपण वाहतुकीच्या कोंडाळ्यात अडकला आहात. नियोजित स्थळी पोहोचायला वेळ लागणार आहे. तुम्हाला काय वाटतं?

अ. थोडा वेळ झाला म्हणून काय झालं? या परिस्थितीत मी फारसं काहीच करू शकणार नाही.

ब. दुसरा एखादा रस्ता आहे का बघू दे. त्यांना बोलावून मी सूचना देईन.

क. याला दुर्दैव म्हणायचं. मी जरा आधी यातून सुटलो असतो तर?

ड. मी खूप उशिरा पोहोचणार. चांगलाच गोंधळ उडणार. माझा विश्वासच बसत नाही.

२. वेळ जवळ येऊन ठेपली आता या थोड्या वेळात चांगलं काम कसं करणार?

अ. मला वाटतं काहीतरी घडेल पण काम होऊन जाईल.
ब. हे आव्हान आहे. ते स्वीकारूया.
क. काम कसं सुरू करावं हेच सुचेना झालंय.
ड. केवळ अशक्य– आता पुरा गोंधळ उडणार आहे.

३. काही तातडीचं काम करण्यास तुम्हाला कोणीतरी सांगितलंय. त्यामुळे आता तुमची कामं बदलावी लागणार.

अ. हो. नक्कीच.
ब. मी हे आव्हान स्वीकारतो. काम करून दाखवितो.
क. माझा विश्वास बसत नाही हे काम तू मला सांगतोयस. तुला कल्पना आहे की मला माझी बरीच कामं आहेत.
ड. आता हे काम डोईजड होतंय. मला ते जमेल का नाही याची शंकाच आहे.

४. विमान सुटायला वेळ झालाय. पत्रकातल्या प्रमाणे कोणत्याच सोयी नाहीत. त्यात भर म्हणजे पाऊस पडायला लागलाय.

अ. आता सुटीच आहे. वेळ झाला म्हणून फारसा फरक पडत नाही. चला मजा करूया.
ब. हे काही बरोबर नाही. मी सहल व्यवस्थापकाला भेटून काही मार्ग काढायला सांगतो.
क. विमान कंपनी कुचकामी आहे. सहल कंपनी चक्रम आहे. मी वैतागलोय.
ड. माझ्या आयुष्यातील ही वाईट सुट्टी आहे. मी घरीच राहिलो असतो तर बरं झालं असतं.

५. बँकेत किती पैसे शिल्लक आहेत ते पाहता अपेक्षेपेक्षा शिल्लक खूपच कमी आहे.

अ. पैशाची कोण पर्वा करतो? निदान माझी तब्येत तरी ठीक आहे.
ब. मी यातून काही मार्ग काढीन. कसा ते आता सांगता येत नाही. पण मी यातून सही सलामत बाहेर पडीन.

क. महिना अखेरीस बिलं भरायचीत. आता मी काय करू?
ड. माझ्या आयुष्यातील सगळं चुकलंय. मी कोसळण्याची शक्यता आहे.

आपण कोणत्या विभागात आहात? उत्तरं

सर्वाधिक अ : विभाग १ – आरामात

जे पहिल्या विभागात मोडतात ते आनंदी राहतात. आपण यात असाल तर उत्तमच. तुमची क्षमता वापरा. आपण विभाग २ मध्ये बसत असाल तर आव्हान स्वीकारायला तुम्ही अधिक प्रयत्न करायला तयार आहात.

सर्वाधिक ब : विभाग २ – गतिमान

या विभागातील मंडळींना कामाचा ताण पडतो. पण त्याची काळजी नको. कारण नंतर आनंद मानावा असंच घडतं. त्यामुळे हा विभाग सर्वोत्तम. पण थोडं विश्रांतीसाठी पहिल्या विभागातही डोकवायला हवं. मोठी कामं करणारी, विभाग २ मध्ये राहणारी माणसं काही वेळा विभाग ३ कडे घसरतात. पण ही रेषा लक्षात घेतली तर मग काळजी करण्याचं कारण नाही.

सर्वाधिक क : विभाग ३ – विचलीत

मंडळी फार तणावाखाली राहतात. हा तणाव चांगला नसतो. या परिस्थितीत राहणाऱ्या लोकांनी आपलं आयुष्य कसं आखलंय हे पहावं. विभाग २ मध्ये परत येण्यासाठी नकारात्मक तणाव कमी करण्यासाठी पुढे काही मार्ग सुचविले आहेत.

सर्वाधिक ड : विभाग ४ – विस्कळीत

ही मंडळी तणावग्रस्त असतात. त्यांनी क्षणभर थांबावं. हसावं, हसण्यानं मन प्रसन्न होतं. आयुष्यात आनंद केव्हा मिळतो याचा विचार करावा. सोपं नसलं तरी आयुष्य पुन्हा आनंदी करावं. मित्र, नातेवाईक यांच्या मध्यस्थीनं बोलावं.

कोण जबाबदार?

तणावाची रेषा कमी जास्त करणं आपल्या हातात असतं. दुसऱ्यांनी काही करावं ही अपेक्षा न ठेवता स्वत:च कृती करून तणाव नाहीसा करावा. आपल्यामध्ये तणाव कमी करण्याची क्षमता आहे याची जाणीव करून घ्यावी. पुढे दिलेल्या युक्त्या या ज्ञानासोबत वापरल्यात तर तणावाचा प्रश्न सोडवू शकाल.

■

(ण) तणावफुगे फोडा

भावाच्या लग्नाला निघालेला मधुकर हा वाहतुकीच्या कोंडाळ्यात चांगलाच अडकला. जर वाहतूक लवकर सुरळीत सुरू झाली नाही तर मुहूर्तच चुकायचा. मंगल कार्यालयात पोहोचायला आता चांगलाच त्रास होणार होता. घरून लवकर निघायला हवं होतं असं त्याला वाटलं. तो आता पूर्ण असाहाय्य बनला होता. आता आपल्या हातात करण्यासारखं काही नाही हे जसजसं त्याच्या लक्षात येत होतं तसतसा त्याच्या रागाचा पारा चढत होता. आपण लग्नाच्या मुहूर्ताला कार्यालयात नाही हे पाहिल्यावर आपल्या वडिलांना काय वाटेल याची मधुकरला चिंता वाटत होती. त्याच्या रागाचं आता भीतीत रूपांतर होत होतं. त्यामुळे तो फारच अस्वस्थ झाला होता.

मधुकरचा भाऊ चारुहास हा त्याच ट्रॅफिक जॅममध्ये पन्नास मीटर मागे अडकला होता. त्याच्याकडे तर लग्नाचं सामानसुद्धा होतं. पण या परिस्थितीत करण्यासारखं काहीही नाही हे लक्षात आल्यामुळे चारुहासनं ठरवून टाकलं की आपण उगीच काळजी करावयाची नाही. उलट या वेळात काही करून वेळ कामी लावावा असं त्यानं ठरविलं. तो मागे रेलून बसला व चक्क पुस्तक वाचू लागला.

मधुकरची चुलत बहीण अनघा जी त्याच्यापुढे होती तीही या वाहतूक कोंडाळ्यात अडकली. गेली दहा मिनिटे ती सतत वाहतूक नियंत्रण कक्षाशी संपर्क साधून ही वाहतूक केव्हा सुरू होईल याचा अंदाज घेत होती. तिनं आईशी संपर्क साधून वाहतूक सुरू करण्यासाठी प्रयत्न करण्यास सांगितलं होतं. मधुकरही या वाहतुकीत अडकला असण्याची शक्यता तिच्या ध्यानात आली होती. ते जाणण्यासाठी ती फोनवर संपर्क साधत होती.

एकाच परिस्थितीत अडकलेल्या या तीन व्यक्ती– तरीही तणावाशी सामना करण्याच्या तीन वेगळ्या पद्धती. मधुकरचं वागणं हे समस्येतून तोडगा काढण्याचं नव्हतं. त्याच्या या वागण्यानं उलट परिस्थिती आणखीनच बिघडणार होती. आता नैराश्यानं त्याचे स्टिअरिंगवरील हातही कापत होते. चारुहासचं वागणं वेगळंच

होतं. परिस्थितीकडे वेगळ्या रीतीने पाहण्याचा त्याचा प्रयत्न होता. शांत राहावं व तणाव वाढवून घेऊ नये अशी त्याची प्रवृत्ती होती. अनघानं परिस्थितीतून मार्ग काढण्याचा प्रयत्न चालविला होता. आहे या परिस्थितीतून मार्ग काढण्यासाठी तिने प्रामाणिकपणे आराखडा तयार केला होता. त्याप्रमाणे तिनं काम सुरू केलं होतं.

आपल्या आयुष्यात आपण असेच वेगवेळ्या पद्धतीने वागलो आहोत. काही वेळा मधुकरसारखे रागावलो आहोत. चारुहाससारखे थंड बसलो आहोत. अनघासारखे प्रयत्नशील राहिलो आहोत. यातील सर्वात उत्तम मार्ग कोणता याचा विचार केला नाही. त्या-त्या वेळी वाटेल तसे वागत गेलो.

त्यावेळी मनाला वाटलं ते योग्य असेल तर मदत होईल. अयोग्य असेल तर मग सारं विस्कळीत होईल. आपण नकारार्थी तणावाखाली असताना काय काय करू शकू याचे पर्याय या धड्यामध्ये पाहूया.

तणावमुक्तीचे नऊ मार्ग इथं दिलेत. प्रत्येक मार्गाची स्वत:ची बलस्थानं आहेत. काही परिस्थितीत तणावमुक्तीचा एक मार्ग हा दुसऱ्यापेक्षा चांगला असेल. बऱ्याचवेळा या मार्गांचा संयुक्त वापरही करावा लागेल.

नऊ मार्ग साधारणपणे उपयुक्ततेच्या दृष्टीनं मांडले आहेत. चारुहासप्रमाणे वेगळ्या पद्धतीनं विचार करणारे, अनघासारखे कृती करण्यावर भर देणारे असे हे मार्ग आहेत. आपण या मार्गांचा अवलंब केल्यावर मधुकरसारखे गोंधळून निश्चितच जाणार नाही.

तणावाचे प्रकार

विविध तणावातील फरक आपण मागील धड्यात पाहिले. पुन्हा एकदा त्यावर नजर टाकू या. तणाव हा सकारात्मक व नकारात्मक असतो. सकारात्मक तणाव उपयुक्त असतो. आपली कार्यशक्ती वापरण्यास तो प्रवृत्त करतो. वरील विवाहाच्या प्रसंगात अनघाचं कार्यप्रवण असणं हे चांगलं उदाहरणं आहे. ती जागरूक आहे, कामात गुंग आहे. काही मार्ग निघावा म्हणून प्रयत्नशील आहे. नकारात्मक तणाव ही आपली काम करण्याची इच्छा मर्यादित करतो. वरील उदाहरणात मधुकरचं वागणं तसं आहे.

१. करून पहा. भाग १ : कमी महत्त्व द्या

अति महत्त्वाची वेळ आहे व त्या परिस्थितीत काही मार्ग सुचत नाही. त्यावेळी आपण खूपच निराश होतो. यावेळी आपण परिस्थिती तितकी महत्त्वाची आहे का याचा विचार करावा. ती आपल्याला प्रथम वाटली तितकी महत्त्वाची नाही हे जर लक्षात आलं तर तणाव निश्चितच कमी होईल.

काही वेळा याउलट स्थिती असते. जितका अधिक आपण विचार करू तितका तणाव वाढत जातो. ती वेळ अधिकच महत्त्वाची वाटू लागते. स्वत:च्या भावाच्या लग्नाचा मुहूर्त चुकणार म्हणजे काय! पुढच्या वेळी आपणास उशीर होणार नाही. कारण काय? पुढच्या वेळी आपल्याला रागामुळे ते बोलावणारच नाहीत. वडिलांना काय वाटेल? ते तुला घड्याळ देतील व मूर्ख माणसा यापुढे तरी वेळ पाळ म्हणतील. अशी भयानक विचारांची आगगाडी धावू लागेल. त्याला 'आपत्तींची कथा' म्हणतात. ही आपणच तयार करतो. उशीर झाला, रात्री झोप आली नाही, उद्याच्या बैठकीची काळजी असे आपणच विचार करीत राहतो.

मग अशा वेळी काय करावं? आपत्तीची कथा ही आपत्ती न वाटून घेता ती कथा आहे हे प्रथम ध्यानात घ्यावं. आता आपत्तीचं संकट मनातून काढून टाका. थोडा वेळ शांत बसून आपण विचार केला तर आपण किती हास्यास्पद कल्पना करीत होतो हे ध्यानात येईल. दुसरी गोष्ट म्हणजे प्रसंगाची केवळ वाईट बाजू न रंगविता आपण दुसऱ्या बाजूचा विचार करू शकू. त्याच प्रसंगाला सकारात्मक वळण कसं देता येईल ते पाहावं.

उदाहरण पाहूया. मधुकरला वाटेल, ''मला लग्नाला जायला वेळ होतो आहे. पण असा मी एकटाच नाही. तसंच अगदी शेवटचाही नाही. शक्य असल्यास मी पोहोचेपर्यंत ते थांबतील किंवा मी नसलो तरी समारंभ होऊन जाईल. मी न पोहोचल्यामुळे माझ्या भावाला राग येईल. परंतु दिवसअखेर माझी भेट झाल्यावर त्याला झाला प्रकार कळेल. माझी इच्छा असूनही मला येता आलं नाही हेही लक्षात येईल. तेव्हा तो मला क्षमा करेल. मला थोडा उशीर झाला याबद्दल त्यानं मनात राग ठेवला तर प्रश्न त्याचा आहे. माझा नाही. मला खात्री आहे की माझ्याकडून मी सर्व प्रश्न सोडवायचा प्रयत्न केलाय. माझ्या भावाच्या लग्नाला उशिरा येणं ही जर घोडचूक असेल तर त्यावरून हेही लक्षात येईल की त्याचं आणि माझं नातं किती घट्ट आहे.''

परिस्थितीचं वास्तव लक्षात घेऊन, त्याला दिलेलं अवास्तव महत्त्व कमी करून मधुकर विनाकारण भांबावलेल्या आणि धास्तावलेल्या स्थितीत राहणार नाही.

(आपत्तीच्या कल्पनांचे आणखी नमुने पाहायचेत? पुढील धडा पहा.)

आपण कसे पाहतो; कसे पाहत नाही.

विमानातून उडी मारण्याची आपल्यावर वेळ आली तर. पॅराशूट असूनही आपण एकदम घाबरून जाऊ. परंतु आकाशउडी शिकवणारे शिक्षक त्यांच्या आयुष्यातील ही ३००वी उडी मारून दाखवत असतील तर त्यांना काहीच

तणाव जाणवणार नाही.

आपण जसं प्रसंगाकडे पाहतो त्याप्रमाणे तणावाचं प्रमाण कमी-जास्त होतं. ह्याला 'जागरूकता आभास' म्हणतात.

आपला तणाव कशामुळे तयार होतो हे पाहत गेल्यास 'वैयक्तिक श्रद्धा' किंवा गोष्टी गृहीत धरून चालणं हे एक कारण होऊ शकतं. (उदा. विमानातून उडी मारणं धोकादायक असतं.) आपल्याला जे वाटतं तसाच हा प्रसंग असल्याचं वाटून घेणं हेही तणावनिर्मितीचं कारण होय. पहिली उडी व तीनशेवी उडी यात केलेला फरक पहा.

तीच परिस्थिती असताना काही लोक घाबरून जातात तर काही शांत असतात.

या तत्त्वातली आनंदाची गोष्ट म्हणजे परिस्थितीकडे पाहण्याचा दृष्टिकोन बदलून आपण तणाव कमी जास्त करू शकतो.

२. खेळून पहा, भाग २ : वाईटच घडेल असं समजू नका.

परिस्थितीचं अवास्तव महत्त्व सांगून आपण त्यापासूनचे धोकेही फार मोठे आहेत असं समजून घेत असतो.

मधुरा तणावमुक्तीच्या कार्यशाळेत आली होती. तेव्हा तिनं कंपनीसाठी तयार केलेलं वार्तापत्र आठवलं. ते मुद्रकाकडून छापून आल्यावर तिच्या लक्षात आलं होतं की मुखपत्रावरील आलेख चुकीचा छापला गेलाय. त्यामुळे कंपनीच्या यशाची वाढती कमान न दिसता ती उतरती भाजणी दिसतेय.

घाबरलेल्या स्थितीत मधुरानं पुन्हा छपाईचा येणारा खर्च स्वतःच्या पगारातून करावयाचा ठरविला. परंतु तिच्या साहेबांनी तिला धीर दिला. 'काळजी करू नको. खरं सांगायचं तर ही चूक किती जणांच्या लक्षात येईल,' असं ते म्हणाले. त्यांचं म्हणणं खरंच ठरलं. २०,००० वाचकांपैकी एकानंही त्या चुकीचा उल्लेख केला नाही.

प्रत्येकाला प्रकल्प तोट्यात गेला असं वाटलं तर फार वाईट होईल हे मधुराचं म्हणणं खरं होतं. (परिणाम महत्त्वाचा) परंतु प्रत्येकजण किंवा कोणीतरी ही चूक दाखवून देईल असं समजणं हे चूक होतं.

वाईट होईलच ही शक्यता कमी करणं म्हणजे तणाव कमी करणं होय.

३. पुनर्रचनेचा खेळ : गोष्टीबद्दल वेगळा विचार करणे

एका गृहस्थाला आपलं घर विकायचं आहे. पण शयनगृह लहान असल्यानं त्याला मागणी येत नाही. मग या खोल्या जरा मोठ्या दिसाव्या म्हणून फर्निचर

हलविणं, रंगविणं हे केलं. तर त्या एकदम आकर्षक झाल्या. त्याचप्रमाणे तणाव स्थितीमध्ये सुधारणा होण्यासाठी परिस्थितीच्या सीमा बदलून पाहाव्या. पुनर्रचना करावी. तुम्हाला रोमला जायचं आहे. पण सारी गणितं चुकताहेत. वेबसाईट पाहून स्वस्त तिकिटं कोणती ते शोधून काढलंत. ती खरेदी करायला गेलात तर संपली होती. आता नेहमीच्या दरात दुप्पट रक्कम मोजावी लागणार होती. हॉटेलमध्ये जागा मिळणंही अवघड झालं होतं. तुमचे शेजारी नुकतेच इटलीला जाऊन आले. त्यांना झालेला त्रास त्यांनी वर्णन केला. तुमच्या मित्रानं पुढील सुट्टीत स्नेहमिलन मेळाव्याचं आयोजन केलंय. आता तरी कुठलाच प्रश्न निर्माण होणार नाही अशी खात्री वाटते. तर लक्षात येतं की त्यापूर्वीच पासपोर्टची तारीख संपतेय. यावरून सुरुवातीला तरी वाटेल की हे सारं सोडून द्यावं. सारं काही माझ्याविरुद्ध आणि तणावाचं होतंय. परंतु परिस्थितीचा पुनर्विचार करून प्रभावी चौकट बदलू शकतो. त्यामुळे परिस्थिती तणावमुक्त होऊ शकते.

स्वस्त तिकीटं संपलीत म्हणून काय झालं. नेहमीची तिकिटं जरा महाग वाटली तरी हे विमान शहरापासून जवळच्या विमानतळावर उतरतं. त्यात एक तास वाचेल. हॉटेलमध्ये जागा नाही? आपण कोठेतरी शांत जागी राहू. तिथे वर्दळही कमी असेल. शेजाऱ्यांना खूप त्रास झाला होता? त्यांच्याकडून ती माहिती घेऊया. अडचणीच्या जागा सोडून देऊया. पासपोर्टची मुदत संपतेय? आपल्याला आता चांगला फोटो काढण्याची संधी आहे. पासपोर्टचं नूतनीकरण करूया.

याला म्हणतात पुनर्रचना– वेगळ्या पद्धतीनं बाह्य घटकांचा पुनर्विचार करायचा. त्यात वाईटापेक्षा चांगलं काय आहे हे पाहायचं. उदाहरण म्हणून फुटबॉल संघाचं घेऊया. सामन्याच्या काही दिवस आधी आघाडीचा हल्ला करणारा खेळाडू आजारी पडला. त्यामुळे आता आणखी एका चांगल्या खेळाडूला सामन्यात भाग घेण्याची संधी मिळेल. एक अनुभवसंपन्न खेळाडू तयार होईल.

तणावस्थितीचा पुनर्विचार करण्यासाठी पुनर्रचना

परंपरागत	पुनर्रचना
माझी एवढी कामं पडली आहेत की आणखी काही करणं अशक्य आहे.	माझी एवढी कामं पडली आहेत याचाच अर्थ असा की मी इतकी कामं करू शकतो. मी इतका भाग्यवान आहे की मी काय काय करू शकतो हे लोकांना दाखविण्याची मला संधी मिळाली आहे.

मी जे काही नवं करू इच्छितो त्याला इतका विरोध का?	ज्या गोष्टीला विरोध होतो व त्यात सुधारणा करून अंमलबजावणी होते असे बदल चांगले. टीकाकारांनाही मी योग्य गोष्ट करीत असल्याचं दाखवून देतो.
मी खूप मेहनत करीत कामामध्ये प्रगती नाही. त्यामुळे ते काम सोडून द्यावं असं वाटतं.	वगळण्यासारखी कामे मी बाजूला टाकलीत. व आता यापुढे मला कामात यश येईल असं वाटतं.
वास्तविक पाहता मला मिळतच नाही.	मी जेव्हा सुट्टीवर जाईन तेव्हा मला मी केलेल्या भरपूर कामाचं कौतुक वाटेल.

४. आनंद साजरा करा

तणावाखाली राहणारा स्वत:ला कमी लेखत असतो. यावर मार्ग म्हणजे आयुष्यातील सर्व चांगल्या गोष्टी आता घडत आहेत असं समजणं.

घर खरेदीचा सौदा जमू शकला नाही. राहायला चांगलं घर मिळणं दुरापास्त झालं आहे असं वाटतं. मग आता आयुष्यात चांगल्या गोष्टी कोणत्या आहेत? एक कागद घ्या व त्यावर या साऱ्या लिहा. जवळचे मित्र? आवडीचं काम? सुरेख गाडी? प्रेम जमतंय? नुकताच चांगला चित्रपट पाहायला मिळाला? घर खरेदीसाठी आवश्यक ते पैसे मिळाले? शक्यता अशी आहे की अपेक्षेपेक्षा यादी खूपच मोठी झाली. या चांगल्या गोष्टींचा विचार केल्यास नकारात्मक तणावावरून लक्ष दुसरीकडे जाईल. मन प्रसन्न राहील.

तसंच लक्षात ठेवा. जेव्हा मनासारख्या गोष्टी घडतात तेव्हा त्याचा आनंद साजरा करा. 'झालं एकदाचं' असं म्हणून पुढील काळजी करीत बसू नका. चांगल्या कामाची स्वत:ला शाबासकी द्या. त्यामुळे जोम वाढेल. नवीन आव्हानं पेलण्याची ऊर्मी निर्माण होईल.

कार्यव्यस्त दिवस संपल्यावर दोन मिनिटं शांतपणे बसा. दिवसभरात काय मिळालं याचा विचार करा. उद्या काय करायचं याची चिंता नको. त्यामुळे काळजीची पातळी कमी होईल. झोपही शांतपणे लागेल.

५. मानसिक शक्ती हुशारीनं वापरा

वर उल्लेखलेले तणावमुक्तीचे उपाय अपुरे पडू लागले तर पुढील प्रश्नांची

उत्तरं शोधा. 'याबद्दल काळजी करण्यानं काही उपयोग होतोय का? मानसिक शक्तीच्या जीवावर मी यापेक्षा अधिक चांगलं काही करू शकतो का?'

आपल्या प्रत्येकामध्ये प्रचंड मानसिक ऊर्जा आहे. पण ती आपण स्वत:चेच प्रश्न सोडविण्यासाठी वापरू लागलो तर इतर महत्त्वाचे प्रश्न सोडविण्यासाठी ती पुरेशी शिल्लक राहणार नाही. ही ऊर्जा अधिक उपयुक्त कामासाठी वापरल्यास आपल्यालाच अधिक मानसिक समाधान लाभेल.

६. पूर्ण सुटका

खूप मोठ्या तणावाशी सामना करतानाचा एक मार्ग म्हणजे त्या तणावापासून सुटका करून घेणं हा होय. अगदी शब्दश: त्या तणावापासून दूर जायचं. वेगळ्या वातावरणात जायचं. भरपूर शुद्ध हवेचा आनंद घ्यायचा. मेंदूला, विचारांना तजेला मिळायला हवा. तणावावरील मार्ग शोधायला वेगळीच पद्धती सूचण्याची शक्यता आहे. यामुळे मनाला विश्रांतीही मिळते. थोडा वेळ प्रश्नावर विचारच न करता राहता येतं. त्यासाठी फिरायला बाहेर जाऊन येणं, एखाद्या विश्रामगृहामध्ये एखादी रात्र राहून येणं असे प्रकार करता येतात. वेगळ्या वातावरणात जाऊन आलं की आपल्या प्रश्नावर दुसऱ्या मार्गानं उपाय शोधता येतो. ती क्षमता आपल्यामध्ये येते.

तणावाच्या स्थितीपासून दूर जाणं हा एक उपाय असला तरी तो थोड्या वेळासाठीच उपयुक्त होतो. प्रश्नापासून फार काळ दूर गेल्यास प्रश्नाचं गांभीर्य वाढू शकतं. त्यामुळे तणावही वाढू शकतो. यासाठी 'छोटी विश्रांती' असावी. या छोट्या विश्रांतीमुळे मोठ्या प्रश्नाची उकल होऊ शकते.

७. मित्रांची मदत

अडचणीमध्ये मदतीस धावतो तोच खरा मित्र असतो. त्यामुळे आपण या तणावग्रस्त परिस्थितीतून जात आहोत ती वस्तुस्थिती आपल्या प्रिय मित्रांना सांगितली तर मन मोकळं होतं. त्या तणावाचं ओझं फक्त आपल्या डोक्यावर न राहता ते कमी होतं.

आपल्या कुटुंबासाठी, मित्रांसाठी आपण यापूर्वी त्यांच्या अडचणीच्या वेळी मदत केली आहे. दुसऱ्याच्या मदतीसाठी धावून जाणं हा गुण आपल्यामध्ये मूलत:च आहे. तोच गुण आपल्या मित्रामध्येही असणार. तेही आपल्या साहाय्यास धावून येतील. फक्त एक गोष्ट लक्षात घ्यावी. काही मंडळी अगदी जवळची असली तरी धूर्त कोल्हे असतात. त्यांना आपला प्रश्न सांगितला तर ते 'हा बरा अडकलाय' म्हणून अधिक त्रास कसा होईल हे पाहतील. यासाठी कोण खरा मित्र हे जाणता आलं पाहिजे.

मित्र कोणकोणत्या मार्गांनी मदत करतील ते पाहूया.

- ऐकणं व परिस्थिती समजावून घेणं– ऐकून घेतल्यावर मित्र म्हणेल, "तो खरंच तुला असं म्हणाला का? बाप रे! तू किती घाबरला असशील. कल्पनाच करवत नाही."
- ज्या तणावाखाली आपण आहोत ती परिस्थिती असणंच शक्य नाही असं वाटणं– "तो असं म्हणाला हे अगदी खरं का? त्याला तसंच म्हणायचं होतं का? लिहिताना काही गोंधळ झालाय?"
- परिस्थितीतून मार्ग काढायला मदत करणं– "अरे तू आमच्याबरोबर चहाला चल. जरा निवांतपणे बोलूया."
- तणावातून बाहेर पडायला मार्ग सांगणं– "आपण सगळे मिळून यावर मार्ग काढूया. त्यासाठी काय काय मार्ग आहेत त्या सर्वांचा आपण आता विचार करूया."
- आपल्या वतीनं मित्रानं प्रत्यक्ष काम करणं– "मी काही भित्तीपत्रकं तयार करतो व तीच आजूबाजूला लावतो. त्यातील प्रश्नांना ते काय उत्तरं देतात का बघूया."
- आर्थिक किंवा वस्तू रूपानं मदत करणं– "माझा खर्च जाऊन माझ्याकडे काही रक्कम शिल्लक आहे. ती मी तुला तात्पुरती देतो. तुझं काम झाल्यावर नंतर सवडीनं तू ती रक्कम मला परत कर."

अशा कामासाठीच तर मित्र असतात. गरजेच्या वेळी त्यांना विचारण्याचं टाळू नका. अवश्य बोला. तणाव कमी करा.

८. योग्य प्रश्न विचारा : उपायावर त्वरित कृती करा

आपण तणावाखाली असलो की त्यावर उपाय शोधताना आपण बरोबर विचार करीत नाही. स्वत:ला चुकीचे प्रश्न विचारतो. पण नीट विचार करून स्वत:शी योग्य संवाद साधल्यास बरोबर मार्ग सुचू शकतो. कशामुळे तणाव निर्माण झालाय याच्या मुळाशी पोहोचू शकतो. त्यावर योग्य कृती सुरू करू शकतो. हे योग्य प्रश्न कोणते? जे प्रश्नाभोवती नुसते पिंगा घालत राहतील व आपण आहे तिथेच राहू असे प्रश्न नकोत. व्यवहारी उत्तरं मिळतील असे प्रश्न हवेत. उदाहरणार्थ–

- माझ्यावरील तणावाचं खरं कारण कोणतं? मी लग्न समारंभास वेळेवर हजर राहू शकत नाही हे आहे का? मुहूर्तानंतर आपण विवाह समारंभास पोहोचणार हे आहे?
- या परिस्थितीत मी तणाव कमी करायला काय करू? फोन करून मी लग्नास वेळेत का पोहोचू शकणार नाही ते कळवून टाका.

- माझ्यावरील तणाव कमी करण्यास कोणकोणते विविध उपाय उपलब्ध आहेत? विवाह प्रसंगी पोहोचण्यासाठी अजून कोणते मार्ग आहेत. 'ट्रॅफिक जॅम' वगळून त्या मार्गानं जाता येईल का?
- माझ्याकडील माहिती व साधनं यात काही वाढ होऊ शकते का? ट्रॅफिक पोलीसशी संपर्क साधून मी काही लवकर पोहोचण्याचा मार्ग शोधू शकतो का?
- इतर लोक काय मदत करू शकतील– विवाहस्थळी सत्यस्थिती सांगून मी उशिरा येत असल्याचं तेथील नातेवाइकांना सांगावं. मी सुखरूप असून काही काळजी करू नये हेही सांगावं.
- मी काय करावं. कोणत्या क्रमानं कृती करावी– वडिलांना मोबाईलवर सांगावं. ट्रॅफिक जॅममुळे मी वाहतुकीत अडकलो असून लग्न समारंभ अगदी घरातला असूनही मी उशिरा पोहोचेन.

हा प्रश्न काही वेळानं सुटणारच. कारण वेळ हाही एक उपायच आहे. विवाह समारंभ झाल्यावर पुन्हा एकदा शांतपणे विचार करावा. पुन्हा असा तणाव निर्माण होऊ नये म्हणून काय करावं? असा तणाव निर्माण झाल्यास कशी कृती करावी?

- असा तणाव पुन्हा निर्माण होऊ शकतो का?
- अशा तणावमुक्तीसाठी मी पूर्वतयारी काय करावी?

अशा तयारीने आपण तणावमुक्तीसाठी योग्य पावले उचलू शकू.

९. संघर्ष

आपल्याकडून अन्य व्यक्ती विविध अपेक्षा व्यक्त करीत असतात. त्या पूर्ण करण्याचा प्रयत्न करावा किंवा त्या पूर्ण करू शकत नाही हे सांगावं. काही वेळा हे होऊ शकत नाही हे सांगणंही तणावमुक्तीसाठी उपयुक्त ठरू शकतं. एखादं काम होत नसेल तर ते आता कसं सांगावं म्हणून आपण पुढे ढकलत राहतो. त्यामुळे तणाव वाढतच जातो. पण एकदा का ते होत नसल्याचं सांगून टाकलं की आपल्यावरील तणाव नाहीसा होतो. ज्याला सांगितलं त्याच्याकडे तो तणाव वर्ग होतो. आता तो कमी करायला त्यानं कोणाला सांगावयाचं हा त्याचा प्रश्न.

दुसऱ्याचं काम होऊ शकलं नाही हे सांगताना ते होण्यासाठी मी काय काय प्रयत्न केले हे सांगावं. त्यामुळे दहा पैकी नऊ प्रसंगांमध्ये कटुता टळू शकते.

तणावाचा सामना करण्याचे नऊ प्रकार.

१. प्रसंगाचं महत्त्व कमी करणं.

२. परिस्थिती उद्‌भवेल का ही शक्यता कमी करणं.

३. चांगलं घडेल असा पुनर्विचार करणं.
४. आनंद साजरा करणं.
५. मानसिक शक्तीचा सुयोग्य वापर.
६. सुटका करून घेणं.
७. मित्रांचं सहकार्य.
८. स्वत:ला योग्य प्रश्न विचारणं.
९. परिस्थितीचा मुकाबला करणं.

तणावमुक्तीच्या या नऊ मार्गांचे मुख्यत्वे दोन गट आहेत. पहिला गट क्र. १ ते ७ या प्रकारांचा आहे. यामध्ये भावनेला महत्त्व आहे. त्या त्या परिस्थितीत प्रश्नाचा विचार करून उपाय सुचविला आहे. क्र. ८ व ९ मध्ये काय कृती करावयाची व कशी करावयाची हे सांगितलं आहे.

तणाव कमी करण्यासाठी वरील प्रकारांचं मिश्रण वापरावं लागतं.

पुढील परिस्थितीचा विचार करा.

बँकेकडून खात्याची माहिती देणारं पत्र आलंय. खात्याची फारच वाईट स्थिती आहे. चांगलाच ओव्हरड्राफ्ट झालाय. खात्यात काही व्यवहारांची चूक असेल का? मी क्रेडिट कार्ड भरपूर वापरतोय पण ही स्थिती भयंकरच आहे. मी आता काय करू? ते माझी कार्डवरील लिमिट बंद करतील. माझ्या गृहकर्जखात्यावरील हप्ते भरले जाणार नाहीत. ते फ्लॅटचा ताबा घेतील. माझं दिवाळं वाजल्याचं जाहीर करतील. यापुढे मला कोणतंही कर्ज मिळणार नाही.

बँक खात्याचा उतारा मिळाल्याबरोबर पूर्वीच मी पाहायला हवा होता. मी ताबडतोब त्यावर कृती न केल्यानं परिस्थिती अधिकच बिकट झालीय. मला आता जिमला जायलाही वेळ झालाय. माझं कशातच लक्ष लागेना झालंय. मी पुरता काळजीनं ग्रासला गेलोय.

तर, ही स्थिती आहे! आता या परिस्थितीचा सामना कसा करायचा. त्यासाठी आपण अभ्यासलेल्या नऊ मार्गांपैकी कोणते उपयुक्त आहेत? त्यामध्ये अमुक एक उत्तर म्हणजे शंभर टक्के योग्य असं नव्हे. पण त्याबाबतीत काही सूचना करता येतील.

प्रथम मी खूप अस्वस्थ होणं थांबविलं पाहिजे. आता मी जिमला जायला निघालोय तर वाटेतच पुढील गोष्टी केल्या पाहिजेत.

- प्रसंगाला इतकं महत्त्व देऊ नका
  बँक पाच दिवस पैसे काढू देणार नाही. ठीक आहे. मी तात्पुरतेच, अगदीच गरज पडली तर दुसऱ्या बँकेचं कार्ड वापरीन.
- नेहमी चांगल्या बाजूकडे पहा.

चांगलं आहे त्याचा आनंद माना. सर्वच काही वाईट नाही. मला सुरक्षित अशी चांगली नोकरी आहे. माझी तब्येत चांगली आहे. छान हवा पडलीय. मी नुकताच सुटीवरून परत आलोय.

- पुनर्विचार करा.
  एवढं काय वाटून घ्यायचं. असा प्रसंग माझ्यावर पूर्वीही आला होता. विद्यापीठातील शिक्षण संपवून मी बाहेर पडलो तेव्हा माझ्या डोक्यावर फार मोठं कर्ज होतं. परंतु योजनाबद्ध रीतीनं मी ते फेडलंच ना! मी हे एक वेळ करू शकलो. तर आता पुन्हा करेनच.
- सुटका.
  आता मी जिममध्ये आहे. इथं मी कोणतेही तणाव येऊ देणार नाही. मी आता कर्जाचा विचार करणार नाही. जिममधून घरी गेल्यावर मी कर्जफेडीचा विचार करेन.
- योग्य प्रश्न विचारा.
  माझ्यावरील तणावाचं खरं कारण काय?
  मी या आठवड्याचं रेस्टॉरंटचं बिल भरू शकणार नाही.
  माझ्या गृहकर्जाचे हप्ते मी भरू शकणार नाही. माझ्या फ्लॅटचा बँक ताबा घेईल.
  बँकेकडून काही चूक झाली असेल का? मी खाते उतारा पूर्ण तपासायला हवा. जर चूक आढळली तर दुरुस्ती करून घ्यायला हवी.
  माझे खर्च कमी करायला हवेत. पुढील दोन दिवस तरी रेस्टॉरंटमध्ये जायचं नाही. केबल टीव्हीची वर्गणी काही दिवस भरायला नको.
  माझं उत्पन्न वाढवायला हवं. फ्लॅट कर्ज भरणं फारच अवघड झालं तर त्यातील एक खोली भाड्यानं द्यावी लागेल.
  माझ्याकडे बरेच शेअर्स आहेत. त्यातील थोडे विकून कर्ज हप्ते भरेन.
  बँकेला पत्र लिहून आपण करीत असलेल्या कर्जपरतफेड योजनेची माहिती द्यावी.
- मित्राचं सहकार्य
  माझ्या मित्राची बायको बँकेत आहे. त्या मित्राला भेटून त्याच्या बायकोकडून बँकेच्या कारवाईबद्दल अधिक माहिती घ्यावी.

इथं एक मार्ग सांगितलाय. अशा अनेक योजना आखता येतील. हे करताना असं लक्षात येईल की तणाव मुक्तीच्या नऊ प्रकारातील प्रत्येक प्रकाराचं महत्त्व फार मोठं आहे. पण त्यांचा एकत्र वापर हा अधिक परिणामकारक होतो.

सावधान वायर व गजर

तणाव कमी करण्यासाठी अनेक युक्त्या आहेत ते आपण पाहिलं. पण या

तणावाकडे पाहण्याचा आणखी एक दृष्टिकोन आहे. तो म्हणजे तणाव निर्माण होण्यापूर्वीच काय करता येईल याचा विचार करायचा. तणाव निर्माण होण्याची लक्षणं समजून घेतली तर तणाव निर्मितीच्या वेळीच जागरूकता निर्माण करून सावधानता बाळगता येईल. तणावच निर्माण होणार नाही याची दक्षता घेता येईल. तणाव ओळखण्याच्या दोन पद्धती आहेत– सावधान वायर व गजर.

सावधान वायर

माझे खांदे आखडले आहेत. जमिनीवर एक मिनिटही बसता येत नाही. पुन्हा उठून मग बसावं लागतं. पूर्णपणे अस्वस्थता आहे. पेनचं एक टोक तोंडात धरून चावलं जातंय. हे सारं तणावामुळं होतंय. पूर्ण गोंधळ उडालाय.

तणाव निर्माण होताना आपण काय करतो हे लक्षात आलं म्हणजे तशा कृतीच्या वेळी सावध व्हायचं. जरा शांत व्हायचे. परिस्थितीचा आढावा घ्यायचा व तणाव निर्माण होणार नाही यासाठी योग्य ती कृती करायची.

गजर घंटा

सावधान वायर प्रकारात आपलं आपण सावध होतो. तर गजर घंटा प्रकारात अन्य कोणी आपणास सावध करतं. आता आपण मोठ्या तणावपूर्ण परिस्थितीत जाणार तोच आपला कोणी स्नेही आपणास धोक्याची सूचना देऊन जागं करतो. तो सांगतो, ''आता काळजी घे. तुझं आता नुकसान होण्याची शक्यता आहे.''

आपण मित्र, नातेवाईक यांना सांगून ठेवतो की भावनेपोटी मी काही चुकीचे निर्णय घेऊ लागलो तर तुम्ही मला सावध करा. म्हणजे मी कोणत्या संकटात अडकणार नाही.

मनाला व्यायाम देऊया.

१. तुम्ही तणाव कमी करण्यासाठी भावनाप्रधान असे १ ते ७ हे प्रकार वापरता का प्रश्नकेंद्रित ८ व ९ हे प्रकार वापरता हे तपासून पाहण्यासाठी पुढील प्रश्नांची उत्तरं द्या.

गेल्या महिन्यातील तणावपूर्ण परिस्थिती आठवा. तुम्ही त्या परिस्थितीला कसे सामोरे गेलात. खालीलपैकी योग्य पर्याय निवडा. त्याला गोल करा.

मी हे मुळीच केलं नाही. १
माझा त्यात फार थोडा हात होता. २
हे मीच केलं. ३
मी हे मोठ्या प्रमाणावर केलं. ४
मी जे केलं त्यात हेच सारं महत्त्वाचं होतं. ५

१. मला काय वाटतं हे मी मित्रांना व आप्तेष्टांना सांगितलं.	१ २ ३ ४ ५
२. या परिस्थितीतही काही चांगलं निष्पन्न होईल असं मला वाटलं.	१ २ ३ ४ ५
३. मला आठवतं की यापूर्वी मी अशा परिस्थितीला सामोरा गेलोय. त्यामुळे मी आता आत्मविश्वासाने तोंड देईन.	१ २ ३ ४ ५
४. पूर्वी जे योग्य ठरलं तेच आता मी करायचं ठरविलं आहे.	१ २ ३ ४ ५
५. यातून फार वाईट घडणार हे माझे विचार अतिरंजित होते; याचा मी पुनर्विचार केला.	१ २ ३ ४ ५
६. मी जे काय करीत होतो त्याचे अर्थ काढत बसण्याच्या माझ्या भावनांना मी आवर घातला.	१ २ ३ ४ ५
७. या परिस्थितीत सर्वात चांगलं काय करता येईल त्याची योजना मी तयार केली.	१ २ ३ ४ ५
८. परिस्थिती सुधारण्यासाठी मी काही गोष्टी केल्या.	१ २ ३ ४ ५
९. तणाव कमी करण्यासाठी मी खाणं, पिणं, फिरणं अशा इतर गोष्टी केल्या.	१ २ ३ ४ ५
१०. या प्रश्नात मला मदत करतील अशा व्यक्तींशी मी बोललो.	१ २ ३ ४ ५
११. मी सदर परिस्थितीकडे आशावादी दृष्टिकोनातून पाहिलं.	१ २ ३ ४ ५
१२. त्यावेळी माझ्याभोवती होणाऱ्या सर्व चांगल्या गोष्टी आठवल्या.	१ २ ३ ४ ५
१३. प्रश्न सोडविण्यासाठी अधिक काय करता येईल याबाबत अधिक माहिती काढली.	१ २ ३ ४ ५
१४. आव्हानांची छोट्या छोट्या आव्हानांमध्ये विभागणी केली.	१ २ ३ ४ ५
१५. प्रथम वाटत होती इतकी परिस्थिती वाईट नसल्याचं माझ्या ध्यानात आलं.	१ २ ३ ४ ५
१६. प्रश्न सोडवण्यासाठी काय करायचं हे कळल्यामुळे मी दुप्पट वेगाने कामाला लागलो.	१ २ ३ ४ ५

१७. 'करून तर पाहू' म्हणून मी थोडं धोकादायक काम केलं.	१ २ ३ ४ ५
१८. या परिस्थितीत संबंध असणाऱ्याला भेटलो आणि त्यांच्या म्हणण्यालाच आव्हान दिलं. उदा. केव्हा व काय करायचं.	१ २ ३ ४ ५
१९. मी वेगळ्याच दृष्टिकोनातून प्रश्नाकडे पाहिलं व प्रश्न सोडविणं सोपं झालं.	१ २ ३ ४ ५
२०. सोप्या अशा काही गोष्टी मी त्वरेनं केल्या. त्यामुळे वातावरण निवळलं.	१ २ ३ ४ ५

गुण तक्ता

तुम्ही दिलेल्या गुणांची बेरीज करा व खालीत तक्त्यांत भरा.

		एकूण
प्रश्न केंद्रित	४, ७, ८, १०, १३, १४, १६, १७, १८, १९	प्र =
भावना केंद्रित	१, २, ३, ४, ५, ६, ९, ११, १२, १५, १९	भा =
प्र आणि भा मधील फरक	प्र - भा किंवा भा - प्र (कोणतं अधिक त्यावर अवलंबून)	

या गुणावरून अनुमान काढण्यापूर्वी तुम्ही कोणती तरी एक परिस्थिती नजरेसमोर ठेवा. प्रत्येक परिस्थितीत तुमचे गुण बदलू शकतात.

सर्वात जास्त गुण कोणत्या प्रकाराला मिळाले प्र की भा.

या प्रकाराला एकूण गुण किती मिळाले? पुढील तक्त्यांत तुम्ही कोठे आहात हे त्यावरून कळेल.

प्र आणि भा मधील फरक किती आहे यावरून तुम्ही कोणत्या ओळीत आहात ते समजेल.

(उदा. जर तुम्हाला प्र साठी २३ गुण व भा साठी १२ गुण मिळाले तर तुमचा प्र हा शब्द होय. सर्वात जास्त गुण २३ व दोन गुणातील अंतर ११ होय. तुम्ही मधल्या रांगेत व मधल्या स्तंभात आहात.)

पुढील तक्त्यांत योग्य चौकोन शोधा.

गुण प्र आणि भा मधील फरक	२०-४०	४१-७०	७१-१००
५ किंवा कमी	तणाव कमी करण्यासाठी तुम्ही या परिस्थितीत फारसं काही करीत नाही. तुमच्यापुढे अनेक पर्याय उपलब्ध आहेत. पुन्हा भविष्यात असा तणाव निर्माण झाल्यास त्यांचा वापर अवश्य करा.	चांगले गुण आहेत. आपण दोन्ही प्रकार समान प्रमाणात वापरत आहात. याचा उपयोग होत असेल तर त्यात बदल करण्याचं कारण नाही. जर अजूनही तणावाखाली आहोत असं वाटत असेल तर अन्य पर्यायांचा वापर करा.	चांगलं केलंत. तुम्ही विविध प्रकारांचा वापर परिणामकारक. रित्या केलाय. त्यामुळे तणाव कमी होतील. हेच चालू ठेवा.
६ ते ३०	भा : परिस्थितीकडे वेगळ्या दृष्टिकोनातून पाहणं याची मदत होते. परंतु कृती करण्याला तो पर्याय होऊ शकत नाही. पुन्हा अशी परिस्थिती उद्भवण्यापूर्वी तात्पुरता तणाव कमी होऊ शकेल एवढंच. खरा प्रश्न काय आहे ते शोधून काढा. त्याची निश्चिती करा व तणाव दूर करण्यास, परिस्थिती सुधारण्यास काय करता येईल ते पहा : प्र : भावनात्मक वातावरण निर्माण झालंय. या भावनांशी व आजूबाजूच्यांशी सांभाळून राहणं हे कृत्य करण्याइतकंच महत्त्वाचं आहे. त्याचाच उपयोग होणार आहे. परिस्थितीशी जुळवून घेण्यासाठी तुम्ही कोणता मार्ग चोखाळता हे महत्त्वाचं आहे. शक्तिमान युक्ती ही वापरायला विसरता कामा नये.		
३० पेक्षा	लागू नाही.	मोठ्या तणावातून बाहेर पडणं अवघड वाटत असल्यास त्याचं कारण म्हणजे तुम्ही ताण कमी करण्याच्या एका प्रकाराकडे पाहत असणार. ज्यात कमी गुण मिळाले त्यांचा अधिक वापर करा. प्र. किंवा भा. च्या वापराबाबत वरील चौकोन पहा.	जादा तणाव कमी करण्यासाठी तुम्ही बऱ्याच गोष्टी करताय हे फार चांगलं आहे. पण लक्ष द्या. तुम्ही एकच मार्ग चोखाळत राहाल. कारण ते करणं सोपं जातं. कमी गुण मिळालेला उपाय अधिक वापरा.

(त) दीर्घश्वसन

श्वासोच्छ्वास तर आपण नेहमीच करत असतो. अन्यथा आपण अस्तित्वातच राहिलो नसतो. तरी सुद्धा हे निरीक्षण एक विदारक सत्य प्रकट करते. आपण सारेच श्वासोच्छ्वास करतो पण तो आपण जसा करायला हवा तसा करत नाही. संशोधनानं हे सिद्ध केलेलं आहे की गर्भावस्थेतील मुलं ही मोठ्या माणसांहून चांगल्या पद्धतीनं श्वासोच्छ्वास करतात. आपणही जेव्हा झोपेत असतो तेव्हा अधिक चांगल्या पद्धतीनं श्वासोच्छ्वास करतो.

तणावाशी सामना करण्याचा चांगला मार्ग सुयोग्य पद्धतीनं श्वासोच्छ्वास करणं हा असतो. हे मोठं चॉकलेट खाण्यापेक्षा कमी चरबी निर्माण करणारं असतं. दारू पिण्यानं होणाऱ्या हँगओव्हरपेक्षा कमी त्रासदायक असतं. जिममध्ये होणाऱ्या दमणुकीहून ही दमणूक कमी असते आणि संध्याकाळी बाजारात जाऊन शॉपिंग करण्यापेक्षा हे कमी खर्चीक असतं. हे बिनखर्चाचं व सोपं आहे. स्वत:ला शांत करण्यासाठी तात्काळ वापरण्याजोगं आहे. विशेषत: जेव्हा आपल्याकडे दुसरा कोणता मार्ग उपलब्ध नसेल तेव्हा तर हा रामबाण उपायच ठरतो.

म्हातारपणाचा विचार करा प्रदीर्घ श्वास घ्या आणि १० पर्यंत आकडे मोजा याचा थोडक्यात मथितार्थ कुठचीही कृती करण्यापूर्वी त्या कृतीचे विपरीत परिणाम होऊ नयेत म्हणून क्षणभर थांबून विचार करा. आपण खूपदा हे क्षणभर थांबणंच विसरतो. ते खूप मोठं नसलं तरी काही प्रमाणात फायदा करून देणारं असतं. इथं या श्वासोच्छ्वासाचे भिन्न मार्ग सांगितले आहेत आणि या श्वासोच्छ्वासामुळे आपण कसे निवांत होऊ याचाही खुलासा केला आहे.

ताजेतवाने व्हा

आपण जेव्हा गडबडलेले असतो त्यावेळेला आपला ऊर धपापत असतो. आपला श्वासोच्छ्वास उथळ, अनियमित आणि जलद होत असतो. याचा परिणाम आपल्या फुफ्फुसांपर्यंत कमी हवा जाण्यात, आपल्या हृदयाची गती वाढवण्यात

आणि स्नायूंवर ताण निर्माण होण्यात होतो. गोंधळलेल्या स्थितीत जेव्हा आपणास काही करता येत नाही तेव्हाही ऊर धपापणे ही सामान्य बाब असते. कार्यालयीन कामात टेबलजवळ बसणं, कॉम्प्युटरवर काम करणं यासाठी एका विशिष्ट अवस्थेत बसणं भाग असतं. या बैठकीमुळे धपापणाऱ्या श्वासोच्छ्वासामध्ये वाढ होते. आपलं ऑफिसमधील काम या धपापण्यास उत्तेजन देतं. त्यामुळे आपला तणाव वाढतो. याउलट दुसऱ्या प्रकारचा श्वासोच्छ्वास हा श्वासपटलाच्या माध्यमातून केलेला असतो. श्वासोच्छ्वासासाठी छाती फुगवण्यापेक्षा श्वासपटलाच्या मदतीनं श्वासोच्छ्वास करण्यानं आपली अंत:स्थ त्वचा आपल्या फुप्फुसांना आपल्या पचनसंस्थेपासून वेगळी करते. अंत:स्थ त्वचेला हे नैसर्गिकपणे माहीत असतं की आपण जेव्हा श्वास घेऊ तेव्हा विस्तार पावावं आणि श्वास सोडताना पूर्व पदावर यावं. याउलट छातीद्वारे केलेलं श्वसन हे अनियमित आणि जलद असतं. पण श्वासपटलाद्वारे केलेलं श्वसन हे सातत्यपूर्ण आणि मुक्त असतं आणि ते श्वसनसंस्थेला अधिकाधिक मुक्तपणे काम करण्यास मदत करतं. याचा वापर प्राणवायूचा पूर्ण साठा रक्तप्रवाहात सोडण्यात होतो. त्यामुळे रक्तातील त्याज्य पदार्थ उत्सर्जित करणं सोपं होतं. छातीद्वारे केलेलं श्वसन हे हृदयाची गती वाढवण्यास आणि स्नायूवरील तणाव वाढविण्यास कारणीभूत असतं. श्वासपटलाद्वारे केलेलं श्वसन आपला रक्तदाब व हृदयाची गती नियंत्रित करतं.

समजून घ्या श्वास

याचा उद्देश श्वासपटलाद्वारे म्हणजेच पोट फुगवून श्वासोच्छ्वास करा. तसं करत राहणं हे लक्षात ठेवा. असं केल्यानं आपण आपल्या शरीराला तणावापासून दूर नेण्यात यशस्वी होतो. याची पहिली पायरी म्हणजे आपण श्वासोच्छ्वास कसा करतो याबाबत जागरूक राहणं ही होय.

हे करण्यासाठी तुम्ही जमिनीवर झोपा किंवा आरामदायक स्थितीत खुर्चीत बसा. पाय मोकळे सोडा. दोन्ही हात बाजूला ठेवा. आता तुमचा उजवा हात ओटी पोटावर ठेवा आणि डावा हात छातीवर ठेवा. डोळे बंद करा. आपण कसा श्वासोच्छ्वास करतोय याकडे लक्ष द्या. तुम्ही श्वास घेताना व सोडताना तुमचा कोणता हात वर व खाली जातो आहे यावर लक्ष द्या. बरेच प्रौढ लोक छातीद्वारे श्वासोच्छ्वास करतात त्यामुळे डावा हात उजव्या हातापेक्षा अधिक हलत राहतो. आता श्वास घेताना पोट फुगविण्याचा प्रयत्न करा. तुम्ही जेव्हा श्वास घ्याल तेव्हा तुमचा उजवा हात हलत असल्याचं तुम्हाला जाणवेल. तुम्हाला श्वासोच्छ्वासाच्या या दोन प्रकारातील फरक जाणवला? प्रारंभी श्वास घेताना पोट फुगविणं तुम्हाला विचित्र वाटेल पण काही वेळानं हे सवयीचं आणि कमी कष्टाचं वाटेल. श्वासोच्छ्वास

धक्के देणारा होणार नाही याचा प्रयत्न करा आणि पोटातील स्नायूंचा श्वासोच्छ्वासासाठी अधिकाधिक उपयोग करा. श्वासपटल म्हणजेच पोट वर खाली होईल यासाठी जाणीवपूर्वक प्रयत्न करा. हा प्रकार काही काळ सुरूच ठेवा.

श्वासपटलाद्वारे श्वासोच्छ्वास– गोषवारा

- आरामदायी स्थितीत बसा अगर झोपा. हात किंवा पाय एकमेकांवर टाकू नका.
- डोळे बंद करा.
- आपण काय पद्धतीनं श्वासोच्छ्वास करत आहोत याकडे लक्ष द्या आणि आवश्यक असेल तर छाती किंवा पोटावर हात ठेवा.
- नाकाद्वारे श्वासोच्छ्वास करा.
- अशाप्रकारे श्वासोच्छ्वास करा की श्वासपटलवर ठेवलेला हात वर खाली होईल आणि त्याचे अनुसरण तुमच्या छातीवरील हात करेल.
- श्वासपटलाद्वारे श्वासोच्छ्वास करणं तुम्हाला कठीण वाटत असेल तर श्वास सोडताना हात पोटावर दाबा आणि श्वास घेताना पोट फुगवा.
- शांतपणे श्वासोच्छ्वास करत राहा.

आपल्या श्वासोच्छ्वासाचा तणावावर होणारा परिणाम पाहण्यासाठी काही तणावाचे क्षण आठवा. जसे आपण ट्रॅफिकमध्ये अडकल्याने लग्नमुहूर्त गाठण्यास होणारा उशीर. तुमचा कोणता हात आता हलतो आहे? माइंड जिमच्या तणावमुक्तीच्या कार्यशाळेत खूप लोकांना असं आढळलं की, असे प्रसंग आठवले तर आपण आपोआप श्वासपटलाऐवजी छातीद्वारे वरवर श्वासोच्छ्वास करू लागतो. थोडक्यात डावा हात हलायला सुरुवात होते.

पुढील काही दिवस याची पाहणी करा की तुम्ही श्वासपटलापेक्षा छातीद्वारे श्वासोच्छ्वास करत नाही ना? एकदा आपण कसा श्वासोच्छ्वास करतो हे निश्चित झालं की आपल्याला त्यात सुधारणा कशी करायची हे ठरवता येईल.

खाली आपल्याला श्वासोच्छ्वासाद्वारे तणावमुक्तीचे दोन मार्ग सुचविले आहेत.

उत्तम श्वासोच्छ्वास मार्ग १

उत्तम श्वासोच्छ्वासाची गुरुकिल्ली ही छातीपेक्षा श्वासपटलाद्वारे श्वासोच्छ्वास करणे ही आहे. पण त्यात आपण मानसिक व शारीरिक प्रक्रियांची भर घालून ती अधिक चांगली करू शकतो.

एका मिनिटाला किती श्वासोच्छ्वास?

लोकांना गरजेपेक्षा अधिक श्वासोच्छ्वास करण्याची सवय असते. आपल्यापैकी बहुतेक जण ६ ते ८ सेकंदांनी श्वास घेतात. पण अगदी अलीकडे केलेल्या पाहणीमध्ये आदर्श श्वासोच्छ्वासाचा दर हा लक्षणीयरित्या कमी असल्याचं आढळलं.

एका सुविख्यात वैद्यकीय संशोधनपत्रिकेत हृदयरोगाशी श्वासोच्छ्वासाच्या गतीच्या असणाऱ्या संबंधाचा अभ्यास केला गेला. त्यात असं आढळून आलं की, जे रुग्ण श्वासोच्छ्वासाचे योग्य तंत्र वापरू शकले त्यांच्या रक्तातील प्राणवायूच्या प्रमाणात वाढ झाली आणि त्यांच्या व्यायामाच्या चाचण्यांत त्यांनी अधिक चांगलं प्रदर्शन केलं. संशोधकांनी असं लिहून ठेवलं आहे की रक्तातील प्राणवायूचं कमी प्रमाण हे शरीराच्या अंतर्गत अव्यवस्थेस कारणीभूत ठरतं आणि स्नायू व्यायामासाठी सुसज्ज राहत नाहीत. संशोधकांचं असं म्हणणं आहे की श्वासोच्छ्वासाचा दर प्रतिमिनिट सहा असावा. १० सेकंदांनी एकदा श्वास घेणं ही श्वासोच्छ्वासाची आदर्श पातळी आहे.

श्वासपटलाद्वारे श्वासोच्छ्वास करताना असा विचार करत राहा की आपण तणावही बाहेर टाकतो आहोत. त्यामुळे तुम्हाला तणावमुक्त व्हायला मदत होईल. प्रत्यक्ष घटना घडत असताना आणि त्या घटनेची कल्पना करत असताना मेंदूची प्रतिक्षिप्त होण्याची पद्धती एकसारखीच असते. आपण तणावमुक्त होत आहोत अशी आपण श्वासोच्छ्वास करताना कल्पना केली तर मेंदूकडून तसाच प्रतिसाद मिळतो आणि आपला तणाव कमी होतो. आपण कल्पिलेला प्रसंग काल्पनिक आहे का वास्तवात आहे याची फार फिकीर करण्याची गरज नाही. महत्त्वाची गोष्ट म्हणजे याने आपल्याला तणावमुक्त व्हायला मदत होते.

या व्यायाम प्रकारात ज्यावेळेस आपण श्वास आत घेतो त्यावेळी आपल्या शरीरातील तणावांची आपण आठवण करतो व तणावमुक्त होण्यासाठी हा श्वासोच्छ्वासाचा व्यायाम करत आहोत असं म्हणतो. काही क्षण आपण श्वास आत रोखतो आणि तो सोडताना तणावही बाहेर जाऊ दे असे म्हणतो. हा व्यायाम सार्वजनिक ठिकाणी केला तर लोकांना आपण हास्यास्पद वाटण्याची शक्यता आहे.

काही लोक या व्यायाम प्रकाराला दृश्यीकरणाची जोड देतात. श्वास सोडताना आपल्यासमोरील लालसर धुक्याचा पडदा विरळ होतो आहे अशी ते कल्पना करतात हे तणावाचे लाल धुकं हळूहळू कमी होत जातं व नंतर दिसेनासं होतं.

उत्तम श्वासोच्छ्वास कमी श्वासोच्छ्वास

"हे सारं विचित्रच होतं," सुचित्रा चित्रे आपल्या कार्यक्रमाबाबत बोलताना म्हणाली, "मी तयारी केली होती आणि मी सामोरी जायला सिद्ध आहे असं मला वाटत होतं. पण माझी जेव्हा वेळ आली तेव्हा मला छाती भरून आल्यासारखं वाटलं आणि आपल्याला पुरेशी हवा मिळतेय का नाही या कल्पनेनं मी प्रदीर्घ श्वास घेतला तरी मला तो पुरेसा वाटला नाही म्हणून मी पुन्हा पुन्हा श्वास घेत राहिले. जेव्हा मी उभी राहिले तेव्हा मला खरोखरच थकल्यासारखं आणि भांबावल्यासारखं वाटत होतं."

सुचित्रा चित्रेनं वर्णन केलेली तक्रार सर्वसामान्य आहे. जेव्हा लोकांना गोंधळल्यासारखं अगर भांबावल्यासारखं वाटतं आणि त्यांच्यामध्ये तणावाची भावना जागी होते तेव्हा ते श्वास ओढून तो रोखून ठेवायला सुरुवात करतात. याचा परिणाम श्वास अपुरा पडण्याची भावना निर्माण होण्यांत होतो आणि अधिकाधिक हवा ओढण्याच्या प्रयत्नातून छाती धपापायला सुरुवात होते. यातून तणावांची निर्मिती होते आणि सगळं कामच बिघडून जातं.

अशावेळीही श्वासपटलाद्वारे केलेला श्वासोच्छ्वास हेच उत्तर असतं. पण यावेळी आपण तणाव बाहेर टाकत आहोत असे म्हणण्यापेक्षा ज्याला दहा सेकंदाच्या श्वासोच्छ्वासाचं चक्र म्हणतात त्या पद्धतीचा अवलंब करा. प्रथम नाकानं हवा आत ओढा १..... २..... ३..... थांबा मग ४..... म्हणा आणि हवा बाहेर सोडत ५..... ६..... ७..... ८..... थोडे थांबून ९..... आणि १०..... आणि परत हवा आत ओढा. आपण काय करायचा प्रयत्न करत आहोत तर श्वास घेण्यापेक्षा श्वास सोडण्याची वेळ आपण वाढवत आहोत. प्रदीर्घ श्वास घेऊन आपण श्वासोच्छ्वासाची संख्या कमी करण्याचा प्रयत्न करत आहोत. आपण श्वासोच्छ्वासाच्या आदर्श संकल्पनेच्या जेवढे जवळ जाऊ (प्रतिमिनिट ६ वेग) आणि दोन श्वासोच्छ्वासांमधील वेळ जेवढी वाढवू तेवढं आपल्याला अधिक मोकळं वाटेल.

आपण घेतलेला प्रत्येक श्वास

चांगल्या श्वासोच्छ्वासाचं खरं मूल्य हे आपण त्याचा वापर फक्त तणावाशी सामना करण्यासाठी न करता दैनंदिन हालचालीत करतो तेव्हा वाढतं. मग आपण आपल्याला अधिक काळ तणावरहित अवस्थेत ठेवतो.

आपण आपल्याला आपल्या श्वासोच्छ्वासाच्या नियंत्रणाची आठवण कशी करून देणार?

माइंड जिमच्या एका कार्यशाळेत सहभागी झालेल्या एकाने आपल्या संगणकावर

अशा कार्यक्रमाची रचना केली जो त्याला पुन:पुन्हा श्वासपटलाद्वारे श्वासोच्छ्वास करण्याची आठवण करू देतो. याचा विचार करा की अशी आठवण करून देणं किता व केव्हा उपयुक्त असेल. मग तसं करा आणि एक गोष्ट लक्षात ठेवा की जर तुम्ही श्वासोच्छ्वासाच्या प्रक्रियेत सुधारणा केलीत तर तुम्ही मानवी जीवनासाठी आवश्यक मूलभूतक्रियेत सुधारणा करत आहात. मग तुम्ही अधिक चांगल्याप्रकारे तणावाशी तो निर्माण होताच सामना करायला सिद्ध असाल.

■

(थ) मन:शांती

ही शुक्रवारची रात्र आहे. आपण आठवड्याच्या सुट्टीवर घराकडे निघालोय. पण गाडी बंद पडलीय. कंडक्टरनं प्रवाशांची क्षमा मागितलीय. दहा मिनिटात गाडी सुरू होईल असं सांगितलं पण तास झाला तरी गाडी बंदच आहे. आणि पुन:पुन्हा तो आमची तिकीटं तपासतोय. अशा अवस्थेत आमचा तणाव स्थिर स्वरूपाचा आहे आणि आम्हाला त्यातून पटकन सुटका हवीय. आपण गेल्या भागात मनश्चक्षूंसमोर काल्पनिक चित्र उभं केलं ज्याचा परिणाम डोकेदुखीवरच्या गोळीसारखा त्वरेनं झाला. आपण कुठेही असो तणावाचं स्वरूप काहीही असो. एक दृश्य डोळ्यांपुढे आणा. दीर्घ श्वासोच्छ्वास सुरू करा. यामुळे आपल्या तणावाची पातळी झपाट्याने खाली उतरेल. आपल्याला काही प्रमाणात तरी निवांतपणा लाभेल. शास्त्रीयदृष्ट्या सिद्ध झालेली ही पद्धती अंगी बाणवायला थोडा वेळ लागेल; पण ही पद्धत निश्चितच उपयुक्त आहे. या तंत्रामुळे तणावाला आपण दीर्घ काळासाठी दूर लोटूया.

दृश्य गोष्टी

हे उन्हाळ्याचे दिवस आहेत. अशावेळी भरपूर पाण्यानं निवांतपणे केलेल्या स्नानात मजा आणलीय. समुद्रकिनारी बसून वाहणाऱ्या वाऱ्यांचा अनुभव घेणंही सुखद आहे. अतिशय गडबडीच्या व तणावपूर्ण दिवसानंतर आपल्या मनात आपण कुठं असावं या संदर्भात अशीच काही कल्पना असते. मनश्चक्षूंसमोर कल्पनाचित्र उभं करणं म्हणजे थोडक्यात आपल्या डोळ्यांसमोर सुखद दिवास्वप्न उभं करण्यासारखं असतं. जेव्हा जेव्हा आपण काही दृश्य पाहतो त्या त्या वेळी आपलं मन त्यात आपल्याला जसा हवा तसा अर्थ भरतं. हा अर्थ आपल्या भावनिक व शारीरिक प्रतिक्रियेत रूपांतरित होतो. शेजारच्या चित्रातून तुमच्या मनात काय संदेश पोचतो. भुकेचा का तिटकाऱ्याचा?

मनात आणलेली कल्पना ही प्रत्यक्षात परावर्तित होते आणि त्यामुळे मनश्चक्षूं-समोर योग्य पद्धतीनं काल्पनिक चित्र उभे करणे, हे तणावमुक्तीचं साधन बनू

शकतं. आपण एवढंच करणं गरजेचं असतं की आपण आपल्या डोळ्यांसमोर मन:शांती व निवांतपणाचं चित्र उभं करायचं. प्रत्यक्ष व्यवहारात सर्वदा आपल्याला जे अशक्य वाटतं अशा ठिकाणी कल्पनाचित्राच्या मदतीनं आपण क्षणार्धात पोहोचू शकतो.

> इमाईल काऊ हा फ्रेंच औषध निर्माता होता. ज्याने सकारात्मक विचार प्रक्रियेने मनश्चक्षूंसमोर चित्र पाहण्याचं तंत्र अस्तित्वात आणलं. त्याला माहीत होतं की, कल्पनाशक्ती हे आपल्या हातात असणारं अतिशय प्रभावी शस्त्र आहे. काऊच्या बुद्धिमत्तेचा हा अविष्कार असे सांगतो, की आपली कल्पनाशक्ती ही आपल्या इच्छाशक्तीहून अधिक प्रभावी असते. इच्छाशक्तीने मनास हवी तेवढी शांती मिळेल असे नाही. परंतु पुरेशा सरावाने कल्पनाशक्तीच्या जोरावर इच्छित मार्ग सापडू शकतो.

काही लोकांना वाटतं की आपण मन:चित्र उभंच करू शकत नाही. अर्थात ही चुकीची कल्पना आहे. यामुळे असं होतं की दृश्यात्मक स्वरूपाची कल्पना करणं प्रत्यक्षात आहे त्यापेक्षा गुंतागुंतीचं आहे असा त्यांचा समज होतो. मनश्चक्षूंसमोर चित्र उभं करणं म्हणजे प्रत्यक्षात जे तुमच्या समोर नाही त्याची फक्त कल्पना करणं एवढंच असतं. याच्यासाठी काही प्रयत्नांची गरज असते. एखादा चित्रपट पाहण्यापेक्षा हा अधिक सकारात्मक अनुभव असतो आणि तो अवघड नसतो.

खाली या दृश्यनिर्मितीचं एक सोपं उदाहरण आहे. तुमचे डोळे बंद करा. तुम्ही तुमच्या घराच्या दरवाजात उभे आहात अशी कल्पना करा.

दाराचा रंग कोणता आहे, लॅच की कुठं आहे, दाराला कडी आहे का नुसताच खटका आहे, जर तसं असेल तर दार कसं दिसतंय.

हे तुम्हाला जमत असेल तर तुम्ही हे दृश्यीकरणच केलंत. हे अगदी साधं चित्र होतं पण तरीही तुम्हाला ते करणं जमलं.

याच्या आधारानं तुमची मन:चित्र निर्माण करण्याची शक्ती अधिक उन्नत करता येईल. उदा. या चित्रात तुम्ही काही हालचाली आणि अन्य काही गोष्टी समाविष्ट करू शकाल.

खालील ओळी वाचा आणि तुमचे डोळे परत बंद करा.

तुम्ही किल्ली बाहेर काढलीत आणि तुमच्या हातात पकडलीत. तिचा स्पर्श कितीसा गरम आहे? किल्लीची टोकं कशी वाटतात? किल्ली तुम्ही कुलुपात घाला. आता हे कसं वाटतं? ती सहजपणानं फिरतीय का कुठं अडकतीय?

तुम्ही किल्ली फिरवा. तुम्ही काय ऐकलंत?

तुम्ही ढकलून दार उघडा. हे कसं वाटतंय? दबाव कुठं जाणवला, तुमच्या दंडांना का आणखी कुठे? दरवाजा उघडा आणि आत पाय टाका. कशाचा वास येतोय?

हे तुम्ही पाहू शकलात तर तुम्ही मनश्चक्षूसमोर चांगलं चित्र उभं करण्यात यशस्वी झालात आणि बहुदा हे फार अवघड वाटत नसावं. अगदी बुद्धिबळासारखं नियम माहीत करून घेणं ही पहिली पायरी आहे आणि खेळात पारंगत होणं हे थोडं वेळखाऊ आणि खूपसं सरावाचं काम आहे. इथं तुमच्या मदतीसाठी काही सूचना दिल्या आहेत.

१ गोंधळू नका

आपण प्रत्यक्ष आयुष्यात जे पाहतो त्यानं जर गोंधळून जात नसू तर मनश्चक्षूसमोर चित्र उभं करणं आपल्याला अधिक चांगलं जमतं. डोळे मिटताक्षणी आपण कुठंतरी आहोत ही कल्पनाही खूप मदत करते.

२ सुयोग्य व नियंत्रित श्वासोच्छ्वास

हे आपल्याला तणावमुक्तीच्या दिशेनं नेण्यास उपयुक्त ठरतं. त्यामुळे आपण दृश्यीकरण अधिक प्रभावी करू शकतो. याचं विवेचन प्रदीर्घ श्वासोच्छ्वास या प्रकरणात विस्तृत केलं आहे.

३ पंचेंद्रीय जागृती

या तंत्राला दृश्यीकरणे म्हटलं असलं तरी त्यात ध्वनी, स्पर्श, चव आणि वासही समाविष्ट आहे. आपण जेव्हा सफरचंदाचा विचार करतो तेव्हा ते चावताना कसा आवाज आला, त्याचा स्पर्श मऊ होता का? ते ताजं वाटतं का? त्याला मंद गोड वास होता का? हे अनुभवायचं.

४ तपशील, हालचाली, खोली आणि विरोधाभास भरा

बहुरंगी आयाम तपशील भरल्यानं येईल आणि आपले डोळे हालचालींवर खिळून राहतील. खोली आणि विरोधाभासामुळे आपलं दृश्यीकरण बहुआयामी होईल आणि त्याला त्रिमिती स्वरूप प्राप्त होईल. परत एकदा सफरचंदाचा तुकडा तोडत असल्याची कल्पना करा. सफरचंदावर उमटलेल्या दाताच्या खुणा कशा दिसतात? सफरचंदाच्या बाहेरील आणि आतील बाजूस काय फरक आहे? जर आपण सफरचंद खाली ठेवलं तर ते टेबलावर गडगडत जाऊन मग थांबेल का?

५ भावना भरा

आता थोडे सकारात्मक व्हा. नुसतं सफरचंदाकडे पाहू नका. ते चावल्यावर आपल्याला कसं वाटतं हेही अनुभवा. समाधानी, आनंदी, तृप्त.

६ वेगळ्या पद्धतीने रूपक वापरा

आपण जेव्हा दृश्यीकरण करतो तेव्हा ते नेहमीच खरं नसतं. क्रोधाचा काळा ढग हा दूरवर फिरत असतो आणि अदृश्य होत असतो. हे दृश्य तुम्हाला तणावमुक्त करत असतं. मग हे दृश्यीकरण प्रभावनिर्मितीच्या स्वरूपात का करू नये?

७ सकारात्मक रहा

हे दृश्यीकरण करताना आपण जे पाहू ते सकारात्मक दृष्टीने पाहा. समुद्र अक्राळविक्राळ आहे असे म्हणण्यापेक्षा तो शक्तिशाली आहे असे म्हणा.

८ निष्कर्ष दूर सारा

दृश्यनिर्मितीची वेळ ही टीकेची, विश्लेषणाची, गटवारीची किंवा मूल्यांकनाची वेळ नाही. असं आपण केलं तर आपल्या कल्पनाशक्तीला आपोआपच मर्यादा पडतील. ती मुक्त होणार नाही.

९ सराव

अन्य अनेक गोष्टींबरोबर दृश्यीकरणाची आपली शक्ती ही वेळ आणि सरावानं अधिक वाढेल.

१० शांत रहा

दृश्यीकरणाच्या अनेक प्रकारातून लगेच काही घडेल असं मानू नका. परिणाम प्राप्तीसाठी काही वेळ जावा लागेल आणि सुरुवातीला हे थोडं विचित्र आणि गोंधळाचं वाटेल.

आता परत तयार व्हा. आता हे दृश्यीकरणाचं अधिक सखोल स्वरूप आहे. दृश्य आपल्या नेहमीच्या परिचयाचं असलं तरीही.

> डोळे मिटलेले असताना हे करत रहा. या सूचना वाचायच्या आणि त्याचवेळेला डोळे बंद ठेवायचे या दोनही गोष्टी एकाचवेळी अशक्य आहेत. अशावेळी तुम्ही माइंड जिमच्या वेबसाईटलाही भेट देऊ शकता. जिथे मौखिक सूचना उपलब्ध आहेत किंवा टेप रेकॉर्डरचा वापर करा आणि त्यावरून सूचना ऐका किंवा तुम्ही स्मरणशक्तीचाही वापर करून शक्य तितक्या सूचना आठवू शकता. सगळं एकदम लक्षात ठेवणं अवघड वाटत असलं तरी हरकत नाही. प्रथम दोनच पायऱ्या आठवा. मग त्यात सरावानं बाकीच्यांची भर घालत जा.

हे उदाहरण हे सर्वांगीण आहे आणि ते योग्य पद्धतीनं अवलंबण्यासाठी सरावाची गरज आहे. पण बारीक बारीक तपशिलांवर लक्ष केंद्रित करायला शिकलं म्हणजे आपण दृश्यीकरणाचा प्रदीर्घ पल्ला गाठू शकू.

पहिली पायरी.	डोळे बंद करा. तुमचं नेहमीचं स्नानगृह डोळ्यांसमोर आणा.
दुसरी पायरी.	स्नानगृहातील नळ व साबण डोळ्यांपुढे आणा. टबच्या उंचीची कल्पना करा आणि वेगवेगळ्या उंचीवर रंग कसे बदलले आहेत ते पहा. नळाकडे पाहा. त्याचं प्रतिबिंब व सावली तुम्हाला दिसेल. साबणाचा रंग कोणता आहे, त्याचा आकार कसा आहे, तो बेसीनला जोडून ठेवलाय का सुटा आहे, का तुम्हाला काही सांगता येत नाही.
तिसरी पायरी.	खाली वाकून टबच्या तळाचे बूच जोडा. मग वर वळा आणि नळ सुरू करा. टबमध्ये पडणाऱ्या पाण्याचा आवाज येतोय का? टब जसा भरेल तसा आवाज बदलतोय का? पाणी वरपर्यंत कसं भरत जातंय ते पहा. पाणी शांत आहे का त्यावर लाटा उठतायत? पाण्याची पातळी किती वेगानं वाढतीय? पाण्याच्या पृष्ठभागावर चमकणारे प्रकाशकिरण पहा. टब पूर्ण भरल्यावर नळ बंद करा.
चौथी पायरी.	पाण्यात हात घालून ते किती गरम आहे पहा. फार गरम आहे का कोमट आहे? तुम्हाला सोसेल इतपतच गरम पाणी राहावं म्हणून नळ परत चालू करा. हाताचे तळवे पाण्यात बुडवा. कसं वाटतंय? पाण्याचे हेलकावे हाताला जाणवतायत का? याच अवस्थेत काही काळ थांबा.
पाचवी पायरी.	आता हात बाहेर काढा आणि साबण उचला. त्याचा रंग, आकार आणि स्पर्श अनुभवा. साबण आपल्या नाकाजवळ आणा. त्याचा वास कशासारखा आहे ते अनुभवा.
सहावी पायरी.	साबण हातावर घासा. त्याचा फेस कसा आहे ते पहा आणि दोन्ही हात एकमेकांवर कसे घसरतायत ते पहा. साबण खाली ठेवा त्याच्या आवाजाकडे लक्ष द्या. हात धुवत रहा.
सातवी पायरी.	हात परत टबमध्ये घाला. हात पाण्यात घातल्यावर होणारा पाण्याचा आवाज ऐका. तुम्ही पाण्यात हात घातले तेव्हाचा आणि पाण्यात हात ठेवून एकमेकांवर घासल्याच्या अनुभवातील फरक अनुभवा. हातावरील साबणाचा फेस जाईपर्यंत हात घासत रहा. पाण्याचा रंग कसा बदलतोय ते पहा. पाण्यावर येणारे बुडबुडे पहा. तुम्ही टबमध्ये आणखी काही पाहू शकताय.

आठवी पायरी. हात टबमधून बाहेर काढा. टॉवेल उचला. त्याचा रंग आणि पोत अनुभवा. तुमचे हात कोरडे करण्यासाठी त्याचा वापर करा. टॉवेलचा वापर केल्यानंतर त्याच्या स्वरूपात व स्पर्शात जाणवणारा फरक अनुभवा.

नववी पायरी. बूच काढा. पाणी वाहून जाताना तुम्ही काय ऐकताय? आता टब कसा दिसतोय? आधी पाहत होतात त्यापेक्षा कोणतं वेगळेपण त्यात जाणवतंय?

दहावी पायरी. डोळे उघडा. मन:चित्रातून बाहेर या. हे मन:चित्र अधिक तपशीलवार होतं.

जसजसा तुम्ही सराव कराल तसतसा तुम्हाला अधिक सखोल आणि नेमका अनुभव मिळेल. तुम्ही यात बदल केलेत आणि सबंध नवं दृश्य अनुभवायचं ठरवलंत. उदा. साबण हातातून सटकून जमिनीवर पडला वगैरे. अजूनही तुम्हाला मन:चित्रामुळे मोकळं वाटत नसेल तर सराव चालू ठेवा. काही नवी दृश्यंही पाहायचा प्रयत्न करा. उदा. सफरचंद खाणं किंवा कॉफी बनवणं इत्यादी.

शांत नावाची जागा

काही लोकांना हात धुण्याच्या दृश्यामुळे तणावमुक्त झाल्याचा आनंद मिळाला. याचं एक कारण त्यांना त्रासदायक वाटणाऱ्या गोष्टींतून त्यांचं मन दुसरीकडे वळलं आणि दुसरं कारण पाण्याच्या गरमपणाची जाणीव त्यांना शांत करत गेली. मन:चित्राची पुढची पायरी अशा जागेची निर्मिती करणं जिथं आपल्याला पूर्णपणे तणावमुक्त वाटेल ही असते. ही जागा आपल्या दृष्टीनं अद्‌भुत असते आणि आपण या जागेकडे तपशीलवार पाहत असतो. तरी एकदा आपण कल्पनाचित्राच्या पूर्णत्वापर्यंत पोचलो की आपल्याला शांत वाटेल तेव्हा, आपण चटदिशी परतही येऊ शकतो.

खालील उदाहरण हे थोडं मोठं आहे. माइंड जिमच्या वेबसाईटवरून जर तुम्ही हे रेकॉर्ड करून घेतलंत तर ते अधिक उपयुक्त ठरेल किंवा प्रत्येक पायरी स्मरण साखळीने जोडा आणि आपल्या मनात हळूहळू दृश्यात्मक चित्रनिर्मितीस सुरुवात करा.

करायची सुरुवात? श्वासपटलाद्वारे श्वासोच्छ्वास करा आणि डोळे मिटा.

पहिली पायरी. तुम्ही रस्त्याने निघाला आहात. तुम्हाला काय दिसतंय? तुम्हाला कशाचा वास येतोय? हवा कशी आहे? वातावरण थंड आहे की गरम? रस्ता कशाचा बनवलाय? तुम्ही पायात काही घातलंय का

तुम्ही अनवाणी आहात? तुमच्या चालण्याचा आवाज तुम्हाला येतोय का? याशिवाय तुम्हाला काय ऐकू येतंय? तुम्ही अंगात काय घातलंय? तुमचं तोंड कोरडं पडलय का? तुम्ही कशाची चव घेऊ शकताय का?

दुसरी पायरी. तुम्ही रस्ता वळतो तिथे पोचला आहात. जरा भरभर चालायला सुरुवात केलीय. तुम्हाला पुढं काय आहे हे जाणून घ्यायचंय. तुम्हाला पुढं एक इमारत दिसतीय. तुम्हाला माहिती आहे की या इमारतीत तुम्ही लगेचच मोकळे/आनंदी व शांत व्हाल. काय प्रकारची इमारत आहे ही? ती कशी दिसते? भिंती कशा प्रकारच्या बनवल्या आहेत? दारे, खिडक्या आहेत का? त्या कशा दिसतायत? वर छप्पर कशाचं आहे? इमारतीच्या धुराड्यातून धूर बाहेर पडताना दिसतोय? का वाऱ्यानं एखादा झेंडा फडकतोय का आणखी काही हालचाल जाणवतीय?

तिसरी पायरी. तुम्ही पुढं चालत जाता आणि दार उघडता. तुम्हाला माहीत आहे की इथं सारं सुरक्षित आहे. दरवाजा कशाचा बनवलाय? दरवाजा जड आहे का सहजपणे उघडेल इतका हलका आहे? दरवाजाचा करकर आवाज आला का दुसरा काही आवाज आला? का सारं शांत आहे? तुम्ही मागचा दरवाजा बंद करून टाकता.

चौथी पायरी. खोलीत आत इकडे तिकडे पण भिंती आणि खिडक्यांतून तुम्ही काय पाहताय? भिंतीवर काही आहे का? खाली जमिनीवर काय आहे? सिलिंग कशाचं आहे? भिंतीवर काय आहे याची सुस्पष्ट कल्पना करता येत नसेल तर त्यात बदल करायला हरकत नाही. तुम्ही जे बघताय ते तुम्ही बदला अगर त्यात सुधारणा करा. जर तुम्हाला यातलं काही आवडत नसेल तर हे बाजूला करा आणि त्याजागी दुसरं काहीही ठेवा.

पाचवी पायरी. खोलीत तुम्हाला आवडेल असं फर्निचर ठेवा. घरात फिरून सगळीकडं निरीक्षण करा म्हणजे तुम्हाला वाटलं तर दुसऱ्या एखाद्या खोलीतही डोकावून पहा. एकदा इमारतीचा आतील भाग तुमच्या जाणिवेच्या पातळीत पोचला की मग प्रत्येक खिडकीत उभं राहून बाहेर काय दिसतं ते पहा. तुम्ही प्रत्येक खिडकीतून निरनिराळ्या दृश्याची कल्पना करू शकता. खिडक्या उघड्या

आहेत का? जर असतील तर तुम्ही त्यातून बाहेर काय पाहू किंवा अनुभवू शकता? बाहेरून काही वास येतोय का?

सहावी पायरी. आता यात काही आवाजांची भर घाला. ज्यामुळे संगीताचा भास होईल असं काही तिथं अनुभवा. एखाद्या वाद्याची रेकॉर्ड लावा. मग ते व्हायोलिन असेल, बासरी असेल किंवा असंच काही.

सातवी पायरी. तुम्ही जेव्हा इथं असाल तेव्हा तुम्ही काहीही करू शकता असं स्वत:ला सांगा. इथं तुम्हाला मोकळं वाटेल आणि समाधानी सक्रियतेचा अनुभव येईल. मनानं कुठेतरी बसा अगर आडवे व्हा, जिथं तुम्हाला पूर्णपणे आरामदायी वाटेल. जर तुम्हाला भूक किंवा तहान लागली असेल तर काहीतरी मनानंच चविष्ट पदार्थ आणा. काय आहे तो? रुचकर आणि सुवासिक.

आठवी पायरी. आता तणावाच्या खाणाखुणा निर्माण करायची ही वेळ आहे. आता पडदे पडू लागलेत, दारं बंद होऊ लागलीयत आणि बाहेरचं दृश्य दिसेनासं व्हायला लागलंय. चमच्यांचा स्टँड समोर ठेवलाय. त्याच्या हालचालीतून त्यातील सुरीचं टोक काट्यांमध्ये घुसायचा प्रयत्न करतंय. धातू एकमेकांत घासल्याचे आवाज तुम्हाला येतायत. तो घासल्याचा आवाज जणू त्यांनी परस्परांशी युद्धच करायचं ठरविल्याचे संकेत निर्माण करतोय. त्यांच्या हालचालींमुळे त्यांचे आकार बदलत असल्यासारखं वाटतंय. प्रत्येकजण एकमेकांवर जणू प्रभाव निर्माण करण्याच्या प्रयत्नात आहे असं वाटतंय.

नववी पायरी. त्यानंतर आता तणावमुक्त झाल्यासारखं वाटेल. आता काटे, चमचे आणि सुऱ्या शांत आहेत. ते आपल्या मूळ आकारात येतायत. टेबलावर ज्या पद्धतीनं ते मांडून ठेवलेले असतात त्या पद्धतीत सुऱ्या, काटे, चमचे हे एका पातळ रुमालावर आकर्षकपणे ठेवले आहेत. आता कल्पना करा की काटे, सुऱ्या आणि चमच्यांना जशी हवी होती तशी आरामदायी जागा मिळालीय. पडदे आणि खिडक्या उघडल्या गेल्यात. स्वच्छ सूर्यप्रकाश आत आलाय. आता तुम्ही अगदी आरामात आहात.

दहावी पायरी. आता स्वत:कडे पहा. उभे रहा आणि खोलीत फिरा. तुम्हाला आवश्यक वाटेल तीच सुधारणा, बदल करा. अगदी खिडकी

बाहेरचे दृश्यही तुमच्या कल्पनेनुरूप बदला. तणावावरील मुक्त नियंत्रणाचा आनंद तुम्हाला अनुभवता येईल.

अकरावी पायरी. तुम्ही तयार असाल तर पुन्हा डोळे उघडा.

हे कल्पनाचित्र तुमच्या मनात शांततेची भावना निर्माण करेल. असं झालं नाही तर दुसऱ्या एखाद्या जागेत असा प्रयत्न करा जिथे तुम्ही कमीत कमी गोंधळून जाल.

काही लोकांच्या बाबतीत असं आढळतं की त्यांच्या आवडीची जागा त्यांना जास्त भावते. जर तुम्हाला असं वाटत असेल तर तुम्ही तुम्हाला माहीत असलेल्या जागेत बसा. मग कदाचित तुम्ही बागेत बसला असाल आणि नुकत्याच कापलेल्या गवताचा वास येत असेल किंवा रविवारी सकाळी तुम्ही तुमच्या कॉटवर पहुडले असाल आणि गरमागरम कॉफी आणि चविष्ट टोस्ट यांचा स्वाद तुम्हाला खुणावत असेल. जिथे आणि जसे तुम्हाला मोकळं वाटत असेल तिथे हे करायला हरकत नाही.

योग्य जागा

तुम्हाला शांततेसाठी जर नवी जागा निर्माण करायची असेल तर खालील प्रश्न तुम्हाला उपयोगी पडतील.

१. त्या जागेकडे जाताना तुम्हाला ती कशी वाटतेय?

२. तुम्ही तिथे कसा प्रवेश केलाय?

३. तुम्हाला काय ऐकू येतंय?

४. आता फिरताना तुम्हाला अवती भवती काय दिसतंय?

५. आतील तपशील काय आहेत? उदा. चित्र, तसबिरी, फर्निचर, जमीन.

६. तुमच्या या जागेला काही विशिष्ट वास आहे?

७. खिडकीबाहेर तुम्हाला काय दिसतेय?

८. दिवसाची ही कोणती वेळ आहे?

९. बाहेर हवा कशी आहे?

१०. तुम्हाला आत फिरताना अगर खाली बसताना कसं वाटतंय?

लक्षात ठेवा, तुम्हाला न आवडणारे तपशील तुम्ही बदलू शकता. ज्यामुळे तुमचं भावविश्व बदलेल अशा रंगांनी तुम्ही भिंत रंगवू शकता. काही लोकांना जागेसंबंधीचे तपशील लिहून ठेवणं आवडतं. पुढच्या वेळी त्यांच्या आठवणी जाग्या करण्यासाठी या.

या चित्रनिर्मितीचे अनेक उपयोग आहेत. धावपटू नेहमी डोळ्यांपुढे त्यांची शर्यत आणतात. आणि त्यामुळे असं आढळतं की त्यांची मानसिक तयारी त्यांच्या यशाच्या शक्यता वाढवते. शास्त्रीय संशोधन असं मानतं की परिणामकारक दृश्यीकरण जीवनातील आपली ध्येयं गाठण्याच्या शक्यता अधिक वाढवते. आणि अर्थात नकारात्मक दृश्यीकरणाचा नेमका उलट परिणाम होतो.

पण तणावमुक्त व्हायला कल्पनादृश्य हे अतिशय उत्तम साधन आहे. एकदा तुम्ही तुमचं मन शांत होण्यासाठी आवश्यक असणारी जागा निवडली की तुम्ही जिथं असाल तिथे अतिशय परिणामकारकरित्या तणावाचा सामना करू शकता आणि याकरता प्रत्येकवेळी प्रारंभापासून शेवटापर्यंत सर्व दृश्य बघणं आवश्यक नाही तर तुमच्या आवडत्या खोलीत तुम्ही बसलेले आहात इथूनही तुम्ही सुरुवात करू शकता.

■

निर्मितिरस

दूरदर्शनवरील एका कार्यक्रमात आपल्या मित्रांशी गप्पा मारत पदार्थ बनविण्याचे प्रात्यक्षिक दाखविताना ठरलेल्या मसाल्याऐवजी दुसऱ्याच चवीचे मसाले त्या पदार्थात चुकून घातले. पदार्थ चुकला म्हणून तो फेकून देण्याऐवजी तिनं त्यांची चव पाहिली तर तो फारच चविष्ट लागत होता. तिच्या पारंपरिक पद्धतीमुळे ती नेहमीच्याच चवीचा पदार्थ बनवू शकली असती पण चुकून का होईना, तिनं त्यात फरक केल्यानं त्या पदार्थाला एक आगळीवेगळी आणि हवीहवीशी वाटणारी चव आली. आपल्यापैकी अनेकजण आपलं दैनंदिन आयुष्य धोपटमार्गानी व्यतीत करणं सोयीस्कर मानतात आणि खूपदा तसं मानणं हे चांगलं असतं. व्हॅनिला आईस्क्रीममध्ये तिखट घातलं तर ते चविष्ट लागायची शक्यता नाही. पुन्हा पुन्हा तेच ते केल्यानं आपण आपल्या नेहमीच्या वातावरणात आहोत असं वाटतं. आपण कधी घर सोडत नाही. गजराचं घड्याळच कशाला– गोंधळाचे टोल देणारं आपल्या मनातलं घड्याळ आपण चिंतातुर झालो आहोत हेच आपल्याला सांगत असतं. गोंधळाची पूर्वकल्पना देणारं घड्याळही आपल्याला आपण कधी गोंधळून जाणार आहोत हे सांगत असतं.

याचं कारण आपण आपल्या मेंदूला सरावानं काही जवळचे मार्ग शिकवलेले असतात. जसजशी आपण आयुष्यात कालक्रमणा करू लागतो, तसतसे हे मानसिक जवळचे रस्ते आपल्याला नेहमीच्या गोष्टी अधिक भरभर करायला शिकवतात. त्यामुळे अन्य कामांसाठी आपल्याला अधिक वेळ मिळतो. एकदा चहा कसा करायचा हे माहीत झाल्यावर आपण प्रत्येक वेळी संपूर्ण कृती आठवत बसत नाही. तो वेळ आपण अन्य कामांसाठी वापरतो. पण या स्मृतीआधारित जवळच्या मार्गांबरोबरच निर्मितिक्षम विचारपद्धतीची आपल्याला मोठी मदत होऊ शकते. लंडनमधील भुयारी रेल्वेच्या भौगोलिक नकाशापेक्षा निर्मितिक्षम नकाशा लोकांच्या डोक्यात गेली ७० वर्षे घट्ट बसला आहे. त्यामुळे निव्वळ खाणाखुणांच्या आधारावर आपण नेमके कुठे आहोत याचा भौगोलिक नकाशा हातात न धरताही अचूक अंदाज प्रवासी बांधू शकतात.

आपल्या दैनंदिन आयुष्यातही आपण निर्मितिक्षम असण्याचे फायदे अनेक प्रसंगात मिळू शकतात.

१. समस्या सोडविण्यासाठी
२. संधी शोधण्यासाठी किंवा सुनिश्चित करण्यासाठी.
३. एखादं काम जलद, चांगलं आणि सहजपणे करण्यासाठी.
४. निर्मितिक्षम गोष्टींचा आनंद मिळविण्यासाठी. उदा. एखादी गोष्ट लिहिणं किंवा जेवणाचं टेबल, ताट सजविणं.
५. जीवनात थोडी चमक, गंमत आणि प्रेम मिसळण्यासाठी.
६. आयुष्य जगणं अधिक आवडीचं बनविण्यासाठी.

दुर्दैवानं आपल्यापैकी बहुतांशांना धोपट मार्गानं चालण्याची एवढी सवय झालेली असते की या धोपट मार्गात बदल करून निर्मितिक्षम विचार करायचं ठरविलं तर आपलं मन त्याला सहजासहजी तयार होत नाही. त्यामुळे पुढील प्रकरण अशा लोकांसाठी आहे की ज्यांना आपल्या निर्मितिक्षम मानसिकतेचा अधिक चांगला उपयोग करून घ्यायचा आहे.

पहिला धडा आहे जीवनात रस घ्या. यामध्ये आपल्या जीवनाचा भाग बनलेले मानसिक शॉर्टकट्स कसे बदलायचे याचे मार्ग सांगितले आहेत. संबंधित भाग आपल्याला नव्या मूलभूत कल्पनांचा वापर करण्यासाठी आवश्यक तंत्रांची माहिती देईल. तर्कशुद्ध विचार करणाऱ्यांची निर्मितिक्षमता ही फक्त निर्मितिक्षम विचार करायलाच शिकवणार नाही तर काही नव्या कल्पनांचे रोपण आपल्या मनात करेल. मुक्त विचारवंतांसाठी अनपेक्षित आणि वेगळ्या वाटेने जाण्याचे मार्ग सुचवेल. आणि दिवास्वप्नं पाहणाऱ्यांसाठीची निर्मितिक्षमता आपल्या अंतर्मनात डोकावून ज्याचा आपण विचार केला नव्हता त्याचा विचार करण्याची तंत्रं सांगेल.

■

(द) जीवनात रस घ्या

स्वतःला दृश्य स्वरूप देणे

एक माणूस काळ्या रंगाची गाडी काळ्या डांबरी रस्त्यावरून रस्त्यावरील दिवे नसताना आणि गाडीलाही हेडलाईट नसताना चालवितो आहे. या काळ्या गाडीसमोर या स्थितीत एक काळं मांजर आलं. ड्रायव्हरने ब्रेक दाबून गाडी थांबविली आणि मांजराला वाचविलं. हे कसं घडलं? या भागात या प्रश्नाचं डोक्याला भंडावून सोडणारं उत्तर आपण शोधून काढणार आहोत. निर्मितिक्षम दृष्टीनं परिस्थितीचा विचार कसा करावा?

लोक जेव्हा भूतकाळाकडे वळून पाहतात, तेव्हा त्याचं वर्णन हे अतिशय आकर्षक अशा गुलाबी रंगात करतात. त्याच प्रकारे समस्या समजावून घेताना आणि ती सोडविण्याचा विचार करताना, आपण अशा पद्धतीनं स्वतःला विकसित केलेलं असतं की जणू आपल्या डोळ्यांवर प्रश्न समजावून घेणारा चष्माच आपण घातला आहे. पण आपण तो घातल्याचं विसरून गेलो आहोत. निर्मितिक्षम दृष्टीनं विचार करण्यासाठी डोळ्यांवरील हा चष्मा काढून टाका आणि जगाकडं एका वेगळ्या दृष्टिकोनातून पाहण्याचा प्रयत्न करा.

हा भूतकाळ दाखविणारा चष्मा आपण सदैवच बाजूला ठेवला पाहिजे का? तर निश्चितच नाही. आपल्याला उपयुक्त, स्वच्छ आणि ओळखीचं वाटणारं जग पाहण्यासाठी हा चष्मा आवश्यक आहे. पण आपल्याला जेव्हा कृतिशील व्हायचं असेल त्यावेळेला आपण हा चष्मा काढून जगाचे वेगवेगळे आकार, फसव्या कडा, एकमेकांत मिसळत गेलेले रंग आपल्या समजुतींना छेद देतात आणि आपल्याला जगाकडे आणि आपल्या आव्हानांकडे पाहण्याची गरज निर्माण होते. या भागात आपण बाळगलेले वेगवेगळे पूर्वग्रह बाजूला ठेवून नव्या दृष्टीनं पाहायचा प्रयत्न करणार आहोत. काळं मांजर पळून का गेलं नाही? या प्रश्नावर थोडा प्रकाश टाकायचा आपण प्रयत्न करणार आहोत.

जगाकडे पाहण्याचे आपले पाच दृष्टिकोन

१. मला प्रश्न माहीत आहे

एक गाढव सहा फूटी दोरीला बांधलं आहे आणि गवताची पेंडी मात्र आठ फूट अंतरावर आहे. गाढवाला गवत कसं मिळेल? त्यानं दोर तोडला नाही हे गृहीत धरलंय.

या प्रश्नाचं उत्तर तुम्ही शोधू शकता. त्याच्या मागच्या पायाच्या वापराशी किंवा गवतावरून येणारे वारे गाढवाच्या दिशेनं वाहत आहे याच्याशी काहीही संबंध नाही. आता याचं उत्तर जर सापडलं नाही तर तुम्ही काय गृहीत धरलं होतं याचा विचार करा. प्रश्नाची रचना जाणीवपूर्वक अशी केली आहे की तुम्ही एका विवक्षित दिशेनं विचार करावा. पण प्रश्न सोडविण्याच्या दृष्टीनं ही दिशा चुकीची आहे.

तुम्ही गाढवाबाबत काय गृहीत धरलं आहे हा प्रश्न महत्त्वाचा नाही का? तुम्ही बहुधा असं मानलं असेल की गाढवाला चार पाय असतात आणि दोनाबाबत काय? आपल्याला माहीत आहे की दोराची एक बाजू गाढवाच्या गळ्यात बांधली आहे पण तिच्या दुसऱ्या टोकाचं काय? त्याबाबत काहीचं म्हटलं नाही आणि त्यातच प्रश्नाचं उत्तर दडलं आहे. गाढवाच्या गळ्यातील दोर कशालाच बांधलेला नाही. त्यामुळे गाढवाला गवतापर्यंत जाण्यात काहीच अडचण नाही.

या बुद्धिमापक प्रश्नावर निर्माण होणारं नैराश्य आपल्याला निर्मितिक्षमतेच्या मार्गात असणाऱ्या अडथळ्यावर प्रकाशझोत टाकते. आपण प्रश्न सोडवण्याचा प्रयत्न करण्यापूर्वीच काही गोष्टी गृहीत धरलेल्या असतात. यामुळे प्रश्नांच्या संभाव्य उत्तरांना आपोआपच मर्यादा पडते. आपण गृहीत धरलेल्या गोष्टी बरोबर असतील तर आपल्याला उत्तर जलद गतीनं मिळतं पण आपली गृहीतकं चुकीची असतील तर एखादा पर्याय शोधण्यातही अडचणी निर्माण होतात.

काही वेळेला आपण चुकीच्या दिशेनं जाण्यासाठी जाणीवपूर्वक प्रयत्न करतो. आपण परत प्रकरणाच्या सुरुवातीच्या काळ्या गाडी आणि मांजराकडे बघू. आपण काळी गाडी, काळं मांजर, रस्त्यावर दिवे नसणं यातील काळ्या या शब्दाच्या पुनरुक्तीनं आणि दिवे नसण्याच्या उल्लेखानं आपण अशी समजूत करून घेतली, की ही रात्रीची वेळ असावी. पण असं कुठंच म्हटलेलं नाही. एकदा आपल्याला हा प्रकार दिवसा घडला आहे हे कळलं की सारंच कोडं त्वरित उलगडतं. मेंदूच्या चाचणीखेरीज प्रश्नांमागे दडलेला सूक्ष्म अर्थ आपण लक्षात घेत नाही. असं घडतं याचं कारण आपण जे घडल्याचं सांगितलं त्याचं विश्लेषण करत नाही. त्यामुळं मागे दडलेला अर्थही शोधत नाही.

एटीएम मशिनची कल्पना अशाच दमवणाऱ्या संशोधनातून पुढे आली. बँकेचे

ग्राहक अनेक वर्षं असं म्हणत होते की बँकेची शाखा आठवड्याच्या शेवटी आणि रोज अधिक काळ उघडी असावी. पण जेव्हा बँकेनं यासाठी होणाऱ्या खर्चाचा विचार केला तेव्हा ते अजिबात परवडणार नाही हे लक्षात आलं. जेव्हा कोणीतरी हे उघड केलं की ग्राहकांना बँक उघडी अगर बंद असण्यात रस नाही तर बँकेच्या वेळेव्यतिरिक्तही पैसे काढता आले पाहिजेत एवढीच त्यांची अपेक्षा आहे. यातूनच एटीएमची कल्पना जन्मास आली.

जेव्हा तुम्हाला शाळेत असं सांगितलं जातं की, प्रश्नाचं उत्तर लिहिण्यापूर्वी प्रश्न नीट वाचा. अनावश्यक घाई करू नका. आपल्या गडबडीच्या आयुष्यात आपण प्रश्न काय आहे याची तपासणी न करताच उत्तर देण्याची घाई करतो. त्याचा परिणाम एकच असतो, चुकीचं उत्तर.

प्रत्यक्ष आयुष्यात निर्मितिक्षम विचार

सुशीलला दोन वेगवेगळ्या कारणांसाठी सहा सहा आठवड्यांसाठी अमेरिकेला जायचं आहे म्हणून त्यानं दोन परतीची तिकीटं काढली. त्यानं असाही विचार केला की अशी तिकीटं काढून आपण फारच हुशारी दाखवलीय.

अशी दोन रिटर्न तिकीट घेण्यापेक्षा एक तिकीट मंबईहून, मुंबई ते लंडन आणि परत असं आणि दुसरं लंडनला, लंडन ते न्यूयॉर्क आणि परत असं काढलं असतं तर त्याचे अजून थोडे पैसे वाचले असते.

२. मला उत्तर माहीत आहे

खालच्या दोन रेघांकडे पहा. यातील कोणती अधिक लांब आहे? अ का ब? आता त्या ओळी प्रत्यक्ष मोजा.

त्यासाठी पेन, पुस्तक किंवा तुमचा मोबाईल फोन यांच्या कडांचा वापर करा आणि ठरवा. प्रत्यक्ष कोणती रेघ लांब आहे.

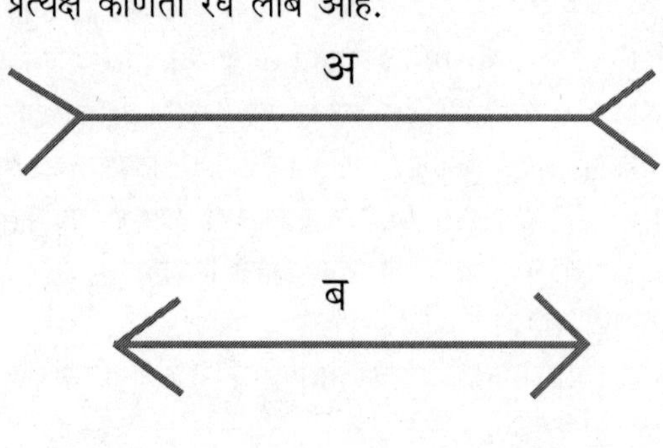

तुम्हाला आश्चर्य वाटेल. खूप लोकांना वाटेल की दोन्ही सारख्याच आहेत कारण, यापूर्वीच कोड्यांत या ओळी सारख्याच असल्याचं आढळतं. पण हे तेच कोडं नाही. आणि या रेघा सारख्या लांबीच्या नाहीत.

मला प्रत्येक प्रश्नाचं उत्तर माहीत आहे हा चष्मा त्यावेळेला डोळ्यांवर लागतो ज्यावेळी आपण उत्तर कसं शोधायचं किंवा उत्तर काय आहे हे आपल्याला माहीत आहे असे मानतो. पण त्याचवेळेस असंही घडू शकतं की आपण जो प्रश्न माहीत आहे असं म्हणतो तो अगदीच भिन्न असतो.

एक माणूस आपल्या नोकरीवर नाखूष होता. त्याला ती कंपनी आवडत होती, पगारही चांगला मिळत होता. पण तो त्याच्या बॉसचा तिरस्कार करत होता. म्हणून त्यानं नोकरी सल्लागाराची गाठ घेतली. सल्लागारानंही त्याला नवी नोकरी मिळवण्यात काही अडचण येणार नाही कारण त्याच्यासारखी गुणवत्ता आणि अनुभव असणारे लोक अभावानेच मिळतात असं सांगितलं.

रात्री घरी गेल्यावर त्यानं आपला प्रश्न सोडविण्यासाठी गृहीत धरलेल्या गोष्टी पुन्हा तपासून पाहिल्या. दुसऱ्या दिवशी तो परत सल्लागाराकडे गेला. नोकरीच्या संधीबाबत चर्चा करताना त्यानं त्या सल्लागाराला बॉसचं नाव सांगून त्याचं कौतुक केलं. काही दिवसानंतर सल्लागारानं बॉसला नवी नोकरी मिळवून दिली! बॉसबद्दल चांगलं बोलणारा हा चांगलाच असणार म्हणून ही नोकरी मिळाली.

प्रश्नाची ही आनंदी सोडवणूक प्रत्यक्षात आली. याचं कारण अशा स्वरूपाच्या प्रश्नाच्या सामोरं जायचा पूर्णत: वेगळा मार्ग वापरला गेला.

३. मी वास्तव जगात वावरतो

आईनस्टाईननं आपला सापेक्षतावादाचा सिद्धांत अशा पद्धतीनं मांडला की त्याने सापेक्षता मागे ठेवली. त्यानं अशी कल्पना केली की तो प्रकाशकिरणावर बसला आहे आणि प्रवासास सुरुवात करत आहे. आपल्या वास्तवतेचा विचार हा आपल्या जीवनशैलीनं प्रभावित झालेला असतो. माइंड जिमच्या एका कार्यशाळेत नवीन प्रवाशांना आकर्षित करण्यासाठी नव्या कल्पना शोधण्याचं काम होतं. या समस्येचा एक भाग असा होता की प्रवाशांना आकर्षित करण्यासाठी योजना राबवण्यास केव्हा प्रारंभ करावा.

पहिल्या गटानं याबाबतीत प्रारंभीच आपली मागणी दर्शविली, की प्रवासी केव्हा आकर्षित होतील ही वेळ शोधून काढण्यासारखं कंटाळवाणं अन्य काही नाही. आणि त्यांच्याकडून सुचविल्या गेलेल्या वेळांमध्ये सर्वच वेळांचा समावेश होता. त्याचं सर्वसाधारण स्वरूप खालीलप्रमाणे.

१. ९ ते ५
२. १० ते ६
३. ८ ते ६
४. संध्याकाळी.
५. सकाळी.
६. दुपारी
७. आठवड्याच्या शेवटी.
८. दिवसात, आठवड्यात किंवा वर्षात केव्हाही.
९. लंचब्रेकच्या वेळेत.
१०. संध्याकाळी ६ ते सकाळी ९ या वेळात.
११. रात्री १० ते दुपारी ३ वाजेपर्यंत.
१२. ब्रेकफास्टच्या वेळी.

सगळ्यात शेवटी ज्यांनी ब्रेकफास्टची वेळ सुचविली होती त्यांना आपण अधिक सक्रिय आहोत असं वाटू लागलं.

हे खरंच की या यादीत काही चुकीचं नाही. पण ती मूळ प्रश्नावर प्रकाशही टाकत नाही. कारण ती आपण या प्रत्यक्ष आयुष्यात जी वास्तवता अनुभवता त्याच्याशी संबंधित आहे. या कार्यशाळेत जर आपण वरील सर्व यादी रद्द करून काही अन्य मार्ग निवडायचे ठरवले तर ते काय असतील? दुसरी यादी पूर्ण वेगळी होती. हे त्याचं उदाहरण आहे.

१. प्रत्येक तासाची पहिली १५ मिनिटं.
२. जेव्हा किमान २० लोक रांगेत असतील तेव्हा.
३. जेव्हा लोक पाणी भरत असतील तेव्हा.
४. जेव्हा लोकांनी लाल कपडे घातले असतील तेव्हा.
५. जेव्हा निम्मा गट १० वर्षांहून लहान असेल तेव्हा.
६. सहा जणांचा गट असेल तेव्हा.
७. शेंगदाणे खात असतील तेव्हा.
८. जेव्हा कोणीही नसेल तेव्हा.
९. जेव्हा पौर्णिमा असेल तेव्हा.
१०. जेव्हा महिन्याच्या नावात 'र' असेल तेव्हा.

पुराणकाळातील निर्मितिक्षम विचारसरणी

युरेका वेळ ही म्हण आर्किमिडीजच्या डोक्यात अचानक आलेल्या कल्पकतेमुळे अस्तित्वात आली.

गोष्टीत सांगितल्याप्रमाणे आर्किमिडीज बाथटबमध्ये अनियमित वस्तूच्या आकारमानासंदर्भात विचार करत होता. त्यानं विचार करताना सर्व पारंपरिक मोजमापांचा विचार आकारमान ठरविण्यासाठी निश्चितच केला असेल. त्याच्या लक्षात आलं की आपण जसे पाण्यात बुडत जातो तशी टबमधील पाण्याची पातळी वर सरकते. तेव्हा त्याच्या लक्षात आलं की आपण अनियमित वस्तूंचं आकारमान ठरवू शकतो. जेवढे पाणी बाहेर पडेल तेवढं त्या वस्तूचं आकारमान असतं. अतिशय जटिल प्रश्नाचं अतिशय सोपं उत्तर या पूर्वग्रहाचा चष्मा आर्किमिडीजनं काढला तेव्हा मिळालं.

मुद्दा असा की वास्तवाकडे जाताना आपल्या डोक्यात ज्या कल्पना येतात त्या अधिक धक्कादायक, वेगळ्या आणि गुंतवून टाकणाऱ्या असतात.

४. मी तज्ज्ञ आहे.

काही वेळेस आपलं ज्ञान किंवा कौशल्य काही वेगळे मार्ग शोधू शकतं किंवा एखाद्या विशिष्ट प्रश्नासंदर्भात काही गृहीत धरण्यास भाग पाडतं. एका जादूगारांच्या गटाला त्यांच्या एका सहकाऱ्याचा पत्ता काढण्याच्या हातचलाखीवर लक्ष देण्यास सांगितलं. नवशिक्यांच्या एका गटालाही या हातचलाखीकडे लक्ष देण्यास सांगितलं. जेव्हा जादूगारांना विचारलं गेलं की त्या जादूगारानं यासाठी काय केलं असेल, त्यावेळी बनचुक्या जादूगारांनी तो करत असलेल्या हातचलाखीचं प्रदीर्घ वर्णन करून तो काय करत आहे हे सांगितलं. नवशिक्या जादूगारांनी मात्र त्याच्या हातात फक्त पत्तेच होते आणि त्यांनी पत्ता बाहेर काढला असं उत्तर दिलं. त्यानं पत्ता कसा बाहेर काढला याचं नवशिक्या जादूगारांनी दिलेलं उत्तर बरोबरच होतं. सराईत जादूगार आपल्या बंदिस्त मार्गानेच विचार करत होते.

शाळेतल्या दोन मुलांची गोष्ट आहे. त्यातील मोठ्या मुलानं लहान मुलापुढे ५ रु. चं आणि १ रु. चं नाणं ठेवलं आणि यातलं तुला हवं ते घे म्हणून सांगितलं. लहान मुलानं आकार मोठा असल्यानं १ रु. चं नाणं उचललं. मोठा मुलगा त्याच्या मूर्खपणाला हसत राहिला.

हा प्रकार पुन्हा पुन्हा चालू राहिला आणि प्रत्येकवेळी लहान मुलानं आकारानं मोठं असल्यानं १ रुपयाचंच नाणं उचललं आणि आपल्या मूर्खपणाला हसण्याची

मोठ्या मुलाला संधी दिली.

एका सहृदय शिक्षकानं हा प्रकार पाहिला आणि त्यानं लहान मुलाला विचारलं, की १ रुपयाच्या नाण्याहून ५ रुपयाचं नाणं अधिक किंमती असतं हे तुला माहीत आहे का?

"हो, अर्थातच," लहान मुलगा म्हणाला.

"मग तू पुन्हा पुन्हा १ रुपयाचं नाणं का उचलतोयस?" शिक्षकांनी विचारलं.

"कारण जर मी ५ रुपयाचं नणं उचललं तर तो मला पैसे देणंच बंद करेल." लहान मुलगा म्हणाला.

मोठा मुलगा आणि शिक्षकाच्या डोळ्यांवर रूढ विचारांचा चष्मा होता. त्या विचारांना लहान मुलानं धक्का दिला. आणि परिस्थितीचा वेगळ्या पद्धतीनं विचार करायला भाग पाडलं.

निर्मिति विचारामुळे नवे शोध : साहाय्य वेगळ्याच गोष्टीचे

अनेक संशोधनं जी आपल्या वापरात आहेत त्यांचा शोध अचानक लागला आहे. त्याची काही उदाहरणं.

१. घामाची दुर्गंधी दूर करणाऱ्या स्प्रेचा शोध – १८८८ मध्येच फिलाडेल्फिया मध्ये लागला होता पण त्याचा वापर सुरू व्हायला १९५० साल उजाडलं. बॉलपेनच्या कारखान्यात काम करणाऱ्या एका चौकस कर्मचाऱ्यानं घामाच्या दुर्गंधी नाशकासाठी बॉलपेन रिफीलच्या तंत्राचा वापर केला. बॉलपेनमधील शाईप्रमाणे यातील द्रव एकसारखा येऊ लागला.

२. मायक्रोव्हेव ओव्हन – दुसऱ्या महायुद्धात रडारवर संशोधन करताना अचानक मायक्रोवेव्हची कल्पना पुढे आली. पोकळ नळ्या ज्या मायक्रोव्हेव किरण निर्माण करतात त्या नळ्यांमुळे हे संशोधन करणाऱ्या स्पेन्सर नावाच्या शास्त्रज्ञाच्या खिशातील चॉकलेट वितळलं. आणि मायक्रोवेव्हमुळे हे घडल्याचं त्याच्या लक्षात आलं. त्यानं प्रयोग करून मायक्रोवेव्हमध्ये अन्न फक्त शिजतच नाही तर ते सर्वसाधारण शेगडीपेक्षा कितीतरी अधिक वेगानं शिजतं, हे दाखवलं.

३. बाटलीबंद लिंबूसरबत – हे अस्तित्वात आलं याचं कारण एक ऑस्ट्रेलियन शेतकरी हा आपल्या शेतातील अनेक लिंबं आकार योग्य नसल्यानं फेकून देत असे. ती अशा वाया घालवण्यापेक्षा मद्यार्क तयार करणाऱ्या त्याच्या शेजाऱ्यानं आपल्या ज्ञानाचा वापर करून तयार लिंबूसरबत बनविलं आणि टू डॉग्ज नावाचं प्रसिद्ध लिंबूसरबत अस्तित्वात आलं.

ज्यावेळी समोरच्या माणसाला ज्या विषयातलं काही कळत नाही त्या विषयात आपल्याला विशेष ज्ञान असतं, त्यावेळेस पूर्वग्रहांचा चष्मा उपयोगास येऊ शकतो. पण याचा नेमका उलट परिणामही होऊ शकतो. हे वर सांगितलेल्या गोष्टीत उघडकीस आलंच आहे.

५. असणं आणि वाटणं

खालील चित्रांकडे पहा. तुम्हाला काय दिसतंय?

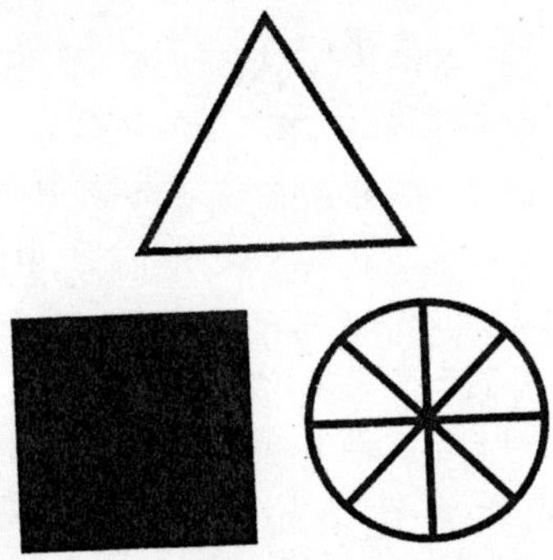

काही लोक म्हणतील त्रिकोण, रंग भरलेला चौकोन आणि उभ्या आडव्या रेषा मारलेला गोल किंवा भौमितिक चित्रं. काही म्हणतील स्वच्छ सूर्य प्रकाशातील ट्रॅक्टर, लहान मुलांच्या खेळण्यातील ठोकळे, विदूषकाचा चेहरा किंवा लहान मुलांच्या टीव्ही कार्यक्रमातील वेगवेगळ्या खिडक्या.

जेव्हा याचा नवी कल्पना हवी म्हणून विचार करतो तेव्हा शब्दशः अर्थ घ्यायचा नाही. यात तुम्हाला विदूषकाचा चेहरा दिसत नाही याची काळजी करू नका कारण खरा प्रश्न तो नाही. बरोबर का चूक यावर निर्मितीचं महत्त्व अवलंबून नसून भिन्न दृष्टिकोनातून एखाद्या गोष्टीकडे पाहणं हे महत्त्वाचं आहे. चित्राकडे पाहून त्यासंदर्भात कल्पना करणं यातून विचारांची एक ताजीतवानी साखळी समोर येते.

पुढे दिलेल्या आकड्यांच्या पुढे कोणते तीन आकडे असू शकतील :

१, ८, १५, २२, २९, ५? ही आकड्यांची ओळ आहे. आपण यातील संबंध शोधून काढण्यासाठी कितीही वेळ खर्च केला तरी फारसं काही हाती लागणार नाही.

ओळी ऐवजी ते स्तंभ असू शकतील. हे आकडे आकड्यांतून व्यक्त होणाऱ्या काहीतरी गोष्टींचं प्रतिनिधित्व करत आहेत.

जर तुमच्या लक्षात आलं नाही की पुढील तीन आकडे कोणते आहेत? ते

एकाखाली एक मांडा. त्यांची एक साखळी आहे असं समजा आणि लपविलेले आकडे खाली लिहा.

हे कसं दिसतं? कॅलेंडरसारखं?

पुढील तीन आकडे १२, १९ आणि २६ आहेत.

मुले खूपदा अशी संभाव्य निर्मितीक्षमता दाखवितात. त्यांना आपण चुकलो तर काही वावगं घडेल असं वाटत नाही. मग एखादी इच्छाही विमान बनतं. एखाद्या नळीतून पडणारं पाणी डोंगरातील झरा होतं. भिंतीला पडलेलं भोक ही अंधारी आणि भीतिदायक गुहा बनते.

असंच वागून आपण खूप काही मिळवू शकतो. रिचर्ड जेम्स हा नौकानयनातील अभियंता युद्धनौकेसाठी ताण असणारी स्प्रिंग बनविण्याचं काम करत होता. एक स्प्रिंग जेव्हा अचानक जमिनीवर पडून हलत राहिली त्यावेळी रिचर्डच्या डोक्यात विचार आला की या ताण असलेल्या स्प्रिंगचं लहान मुलांसाठी खेळणं बनविता येईल. यातून स्प्रिंग असणाऱ्या गाड्यांच्या खेळण्यांचा आणि एका श्रीमंत इंजिनीअरचा उदय झाला.

वस्तू समोर ठेवा. हे काय आहे? आणि काय होऊ शकेल? (कल्पना, आवाज, वास आणि शब्द याचा नव्या विचार निर्मितीसाठी सविस्तर विचार पुढे मुक्त विचारातील निर्मितिक्षमता या प्रकरणात येणार आहे.)

निर्मितिक्षमता वाढविण्याचे मार्ग

निर्मितिक्षमतेचे काही नियम नाहीत, पण इथं त्यासाठी पाच मार्गदर्शक तत्त्वं आहेत, ज्यामुळे आपण ताज्या आणि अधिक नावीन्यपूर्ण कल्पनांकडे वळू शकू.

१. संख्येकडे पहा. माझ्या असं लक्षात आलंय की चांगली कल्पना सुचण्यासाठी मुळात अनेक कल्पना असाव्या लागतात. असं दोन वेळा नोबेल पुरस्कार मिळविणाऱ्या लायनस पावलिंगचं मत आहे. निर्मितीच्या बाबतीत जेवढं अधिक तेवढं चांगलं. याचं कारण एकतर आपल्याला कळत नसतं की, केव्हा आपल्या हाती अचानक काही गवसेल आणि आपण मोठ्या आकाराचा विचार करायला लागलो की आपोआपच आपण मोठा विचारही करू लागतो.

२. कोणत्याही कल्पनेच्या बाबतीत निर्णय घेण्याचा विचार करू नका. हा विचार करण्याचा अतिशय अवघड मार्ग आहे. आपल्या डोक्यात जेव्हा

काही विचित्र कल्पना येतात, तेव्हा आपण त्या लगेचच निकालात काढतो. सर्वच कल्पना या चांगल्या असतात कारण त्या नेमक्या कुठे उपयोगी पडतील हे आपल्याला माहीत नसतं.

३. तुमच्या मनात असणाऱ्या सर्व कल्पना या लिहून काढा किंवा अन्य मार्गानं लक्षात ठेवा किंवा या कल्पना सुचण्यापूर्वी कोणत्या दिशेनं तुम्ही विचार केला होतात हे आठवण्याचा जाणीवपूर्वक प्रयत्न करा. कितीही बुद्धिमान माणूस असला तरी त्याची नावीन्यपूर्ण विचार करणं ही एक बाजू असतेच.

४. ध्येय निश्चित करा.
उपयोगासंबंधीचा काही विचार काही विचित्र पद्धतीनं समोर येतो तो फक्त मूलभूतच असतो असं नाही तर तो न टाळता येण्याजोगा असतो.

५. अर्धवट उत्तरावरही प्रेम करा.
तुम्हाला आवडणारा विचार हा ज्याक्षणी अलौकिक बुद्धीच्या माणसाच्या डोक्यात प्रसवतो त्यावेळेस त्याला प्रसववेदना जाणवतातच. एखाद्या गोष्टीचे दोन अर्थ असणं हे चांगलंच. अर्धवट उत्तरही नाकारू नका कारण ते नेहमी पूर्णत्वाकडं वाटचाल करत असतं, जरी ते वरवर सरळ वाटलं नाही आणि गोंधळ निर्माण करणारं असलं तरी.

उड्डाणासाठी तयार रहा : पूर्वग्रहांचा चष्मा काढा

एकदा तुम्हाला समजून आलं की तुम्ही कोणता चष्मा घातलाय आणि तो तुमच्या विचारशक्तीवर कसा परिणाम करतो, तर तो काढून टाकणं त्या मानानं सोपं जातं. त्यांना लवकरात लवकर शोधून काढणं यातच खरं आव्हान आहे. सगळ्यात जास्त आढळून येणारा आणि आपल्या विचारशक्तीवर नकारात्मक परिणाम घडवून आणणारा चष्मा कोणता आहे हे लक्षात आलं की आपल्याला ते बाजूला करणं जास्त सोपं जातं.

काही वेळा एवढंच पुरेसं असतं पण काही वेळा मात्र ते पुरेसं पडत नाही. दोन्हीही वेळा उपयोगी पडावीत म्हणून काही तंत्र आहेत की पूर्वग्रह केव्हा उपयुक्त आहेत आणि केव्हा बाजूला ठेवावेत.

- समस्येकडं नव्या दृष्टीनं पहा. उदा. तुम्ही इंग्लिशचं फारसं ज्ञान नसणाऱ्या एखाद्या माणसाला एखादी समस्या अतिशयोक्ती करत समजावून सांगताय आणि मग तुम्ही त्याच्याकडून जी अपेक्षा करताय ती चुकीची असण्याचीच शक्यता आहे.

- उत्तराकडे पहिल्यानंतर असं लक्षात आलं की याचा काही उपयोग नाही तर का नाही? असा प्रश्न विचारा. आपण ज्या कल्पना मांडण्याचा प्रयत्न करतोय त्या जर योग्य नसतील तर योग्य कल्पना कोणत्या याचा वेगळ्या दृष्टीनं विचार करणं आवश्यक आहे.
- प्रश्न विचारत रहा. 'मी काय सांगत होतो?' असं विचारून सुरुवात करा. पण एवढंच पुरेसं नाही. पुढं व्यक्त होणाऱ्या प्रत्येक शब्दाचा काय काय अर्थ होऊ शकतो हे पहा. त्यामागील कारणंही शोधा.
- वेगवेगळे दृष्टिकोन बाळगा. उदा. वेगवेगळ्या लोकांचे दृष्टिकोन समजावून घ्या. एखाद्या प्रश्नाकडे एखादा डॉक्टर काय पद्धतीनं पाहील आणि ज्याची संबंधित विषयातील पाटी पूर्णपणे कोरी आहे तो त्या प्रश्नाचा कसा विचार करील हे पहा.

पुढील भाग अनेक प्रगत तंत्रांनी भरले आहेत. ते वेगवेगळ्या निर्मिती आव्हानांना वेगवेगळ्या दृष्टीनं विचार करण्यास मदत करतील. थोडक्यात निर्मिती विचार करणं म्हणजे क्लिष्ट विचार करणं असं नव्हे.

आपण जगाकडे गुलाबी चष्म्यातून पाहिलं तर आपल्याला जग गुलाबीच दिसेल. हे फार आनंददायीही असेल पण आपल्याला निर्मिती विचार करायचा असेल तर आपल्याला हे समजून घेतलं पाहिजे की आपल्या मनश्चक्षूंवर असणारा चष्मा (पूर्वग्रह) दूर करणं गरजेचं आहे.

मग मी तो कुठे ठेवावा?

तुमच्या मनाला शोधमोहिमेवर न्या.

खालील बुद्धिमापन चाचणी, प्रोत्साहित करणारा तुमच्या मनातील पूर्वग्रह बाजूला ठेवा आणि खालील प्रश्न सोडवा.

पुढील क्रमांकाच्या पुढे कोणते तीन आकडे आहेत.

१ १, ०, १, १, १, २, १, २, ?

२ तीन अतिशय मंद दिवे खोलीत आहेत आणि दाराच्या दुसऱ्या बाजूला त्याची तीन बटणं आहेत. तुम्ही बटणापाशी उभं राहून कोणताही दिवा पाहू शकत नाही. तुम्ही दाराच्या एका बाजूस आहात आणि तुम्ही खोलीत एकदाच जाऊ शकता आणि परत येऊ शकत नाही. तुम्ही एकाच प्रयत्नात कोणत्या दिव्यासाठी कोणतं बटण आहे हे कसं शोधून काढाल?

३. एका बाईला पाच मुलं आहेत. त्यातले निम्मे मुलगे आहेत हे शक्य आहे?

असल्यास कसं?

४. वाहन चालविण्याचा परवाना नसलेली एक बाई चुकीच्या मार्गानं एकेरी वाहतूक मार्गात घुसली आणि जेथे डावीकडे वळू नका अशी पाटी होती तिथे डावीकडे वळली. पोलीस तिच्याकडे पाहूनही काही करू शकले नाहीत का?
५. पुढील समूहानंतरचं अक्षर कोणतं? W, T, N, L, I, T, ?
६. एका झाकण नसलेल्या पिंपात थोडी दारू आहे. मोजायच्या कोणत्याही साधनांचा वापर न करता आणि पिंपातून दारू न काढता ते पिंप अर्ध्याहून जास्त भरतंय का कमी भरतंय ते तुम्ही कसं ठरवाल?

याची उत्तरं माइंड जिमच्या वेबसाईटवर आहेत.

प्रयत्न करा

१. एक कोरा कागद घ्या. थोडा वेळ घालवून तुम्हाला वाहतुकीचे जेवढे प्रकार माहीत असतील तेवढे त्यावर लिहा. जेव्हा तुम्हाला वाटेल की तुम्ही सगळे प्रकार नोंदविले आहेत तेव्हा ते वाचा. तुम्ही किती निर्मितिक्षम आहात असं तुम्हाला वाटतंय?

आता वेगवेगळ्या रंगाच्या सायकल्स आणि त्यांचे प्रकार लिहून काढा.

जादूची सतरंजी, ग्रहांवर जायचं यान याबद्दल लिहा. तुम्ही योग्य मार्गावर आहात.

आपण हे का करतोय हे मनात घेऊन आपण लिहीत जातो. त्यामुळेही नव्या कल्पनांना मर्यादा पडतात.

आता परत एकदा वाचा. तुमचा उद्देश सफल झाला ना पहा.

२. दुसरा एक कागद घ्या. त्या कागदाच्या मध्यावर एक बिंदू काढा. कागदावर एक पूर्ण गोल काढा. कागदावर प्रथम पेन टेकवल्यावर ते न उचलता हे सारं करायचं.

प्रयोगात अडचण आल्यास माइंड जिम वेबसाईट पहा.

■

(ध) तार्किक विचारवंतांसाठी निर्मितिक्षमता

तर्कशुद्ध विचार करणाऱ्यांसाठी निर्मितिक्षमता– माइंड जिममध्ये सहभागी झालेला एकजण म्हणाला की, ''मला निर्मितिक्षम व्हायला आवडेल. पण मी तसा नाहीये.'', ''निर्मितिक्षम कोण आहे, हे तू कसं ठरविणार?'' असं विचारलं असता त्यानं सांगितलं, ''भडक कपडे घालणारा, लांब अस्ताव्यस्त केस वाढविलेला, गचाळ कपडे घालणारा आणि भावनाविवश होणारा.''

त्याचा निर्मितीचा विचार करणाऱ्या माणसांबद्दलचा विचार हा सर्वसामान्य माणसांप्रमाणेच आणि अर्थातच चुकीचा आहे. त्यानं केलेलं वर्णन हे निर्मितिक्षम माणसाचं नसून विक्षिप्त माणसाचं आहे. यातील चांगली गोष्ट अशी आहे की निर्मितीचा विचार करणारी माणसं ही सर्वसामान्य माणसांसारखीच दिसतात आणि सर्वसामान्य माणसांप्रमाणेच कपडे घालून भांगही पाडतात. या भागात तर्कशुद्ध विचार करणाऱ्यांना निर्मितिक्षम होण्यासाठी आणि नव्या कल्पना सुचण्यासाठी दोन साधनांची माहिती दिली आहे. आणि हे सारं कोणत्याही विक्षिप्त कल्पनांचा आधार न घेता केलं आहे.

तर्कशुद्ध विचार करणाऱ्यांसमोरील प्रमुख आव्हान : निर्मिती विचार कोणाला करायचा असतो.

तर्कशुद्ध विचार करणाऱ्यांसाठी निर्मितिक्षम होताना एक नैसर्गिक फायदा असतो आणि एक तोटाही. त्यांच्यामध्ये पद्धत समजावून घेण्याची आवश्यक अशी शक्ती असते. सतत मूल्यांकन करणं हे कल्पक निर्मितीस बाधक ठरतं. आपल्या पुढील सर्वात मोठं आव्हान हे मूल्यांकनाच्या जाणिवेकडे दुर्लक्ष करणं हे असतं. आपण काही कल्पना घेऊन जेव्हा पुढे येतो तेव्हा आपल्याला तिचं मूल्यांकन करावंसं वाटतं. आपल्याला ते आवडतं किंवा आपल्याला त्यात काही दोषही दिसतो. आपल्याला जर निर्मितिक्षम व्हायचं असेल तर, आपल्याला हा मोह दाबता

आला पाहिजे.

पण कसा? इथे त्यासाठी तुम्हाला उपयुक्त ठरतील अशा काही सूचना आणि तंत्रं दिलीत.

१. आपण कल्पना निर्मिती किती काळ करायची याला मर्यादा घालून काही काळ निवांत झालं पाहिजे आणि योग्य कालावधीत कल्पनांचं मूल्यांकन होईल असा विश्वास बाळगला पाहिजे. तर्कशुद्ध विचार करणारे कल्पनेशी सहमत होण्यापेक्षा मतभेद व्यक्त करताना अधिक आनंदी असतात.

२. निर्मितिक्षम कल्पना करण्यात कोणताही धोका नाही. धोका तिचं मूल्यांकन करताना आणि त्याहून अधिक ती प्रत्यक्षात आणताना असतो. अशी कोणती कल्पना जेव्हा आपण पुढे घेऊन येतो तेव्हा ती विकसित होण्याची प्रक्रिया पुढं ढकलणं आपल्या हाती असतं. त्यामुळे शेवटी काहीही चुकीचं घडण्याची शक्यता नसते.

३. प्रत्येक गोष्ट लिहून ठेवा. आज ओबडधोबड वाटणारी एखादी कल्पना उद्या कदाचित उंच उडी मारण्यासाठीच्या स्प्रिंगबोर्डसाठी नावीन्यपूर्ण कल्पना म्हणून इतरांच्या किंवा तुमच्या उपयोगी पडेल.

४. नव्या कल्पना करण्यासाठी काही वेळ बाजूस ठेवा. हा वेळेचा उपयोग आहे का अपव्यय आहे यावर विचार करू नका. फुटबॉलच्या सामन्याची शेवटची शिट्टी वाजेपर्यंत कोण जिंकेल सांगता येत नाही. त्याचप्रमाणे चांगली कल्पना केव्हा पुढे येईल याचा अंदाज बांधता येत नाही.

५. तुम्ही जेव्हा मूल्यांकन करता तेव्हा लक्ष द्या.

६. वेळेचा दबाव. वेळेचं अतिरेकी बंधन गोंधळ माजवेल. पण ते मर्यादित प्रमाणात असणं ही चांगली गोष्ट ठरेल.

७. कल्पनांच्या गुणवत्तेपेक्षा निर्मितिक्षम विचारांसाठी कल्पनांची संख्या बघा. मूल्यांकन न करता किंवा निष्कर्ष न काढता कल्पना करणं हे प्रारंभी अवघड वाटेल. पण सरावानं हे सारं जमून जाईल.

साधन १ :
धक्कादायक विरोधक

विजातीयांमध्ये आकर्षण असतं. प्रत्येक कृतीला समान आणि विरोधी प्रक्रियेची गरज असते. नायकाचं नायकत्व सिद्ध होण्यासाठी खलनायकाची गरज असते. मेकेन्रोला बोर्ग असतो. तेंडुलकरला शेन वॉर्न आणि शेरलॉक होम्सला मोरियाट्रीस असतो. जेव्हा आपण पदार्थ विज्ञानाचा विचार करतो तेव्हा विरोधी विषयातून कल्पना पुढे येतेच.

निर्मिती तंत्र नेमकं या पद्धतीनं काम करतं. ते समस्या सोडविण्याचे सामान्य आणि पारंपरिक मार्ग विचारात घेतं आणि मग काल्पनिक स्प्रिंगबोर्डचा वापर करून एकदम नवा पर्याय समोर आणतं. फुटबॉलच्या भाषेत बोलायचं तर त्यातील फॉरवर्डच्या खेळाडूंमध्ये सेंटर फॉरवर्ड हा उंच, सशक्त आणि चपळ असावा लागतो आणि त्याचा जोडीदार मात्र छोटा, चपळ आणि अनपेक्षित हालचाली करणारा असावा लागतो.

विरोधांचे भिन्नभिन्न अर्थ

निर्मितिक्षमतेचं हत्यार वापरण्याचं मुख्य तंत्र विरोध निर्माण करण्यात असतं. प्रारंभी हे फार सोपं वाटतं. आपण ज्याला शब्दश: विरोधक मानतो त्याची तीन उदाहरणं खाली दिली आहेत आणि तीन प्रश्नांची उत्तरं तुम्ही द्यायची आहेत.

पारंपरिक	विरोधी
काळा	पांढरा
श्रीमंत	गरीब
उंच	बुटका
उच्च	
लवकर	
दिवस	

आव्हान तेव्हा निर्माण होतं जेव्हा अन्य विरोधक शक्यतेनुरूप पुढे ठाकतात. यासाठी शब्दश: विरोधकाला चिकटून न राहता अन्य शक्यतांचाही विचार करावा लागतो. काळ्याला शब्दश: विरोधी पांढरा असू शकतो. पण अन्य रंगही काळ्याच्या विरोधी असू शकतात. आर्थिक परिभाषेत तुम्ही काळ्या किंवा तांबड्या भागात असू शकता. त्यामुळे इथे आपल्या मूलभूत संकल्पना बाजूला ठेवून आपलं मूल्यांकनाचं कौशल्य उपयोगी आणावं लागतं.

लक्षात ठेवा, आपण या तंत्राचा वापर निर्मितिक्षम पद्धतीनं विचार करण्यासाठी करतो आहोत. आपल्यावर विश्लेषणात्मक पद्धतीनं विचार करण्याचा दबाव टाकू नका. पुढील चौकटीमध्ये विरोधाच्या नव्या व्याख्या दिल्या आहेत.

पारंपरिक	विरोधी
काळा	पांढरा, तांबडा, हिरवा, नारंगी, गुलाबी आणि हलका रंग.
श्रीमंत	गरीब, समाधानी, आदरणीय, धूर्त, हुशार, साधा, कामसू.
उंच	बुटका, लांब, दणकट, सूक्ष्म, राक्षसी, रुंद, अरुंद आणि खरा
उच्च	
लवकर	
दिवस	

आणखी काही विरोधी संकल्पना आपण पुढे पाहणार आहोत.

एखाद्या ठिकाणी वरील चौकट उपयुक्त असली तरी ती परिपूर्ण नाही. या तंत्राची मुख्य शक्ती आपल्याला एकाहून अधिक प्रतिस्पर्ध्यांशी खेळता येते ही आहे. कल्पना करा, आपण सुट्टीवर जाण्याचा विचार करत आहोत आणि गेल्या वेळेला ज्या पद्धतीनं सुट्टी व्यतीत केली त्याहून वेगळ्या पद्धतीनं सुट्टी व्यतीत करण्याचं ठरवतो. आपण काही वेगळ्या मार्गांच्या शोधात आहोत.

पारंपरिक	विरोधी
महाबळेश्वरला सुट्टी व्यतीत करतो.	निवांत समुद्र किनाऱ्यावर, एखाद्या ऐतिहासिक किल्ल्यावर, पवनचक्क्यांच्या पठारावर, मित्राच्या खेड्यात.

अशाप्रकारे मूल्यांकन करण्याचं न थांबता आपल्यासमोर नवेनवे आकर्षक पर्याय येतात. पुन्हा हे लक्षात ठेवणं महत्त्वाचं आहे, की आपण हे पारंपरिक आणि नेमक्या विरोधी कल्पनांपेक्षा नवे, उपयुक्त पर्याय शोधण्यासाठी करत आहोत.

विरुद्ध बाजूचा विचार करण्याची प्रक्रिया

निर्मितिक्षम विरोधक कसा निर्माण करायचा हे समजून घेतल्यावर या कल्पनेचा अधिकाधिक वापर करण्याची काही तंत्रं पुढे सांगितली आहेत.

१. उद्दिष्ट निश्चित आहे याची खात्री करा. प्रत्येकाला त्याच अर्थानं उद्दिष्ट समजावयास हवं. (सुट्टीत कुठेतरी जायचं आहे.)

२. वादळ उठवणाऱ्या कल्पना ज्या आपण सामान्य पद्धतीनं व्यक्त करतो, त्या वेगळ्या शब्दांत, विविध पर्यायात मांडा.
३. विरोधी कल्पना शोधा. उदा. समुद्रकिनारा, किल्ला, मित्राचं घर.
४. नंतर मूल्यांकन करायला विसरू नका.

पिझ्झाचा शोध

तुम्ही कधी याचा विचार केलाय का, की आपल्या रोजच्या वापरातल्या वस्तू लोकांना कशा सुचल्या?

कल्पना करा की तुम्हाला नवीन प्रकारचा पिझ्झा बनवायचाय, सरळ सरळ विरोधी विचार करत तुमच्या मनात प्रारंभी येणारे विचार पुढीलप्रकारे असतील.

पारंपरिक	विरोधी
नव्या पदार्थांचा थर देण्यासाठी वापर.	
पिझ्झाचा नवीन आकार.	
पिझ्झाची वेगळी किंमत.	

याच्या नेमक्या विरुद्ध कल्पना काय असू शकतील?
ती चौकट सामान्यपणे अशी दिसेल.

पारंपरिक	विरोधी
नव्या पदार्थांचा थर देण्यासाठी वापर.	फळांचा थर, वर थरच नाही किंवा पिझ्झा उलटा ठेवून (टॉपिंग तळाला.)
गोल पिझ्झाचे आकार.	चौकोनी, षटकोनी, त्रिकोणी, पिझ्झाचे काप वेगवेगळ्या आकारात.
टॉपिंगनुसार किंमत.	सगळ्यांना एकच किंमत, दिवसातील वेळेनुसार किंमत, किती पिझ्झा घेणार यावर ठरलेली किंमत, पिझ्झाच्या बेसवर ठरणारी किंमत.

याप्रमाणे अनेक कल्पना परिस्थितीनुरूप सुचू शकतील.

तुम्हाला सुचणाऱ्या नवीन उत्पादनांच्या कल्पना या माल पोचवण्याच्या पद्धतीवरूनही

सुचू शकतील. सध्या तुमच्या जवळपास दुकानातून विकल्या जात असणाऱ्या पिझ्झ्यांपेक्षा या कल्पना पूर्णांशानं भिन्न असतील.

उपाहारगृह सुरू करणं : नावीन्यपूर्ण कल्पना

माइंड जिमच्या तर्कशुद्ध विचार करणाऱ्यांच्या कृतिशीलतेसाठीच्या कार्यशाळेत नव्या हॉटेलसाठी कल्पना सुचविण्यास सांगण्यात आलं. प्रारंभी पुढे आलेल्या कल्पना पदार्थांचे दर, प्रकार, उपाहारगृह उघडण्याची वेळ इ. होत्या. चर्चेची सुरुवात वेगवेगळ्या अन्नासाठी स्वतंत्र किंमती असाव्यात का? अशी होती. थोडा अधिक खोलवर विचार केल्यावर कुणीतरी सुचविलं की वेगवेगळ्या पदार्थांच्या वेगवेगळ्या किंमती ठरविण्यापेक्षा वेगवेगळ्या दिवशी वेगवेगळ्या किंमती का आकारू नयेत? उदा. सोमवारी लोक हॉटेलमध्ये जायच्या मन:स्थितीत नसतात. ती मन:स्थिती बनविण्यासाठी सोमवारी स्वस्त जेवण.

अशा वेगळ्या पद्धतीने विचार करत असताना एकानं असं सुचविलं की एकाच दिवशी वेगवेगळ्या किंमती का आकारू नयेत? प्रत्येकाच्या टेबलवर त्यावेळच्या किंमती दिसतील असे फलक असतील. ज्यावरील किंमती या खाली-वर होत असतील आणि ऑर्डर देताना बोर्डवर पदार्थाची जी किंमत असेल ती त्यावेळी आकारली जाईल. ग्राहकांना मी स्वीटडिशची ऑर्डर आत्ताच देऊ का थोड्या वेळात किंमत उतरतेय याची वाट पाहू यावर निर्णय घेता येईल. याचा असाही उपयोग होईल की जेव्हा पदार्थांना फार मागणी नसेल तेव्हा त्यांच्या किंमती कमी ठेवता येतील. आणि जशी मागणी वाढेल तशा त्या वाढवता येतील. बिल देण्यासाठी आणि ऑर्डर स्वीकारण्यासाठी वेटरची गरज लागणार नसल्याने पैसे वाचू शकतील. किंमती या ग्राहकांच्या सातत्यावरही अवलंबून असतील. जर ग्राहक आठवड्यातून १ पेक्षा जास्त वेळा आला तर त्याला कमी किंमत आकारली जाईल. यामुळे हॉटेलमध्ये येण्यासाठी ग्राहकांना उत्तेजन मिळेल.

हे फार अतिशयोक्तीचं वाटतंय? प्रत्यक्षात पॅरिसमध्ये याच तत्त्वांवर चालणारं एक हॉटेल आहे. तिथे किंमती ह्या मागणीनुरूप ठरविल्या जातात. ही अशी हवीहवीशी वाटणारी कल्पना आहे, जिचा वापर वायदे बाजारासाठीही होतो. जर अशा स्वरूपाची कल्पना निर्मितिक्षम विचारसरणीतून येत असेल तर कुणास ठाऊक भविष्यात काय काय कल्पना लढविल्या जातील.

तुमची पाळी

इथं तुम्हाला पुढील प्रश्नांना उत्तरं द्यायची आहेत.

- तुमचं उद्दिष्ट काय?

- तुमच्या मनात सर्वसामान्य आणि पारंपरिक काय कल्पना येतात?
- या कल्पनांना पर्यायी किंवा विरोधी काय कल्पना असू शकतील?

पारंपरिक	विरोधी

लोकांच्या हे लक्षात आल्यावर त्यांना नवल वाटतं की त्यांच्या डोक्यात येणाऱ्या कल्पना या संख्यात्मक आणि तंत्रदृष्ट्या किती विकसित असतात. ज्या त्यांना सर्वसाधारण परिस्थितीत सुचल्या नसत्या. अर्थात या तंत्राचा वापर करताना लोकांना काही सर्वसाधारण अडचणी भेडसावतात. खाली अशा काही अडचणींचं आणि त्यांचं निराकरण कसं करावं याचं वर्णन केलं आहे.

फायदे आणि तोटे

या तंत्राचा सर्वात मोठा फायदा असा की हे तंत्र साधं, वापरण्यास सोपं आणि मोठ्या प्रमाणावर नव्या कल्पना निर्माण करणारं आहे.

आणि तोटा, आपण सर्वसाधारणपणे ज्या कल्पना मांडतो त्या आपल्या मूलभूत विचारांवर अवलंबून असतात आणि त्यामुळे त्या आपल्याला पारंपरिक विचारसरणीपासून फार दूर नेत नाहीत.

समस्या	उत्तर
जेव्हा आपण विरोध याचा अर्थ शब्दश: घेतो तेव्हा पर्याय सुचत नाहीत.	ही सर्वसामान्य समस्या आहे. जेव्हा लोकांच्या मनात पारंपरिक पध्दतीच्या टॉपिंग्जचा विचार येतो तेव्हा त्याचा पर्याय त्यांच्या दृष्टीनं टॉपिंग नसणं इतका शब्दश: अर्थ घेऊन केलेला नसतो. पारंपरिक विचारसरणीचा परिघ वाढवा आणि त्यात काही अन्य पर्याय सुचू शकतात का ते पहा. उदाहरण म्हणून महाबळेश्वरला सुट्टी व्यतीत करणं याचा पर्याय अगदी विरोधी सुट्टीच न घालवणं असा नसून सुट्टीसाठी वेगळे पर्याय शोधून काढणं हा असतो.

समस्या	उत्तर
सर्व कल्पना निरूपयोगी वाटतात.	दुर्देवानं म्हणा, यातच निर्मितिक्षमता असते. प्रयत्न केल्यावर प्रत्येक वेळेला तुम्हाला नावीन्यपूर्ण कल्पना सुचल्या असं वाटतं. तरी नंतर असं लक्षात येतं की त्या कल्पना तितक्याशा नावीन्यपूर्ण नाहीत. परत मागे फिरा आणि तुमच्या उद्दिष्टाकडे नव्या पध्दतीनं आणि नव्या दृष्टिकोनातून पाहायचा प्रयत्न करा.
कल्पना फार वेगळ्या वाटत नाहीत.	विरूध्द बाजूनं विचार करण्याचा प्रयत्न करा. प्रत्येक वेळेला तुम्ही पारंपरिक पध्दतींच्या आधारावरच विचार करता आहात का? तसं करत असाल तर पूर्णपणे उपरोधिक पध्दतीनं निर्मितिक्षमतेचा विचार करा.
पारंपरिक कल्पनांचा विचार करणं अवघड वाटतं.	तुम्ही या तंत्राचा चुकीच्या पध्दतीनं वापर करत आहात. नव्या कल्पनांच्या उदयासाठी पूर्वग्रह पूर्णपणे बाजूला ठेवा. पारंपरिक कल्पनेला पूर्ण विरोधी पर्यायांचा विचार करा.
प्रत्येक जुन्या कल्पनेला खूपच पर्याय आहेत.	ही समस्या असेल तर तुम्ही नशीबवान आहात. तुम्हाला सुचणाऱ्या सर्व कल्पनांची नोंद ठेवा. त्यांच्या मूल्यांकनासाठी तुम्ही कोणता दृष्टिकोन गृहीत धरलात ते पहा. माझ्या अत्यावश्यक सुट्टी या कल्पनेला मोठ्या प्रमाणावरील अराम हा पर्याय असू शकतो.

मागच्या प्रश्नाचे उत्तर

आधी पृष्ठ क्र. २२१/२२२ मधे दिलेल्या उदाहरणाला हे काही पर्याय आहेत. ते बरोबर अगर चूक नाहीत तर या फक्त सूचना आहेत.

पारंपरिक	विरोधी
उच्च	नीच, आखूड, बंदिस्त, तळातील, ताजे, सरळ.
लवकर	उशिरा, वेळेपूर्वी, कधीच न संपणारं, दूर, पहिला, शेवट, सरासरी, संध्याकाळी, मागील.
दिवस	रात्र, आठवडा, महिना, वर्ष, शतक, तास, मिनिट.

अवयवांचे तंत्र

उत्कृष्ट निर्मितिक्षमतेला दिलेलं वाईट नाव म्हणजे अवयवांचे तंत्र. पण हे तत्त्वज्ञांपासून लेखकांपर्यंत सर्वांनी वापरलं आहे. याचं तंत्र सोपं आहे. आपल्या ध्येयाचे छोटे छोटे भाग करा. त्यावर स्वतंत्र विचार करा. नंतर सारे एकत्र करा. नवीन उत्तरं सापडतील.

यशस्वी तंत्रासाठी

प्रत्येक प्रश्नाला विविध पैलू असतात. समजा आपण पूर्वकल्पना न देता एक मेजवानी द्यायचं ठरवलं तर जागा, संगीत, कार्यक्रम असे पैलू असतील. जागेमध्ये दोन घटक असतील, जहाज आणि रूफटॉप.

पैलू आणि घटक यात फरक असतो हे ध्यानात घ्या.

आता आपलं ध्येय आहे, मेजवानीचं आयोजन. त्यातील तीन चांगले पैलू निवडा. उदा. पोषाख, जागा, संगीत. प्रत्येक पैलू घटक लिहा.

पोषाख	जागा	संगीत
भडक रंगाचे	बोटीवर	तंतूवाद्ये
पूर्ण सूट	टेरेसवर	बँड
नटासारखा	खेडेगावात	ढोल झांज
ब्लेझर	तारांकित हॉटेल	मंद आवाजात
टी शर्ट	समुद्र किनारा	गिटार

आता प्रत्येक घटक दुसऱ्या व तिसऱ्या वेगळ्या घटकाशी कसा काय जुळेल हे पहा. येथे तीन पैलूंत प्रत्येकी पाच घटक आहेत. यातून पाचशे कल्पना सुचू शकतात. अजून एक रकाना वाढवला तर ५००० कल्पना तयार होऊ शकतील.

नेहमी न सुचणाऱ्या अनेक कल्पना पुढे येतील.

आपल्या उद्देशपूर्तीसाठी काय काय मार्ग आहेत ते पहा. त्यातील सर्वोत्कृष्ट मार्गांची निवड करा. सर्वोत्कृष्ट हा कोणताही असू शकेल. तो तुम्हाला आवडणारा असू शकेल किंवा उद्दिष्टपूर्तीस योग्य असू शकेल. तुम्हाला हवे तेवढे पैलू निवडा. परंतु कमीत कमी ते दोन तरी असलेच पाहिजेत.

अधिकाधिक कल्पनाशक्तीने पैलू तयार करा.

पैलू १	पैलू २	पैलू ३

उद्देश

आपल्या इच्छेप्रमाणे पैलू जोडा. मग उपयुक्तता पाहण्यासाठी तपासा.

तार्किक असो वा काल्पनिक असो. दोन्ही एकत्र येऊन विचार होतो तो उत्तम. वरील तंत्राचा असाच वापर करा.

यातील आवडलेल्या पर्यायांचं मिश्रणही करू शकता. आता याची उपयुक्तता पहा. तर्कदृष्ट्या योग्य का निर्मितिक्षम योग्य ते पहा. त्यातील दोन्ही हवं वाटत असेल तर 'केकही हवा, तो राहायलाही हवा' अशी स्थिती निर्माण होणार. म्हणून दोन्हीचं मिश्रणच योग्य! त्यामुळे समस्या जेव्हा आश्चर्यकारक कल्पनांसह पुढे येतात, तेव्हा गुणधर्म हे त्याचं मूळ असतं. गुणधर्म ही वेगळी बाब असते जे गुणधर्मांविषयी प्रश्नांचं संभाव्य उत्तर असू शकतं. साचेबद्ध होणं म्हणजे गुणधर्म आणि त्याचं रूपांतरित स्वरूप यातील फरक माहीत करून घेणं आणि तोही दोन्हींत गोंधळ न करता.

समजा आपलं उद्दिष्ट एक सरप्राईज पार्टी देण्याचं आहे. त्यासाठी आपण तीन चार गोष्टींची निवड करू. वेशभूषा, स्थळ, संगीत. एकदा आपण मूलभूत गोष्टी ठरवल्या की त्याची अनेक पर्यायी उत्तरं आपल्या समोर येतात. आपल्यापुढे वेशभूषा, स्थळ आणि संगीत या तीन प्रकारात १,००० संभाव्य पर्याय असू शकतात. यामध्ये आणखी एक बाब वाढवा. पर्यायांची संख्या १०,००० होते. अशा पद्धतीनं साऱ्याचा विचार केला, तर आपल्याला सहजपणे सुचणार नाहीत अशा असंख्य कल्पना सुचू शकतात.

तुम्ही आत्ता या क्षणी तुमच्या समोरील समस्येचं स्वरूप निश्चित करा. उद्दिष्टाचं चांगलं वर्णन हे प्रश्न कसा आहे किंवा विधान काय आहे यावरून करता येईल. उदा. तुम्ही तुमची बैठकीची खोली कशी सजवाल? अशावेळी जेव्हा उद्दिष्ट फार काटेकोर असतं तेव्हा त्याचं उत्तर 'हो' अगर 'नाही' एवढ्यापुरतंच मर्यादित होतं. उदा. आपण खोली सजवूया का?

■

(न) मुक्त विचारवंतांसाठी निर्मितिक्षमता

आपल्या ऑस्कर विजेत्या 'बॉविलिंग फॉर कोलंबियन' मधील मायकल मूर अमेरिकेतील एका बँकेत जातो. त्या बँकेत खातं उघडल्यावर खातेदाराला बंदूक फुकट मिळत असे. हे दृश्य वैशिष्ट्यपूर्ण व्यंगाचं होतं. ज्याला स्थळ आणि काळाच्या मर्यादेबरोबरच पात्याप्रमाणे धारही होती. दुसऱ्या एका चित्रपटातील अशाच प्रसंगात नायकाला एक सरदार थांबवतो आणि म्हणतो की फक्त अशाच माणसाला इथून जायला परवानगी मिळेल, जो आपल्याबरोबर झुडपाची डहाळी आणेल. दोन्ही अतिशय सुंदर चित्रपट, अतिशय विनोदी पण विनोदासंबंधी पूर्ण भिन्न दृष्टिकोन असणारे.

तर्कशुद्ध विचारवंतांसाठी कल्पकता ही अधिक बांधेसूद आणि विस्तृत असावी. हे चांगलं आहे पण पर्याप्त नाही. निर्मितिक्षमतेची ताकद पूर्णपणे वापरण्यासाठी आणि अधिक चांगल्या मूलभूत कल्पना पुढे येण्यासाठी काही बंधनांचीही गरज आहे. त्यासाठी आपल्या आतल्या आवाजालाही चाचपणं गरजेचं आहे.

मुक्त उद्दिष्ट

'जिक्स् डिग्रीज ऑफ केव्हीन बॅकन' या लोकप्रिय चित्रपटात एक निरुपयोगी खेळ आहे. विभक्तीकरणाच्या सहा पातळ्या हे या खेळाचं स्वरूप आहे. हा खेळ खेळणाऱ्यांना कोणत्याही चित्रपट कलाकाराशी केव्हीन बॅकनचा संबंध जोडावा लागतो. समजा कॅबीफिशर या नटीचं नाव सांगितलं तर तुम्हाला खालील पद्धतीनं तिचा संबंध केव्हीन बॅकनशी जोडावा लागतो.

'स्टारवॉर' मध्ये कॅबीफिशरने हॅरिसन फोर्डबरोबर काम केलं होतं. 'द फ्युजिटिव्ह' मध्ये हॅरिसन फोर्डने टॉमी जोन्सबरोबर काम केलं होतं. टॉमी जोन्स 'बॅटमन फॉरएव्हर' मध्ये व्हॅल किरमर बरोबर होता. व्हॅल किरमर रॉबर्ट डीन निरो बरोबर होता आणि रॉबर्ट डीन निरोने केव्हीन बॅकनबरोबर काम केलं होतं. अशाप्रकारे परस्परांशी संबंध नसलेल्या दोन चित्रपट कलावंतांची नावं सांगून त्यांचा संबंध जोडण्याच्या प्रक्रियेतून आपलं चित्रपट विषयक ज्ञान तपासलं जातं. या पद्धतीने परस्परांशी संबंध

नसणाऱ्या दोन उद्दिष्टांचा संबंध जोडण्याचा आपण प्रयत्न करतो.

शब्दकोशातील कोणतीही तीन नावं काढा आणि त्यांचा परस्परांशी काही संबंध जोडता येतो का ते पहा. उदा. वीज, समुद्रातील मासा आणि सशस्त्र दरोडेखोर. आपण या तिघांचा संबंध जोडू शकतो. हे अवघड आहे, पण अशक्य नाही. कशा पद्धतीनं यांचा संबंध जोडता येईल? दरोडेखोराला वीजेची गरज असते, ज्याच्या साहाय्याने माशांच्या हालचालींवर आधारित कॅसिनोमधील एक मशीन चालतं. या मशीनवर तुम्हाला जॅकपॉट तेव्हा मिळतो जेव्हा तीन मासे तुम्ही एका ओळीत आणता किंवा मेक्सिकन दरोडेखोरांकडे एकच शस्त्र आहे आणि ज्याला आपल्या इलेक्ट्रिकल कुकरवर मासे तळण्याखेरीज अन्य काही काम आवडत नाही. प्रश्नामध्ये विचारलेले शब्द हे एकमेकांपासून इतके वेगळे आहेत की तर्कशुद्ध विचारपद्धतीनं आपण त्यांचा संबंध कधीही जोडू शकणार नाही. मुक्त पद्धतीने विचार केला तर मात्र हे शक्य आहे. तुम्ही खालील शब्दांतून संबंध जोडण्याचा प्रयत्न करा.

१. मशीनचा पान्हा, पक्षी, पालेभाजी.

२. माकड, दरवाजा, जगाचा नकाशा.

मनाला मुक्त फिरवून ढोबळ आणि असंबद्ध कल्पना निर्माण करून त्यांना एकमेकांशी जोडा. मुक्त विचार करण्यासाठी आपल्या मनाला थोडं धाडस करून परिणामकारक विचार करायला सांगावं लागतं. जिथे सुरुवात कशी करायची हे माहीत असतं पण पुढे काय याबाबत आपण अनभिज्ञ असतो, तेव्हा हे तंत्र उपयोगी पडतं.

मुक्त विचारांचं संघटन हे एकमेकांशी संबंध नसणाऱ्या शब्दांतील संबंधांसारखं असतं. जिथे आपल्याला एका शब्दाने सुरुवात करून अंतिम टप्प्यापर्यंत पोचायचं असतं. आपण एका शब्दाने सुरुवात करतो आणि आपल्याला कल्पक पद्धतीनं विचार करण्यासाठी त्या शब्दाचा पुढील कल्पनांशी संबंध जोडायचा असतो; कारण अशा कल्पनेचा शेवट ठरविलेला नसतो. आपण आपल्या मनाला मुक्त फिरायची परवानगी देतो आणि काही अडथळा आला किंवा कंटाळल्यासारखं वाटलं तर मूळ शब्दापाशी येऊन पुन्हा नव्यानं सुरुवात करतो.

ही पद्धती सरावात आणा.

हे सारं फार चांगलं आणि निर्मितिक्षम वाटतंय, पण याचा आपल्या दैनंदिन जीवनाशी काय संबंध? मुक्त संबंधांचा आपलं वास्तव आव्हान सोडविण्यासाठी होणाऱ्या उपयोगाचं एक उदाहरण घ्या.

आपला एक जवळचा मित्र एक छोटं नाट्यगृह चालवतो. तिथे होणारी नाटकं उत्तम आहेत, पण जी बघायला कुणी जात नाही. त्यामुळे नाट्यगृह बंद व्हायची शक्यता आहे. वैतागून जवळचा मित्र आपल्याला विचारतो की त्याच्यासाठी थोडा

वेळ काढून नाट्यगृह चालावं म्हणून आपण काही नव्या कल्पना त्यांना सुचवू शकतो का? आपण त्याचे चांगले मित्र असल्यानं त्याची विनंती मान्य करतो.

पारंपरिक कल्पना ही टी.व्ही. आणि रेडिओवर त्याच्या नाटकांवर चर्चा घडविणं परीक्षण करणं ही असू शकते. पण आपण या गोष्टीकडे वेगळ्या पद्धतीनं पाहायचं ठरवितो. आपण नाटकाच्या पुस्तकातील तीन आकडे शोधून काढतो. यामध्ये पृष्ठ क्रमांक, ओळींचा क्रमांक आणि शब्दाचा क्रमांक असे धरतो. हे आकडे असतात पृष्ठ क्र. १२७ ओळ क्र.१६ आणि शब्द क्र.६ आपण स्क्रिप्ट उघडून या क्रमांकावरील शब्द शोधून काढतो. शब्द असतो 'आऊट'.

तुम्हाला हे सारं अवघड वाटेल. पण आपल्या उद्दिष्टांशी या शब्दाचा संबंध जोडण्याचा आपण प्रयत्न करू. आऊट हा शब्द आपल्याला कशाची आठवण करून देतो आणि त्याचा थिएटर चालण्याशी काय संबंध असू शकतो?

एक विचार आऊट या शब्दातून आपल्याला सुचतो तो बाहेर जाण्याचा, त्याप्रमाणे आपण स्टेशनच्या दारात, स्टेडियम मधून बाहेर पडायच्या ठिकाणी आणि अन्य नाट्यगृहांबाहेर जाहिराती वाटू शकतो.

'आऊट' या शब्दातून खुल्या जागेतील सादरीकरणाचा उपयोग, लोकांचा रस वाढवण्यासाठी कसा करता येईल, हे पाहतो. यातून आपल्याला मोकळ्या जागेतील गोल्फ चॅम्पियनशिपच्या स्पर्धेची आठवण येते आणि नाट्यगृहात खेळाच्या शेवटी बक्षीस म्हणून या खेळाच्या स्पर्धांची तिकिटं देण्याची कल्पना उदयाला येते.

आणखी एक विचार हा आऊटींगला जाण्याचा असू शकतो. आपण आपल्या नाट्यगृहातील कार्यक्रमाचा संबंध एखाद्या सहलीशी जोडू शकतो. कदाचित तुम्हाला या खेळाच्या प्रत्येक तिकिटाबरोबर वस्तुसंग्रहालयाचा प्रवेश पासही मिळू शकतो.

फार जलद गतीनं आपण आपल्या पारंपरिक विचारपद्धतीपासून वेगळ्या आणि मुक्त पण तरीही सुसंबद्ध विचारपद्धतीचा अवलंब केला. आपण आपल्या मनाचे पूर्वग्रह जे आपल्या निर्मितीच्या विचारसरणीच्या आड येतात ते आपण बाजूस ठेवले. कोणत्याही क्षणी आपण या कल्पनांचे मूल्यांकन करण्याचा प्रयत्न केला नाही आणि हे विचार प्रत्यक्षात आणता येतील का याची काळजीही केली नाही. त्याबाबतीत नंतर पाहता येईल. तूर्तास कल्पक विचारांचा प्रवाह वाहून त्यातून काही नवा पर्याय समोर येतो का एवढ्यापुरताच आपला संबंध मर्यादित होता.

निर्मिती कार्यशाळेत भाग घेतलेल्यांना, घेणाऱ्यांना एखादं उत्पादन किंवा सेवा वरिष्ठांसाठी सुचविण्यास सांगितली. वृद्ध लोक पडले तर हाड मोडतं. त्यावर एकानं सुचविलं की त्यांच्या पँटमध्ये एक प्रकारचा फुगा बसविला जाईल तो ते खाली पडताना फुगेल व इजा होणार नाही. विमानामध्ये जीवनसुरक्षा पिशवी असते, त्यावरून त्याला ही कल्पना सुचली.

मुक्त चाकांचं संघटन

डोळ्यांपुढे सायकलची सीट आणि हँडल आणा. तुम्हाला काय वाटतं? काही विशेष नाही असं प्रारंभिक उत्तर असेल. दोन चाक, फ्रेम, सायकलची चेन आणि ब्रेक या गोष्टी सायकलसाठी कमी आहेत हे उत्तर असेल. सर्वसाधारण लोकांचं उत्तर याहून फार वेगळं नसेल. पण १९४३ मध्ये पिकासोनं या दोन गोष्टी एकत्र आणून जगप्रसिद्ध शिल्प तयार केलं. ज्यामध्ये सायकलच्या सीटचा वापर डोकं म्हणून आणि हँडलचा वापर शिंग म्हणून केला. यातून 'बुल्स हेड' हे जगप्रसिद्ध शिल्प पुढे आलं.

हे करा

अशा उद्दिष्टांची निवड करा, जी तुम्हाला निर्मितिक्षम व्हायला प्रोत्साहित करतील. हे सगळ्यात चांगलं की उद्दिष्टाचं वर्णन हे समस्या, संधी किंवा कसं या प्रश्नानं केलं असेल. आपण चंद्रावर जाऊ शकू हा प्रश्न निर्मितीला फार संधी देत नाही. तेव्हा तुमचा प्रश्न बरोबर आहे किंवा नाही याची निश्चिती करा. पुढे तुम्ही जेव्हा हे तंत्र अवलंबायचा प्रयत्न करता तेव्हा शक्य अशा उद्दिष्टांसाठी जसं उत्तम पार्टीची कल्पना किंवा घर बदलण्याची कल्पना यासाठी करा तसेच अतिशय क्लिष्ट आणि विवाद्य उद्दिष्टं असेल तरी प्रयत्न करा. परंतु आवाक्याबाहेरील किंवा फार सोप्या गोष्टींसाठी नको. जसं जगातील शांततेसाठी मार्ग शोधणं किंवा मी हे गाजर कसं खावं असे प्रश्न तूर्तास बाजूला ठेवायला हरकत नाही.

काही पारंपरिक कल्पना उतरवून काढा. आपल्या मनात आलेल्या पारंपरिक कल्पना लिहून काढणं ही केव्हाही चांगली पद्धत असते. कारण त्याच्यातूनच काही अद्‌भुत कल्पना पुढे येतात आणि नंतर अन्य कल्पनांशी तुलना करायला त्याचा उपयोग होतो.

आता असंबद्ध शब्दांकडे पुन्हा पहा. खालील शब्दांतून तुमच्या उद्दिष्टाला अनुरूप कल्पना जोडण्याचा प्रयत्न करा. अक्रोड, टेपरेकॉर्डर आणि लगोर.

एका औषध कंपनीचं उद्दिष्ट लहान मुलांचे दात आणि हिरड्यांची काळजी घेणारं औषध बनविणं हे होतं. ही कल्पना एका प्रकाशाच्या चित्रावरून सुचली. उद्दिष्ट धातूच्या डबीत ही दात स्वच्छ करण्याची औषधं भरणं हे होतं. आतील औषध वेगवेगळ्या स्वादातून तोंडात पिचकारीसारखं येईल आणि नंतर तोंडात त्याला घट्ट स्वरूप येईल जे चघळत राहिल्यानं दात आणि हिरड्या स्वच्छ होतील.

माझा कॅटलॉग

तयार कपडे विकणाऱ्या दुकानासाठी एखादी नवी कल्पना सुचविण्यास सांगण्यात आले. नवनव्या कल्पना लढविताना त्यांच्या डोळ्यांपुढे हातमोजा आला. 'हातमोज्यासारखा अगदी फिट बसतो' या वाक्यावरून त्यांना कल्पना सुचली. त्यांनी ग्राहकांना त्यांचे फोटो व माप पाठवायला सांगितले. नंतर दुकानदाराने असा कॅटलॉग ग्राहकाला पाठविला की तो खूषच झाला. त्याने हे विविध प्रकारचे नवे कपडे घातल्यावर तो कसा दिसेल याची छायाचित्रे त्यात होती.

शब्द पुरेसे नाहीत

शब्दांखेरीज मनाशी मुक्त संबंध प्रस्थापित करण्यासाठी अनेक उत्तेजके आहेत. कारण आपलं मन वेगवेगळ्या पद्धतीनं काम करत असतं आणि वेगवेगळ्या प्रसंगांत ही वेगवेगळी उत्तेजकं उपयोगी पडत असतात. यातील आपल्यासाठी सर्वात उपयोगी कोणतं हे पाहण्यासाठी या सर्वांचा वापर करून पाहणं हाच योग्य मार्ग असतो.

ध्वनी

ध्वनी हे नव्या कल्पना सुचण्यासाठी एक उत्तम साधन आहे. फक्त त्यातील संगीताचा वापर टाळणं आणि सहजपणे परिचित नसणाऱ्या ध्वनीचा वापर करणं हे याचं एक साधन असू शकतं. प्रत्येक ध्वनी काळजीपूर्वक ऐका. काही काळ विचार करून त्यातून आपल्या मनात काय कल्पना येतात ते पहा. आपल्या उद्दिष्टांशी या ध्वनीचा काही संबंध जोडता येतो का ते पहा.

उदा. तुम्हाला तुमच्या मित्राला त्याच्या वाढदिवशी काही वेगळी भेट घ्यायची आहे, त्यावेळी तुमच्या मनात रुळावरून धावणाऱ्या रेल्वेची कल्पना आली. यामुळे तुमच्या मनात रेल्वेप्रवासाचं तिकीट भेट देणं याची कल्पना येईल. कदाचित या आवाजातून तुमच्या मनात 'मालगुडी डेज्' सारख्या एखाद्या जुन्या टी.व्ही. सिरीयलमधील रेल्वेही आठवेल. आणि यातून तुमच्या मित्रासाठी एखादी अनोखी आणि अभिनव भेट देण्याची कल्पना तुमच्या मनात जागी होईल.

दृष्टी

मनापुढे दृश्य कल्पना साकारणं हा पारंपरिक विचारपद्धती मोडून काढण्यास साहाय्यभूत ठरणारा मार्ग आहे. जर कल्पना थोडी धूसर असेल तर अधिक चांगला वापर होतो. कारण धूसर कल्पना ही रूढ मार्गापेक्षा वेगळ्या दिशेनं जाणारी असते. या धूसर कल्पनेकडे काही काळ पहा. तुमच्या मनात ज्या कल्पना येतील त्या लिहून काढा आणि त्यातील तुमच्या दृष्टीनं जी योग्य असेल तिची निवड करा. या दृश्य कल्पनेबरोबर संगीताचा वापर केला तर अधिक उपयोगी ठरू शकेल. ध्वनी आणि दृश्य यांच्या

एकत्रित उपयोगातून समस्येच्या सोडवणुकीच्या दृष्टीनं उपयुक्त मार्ग सापडू शकेल.

दृश्य

आपली एक पारंपरिक विचार करण्याची पद्धत असते. ते वळण सोडून देऊन नव्या पद्धतीनं विचार करण्यासाठी एक मार्ग आहे. डोळ्यांसमोर एक दृश्य आणा. जर दृश्य काल्पनिक असेल तर उत्तमच. कारण दृश्यामध्ये जितक्या निश्चित दिसणाऱ्या गोष्टी कमी तेवढी आपली विचार करण्याची शक्ती मोठी. ती अधिक भराऱ्या मारू शकते. काल्पनिक तसेच व्यावहारिक मार्गही सुचू शकतात. काही मार्ग नव्याने सुचतात. पुन्हा एकदा प्रतिमेकडे शांतपणे एक मिनीट पहा. सुचणाऱ्या कल्पना लिहून काढा. आता त्यातील सर्वाधिक योग्य कल्पनेकडे लक्ष द्या. दृश्याकडे पाहताना हवे तर हळुवार संगीत लावा. संगीत व विचार यामुळे प्रश्न सोडवायला उपयुक्त मार्ग सापडू शकतो. नव्या निर्मितिक्षम कल्पना सुचू शकतात.

पाळीव प्राण्यासाठी फोन

एक नवीन कल्पना आखली होती. पाळीव प्राण्यांना एकाकीपणा वाटू नये यासाठी सुंदर संगीत ऐकवायचं. हे संगीत मोबाईलवर उपलब्ध होईल. हे ऐकताच मोबाईल धारकालाही प्राण्याकडे लक्ष द्यायची सूचना मिळेल. तो प्राणी आनंदी आहे ना हे पाहील. नवे नवे, प्राण्यांना आवडणारे सूर ते वेबसाईटवरून उतरवून घेतील.

अक्षरांचा खेळ

आपल्याला कल्पना सुचाव्यात म्हणून पुढ्यात टेबलावर अक्षरं पसरवून ठेवतो. या अक्षरांतून पूर्ण शब्द न बनविता शब्दाचे सुरुवातीचे वा शेवटचे काही शब्द जुळवायचे. यावरून काही कल्पना सुचतात का पाहायचं.

वस्तू

ध्वनी आणि दृश्य याप्रमाणेच एखादी वस्तूही वापरून आपण आपली विचार करण्याची पद्धती बदलू शकतो. एखादी निवडलेली वस्तू हातात धरा. त्यामुळे काय वाटतं ते पहा. त्यामुळे काही नवे विचार मनात येतात का पहा.

गंध

वास घेण्याची आपली शक्तीही आपण विचारशक्तीसाठी वापरू शकतो. आपल्या आवडीचं खास अत्तर निवडलं की मग त्याचा वास घेताना फक्त कल्पनाच करू नका तर त्या सुवासाशी निगडित आठवणींचा मागोवा घ्या. यामुळे विचारांची भली मोठी, लांबच लांब आगगाडी मनात येईल. यापूर्वी कधीही मनात न आलेले

नवे विचारही पुढ्यात येतील.

रस्ता संपला!

तुम्ही एखादे वेळी सारे रस्ते खुंटल्यामुळे अडकून पडलात. परंतु काळजी करू नये. दुसरे शब्द वापरून पुन्हा तोच प्रश्न सोडविण्याचा प्रयत्न करा. दुसरा मार्ग म्हणजे ध्वनी, वस्तू, चित्रं यांचा वापर करा. तुम्ही ध्वनीचा वापर केलात, त्याला विविध व्यक्तींचा प्रतिसाद वेगवेगळा असेल.

एक गोष्ट लक्षात ठेवा. संयम हाही निर्मितिक्षमतेस आवश्यक आहे. तुम्ही जर निर्मितीसाठी विचारास बसलात तर दरवेळी अगदी बक्षीसपात्र कल्पना सुचतीलच असं नाही. त्या अपेक्षेनंच बसलात तर पदरी निराशा पडण्याची शक्यता आहे. आपण निराश झालात तर त्याचा अर्थ आपण वरचेवर निर्मितीचा विचार करीत नाही असा होऊ शकतो.

सुवासिक शहर

निर्मिती सरावाचा उद्देश चांगलं दिसावं, सुगंध लाभावा व तो जाणवावा हा होता. चंदनाच्या सुगंधावरून ही कल्पना सुचली. शहरातील दिव्यातून चंदनाचा सुवास यावा अशी कल्पना होती. त्यासाठी दिव्यामध्ये थोडं चंदन टाकायचं. मग सारं शहर चंदनाच्या सुवासानं भरून जाईल. शहरी भागात झाडांना वाढणं अवघड. तिथे ही कल्पना चांगलं मूळ धरेल. पुढे पुढे रविवारी, संध्याकाळी असे वेगवेगळे सुवास वापरण्याचीही कल्पना मूळ धरू लागली.

(प) दिवास्वप्नं पाहणाऱ्यांसाठी निर्मितिक्षमता

'इकॉनॉमिस्ट' या अंकामध्ये चित्रमाला प्रसिद्ध होत होती. एक दिवस त्या चित्रामध्ये विचार लिहिला होता– 'मोठ्या मनाच्या माणसांना विचार करायला आवडतं.' परंतु आणखी एका चित्राबरोबर विचार लिहिला होता 'खिडकीतून बाहेर पाहत केवळ विचार करून कोणी यशस्वी होत नसतं.'

दिवास्वप्नं पाहणाऱ्या आणि केवळ समोर येणारं पाहत बसणारे आयुष्यात फार मोठं काही करू शकत नाहीत. 'इकॉनॉमिस्ट' अंक विकत घ्यायला हरकत नाही. परंतु त्यामुळे फार मोठं होता येईल असं नाही. त्यामुळे अर्थशास्त्र व आर्थिक घडामोडींबद्दल माहिती मिळेल एवढंच. परंतु एक माणूस असा होता की तो सतत खिडकीतून बाहेर आकाशाकडे पाहत बसायचा. त्याचं नाव अल्बर्ट आईन्स्टाईन. त्यामुळेच त्याला नवं काही सुचू शकलं. अशी कित्येक मोठी माणसं आहेत की जी काहीच करीत नाहीत. असं इतरांना वाटलं तेव्हा ती अधिक निर्मितिक्षम होती.

थोर नाटककार राम गणेश गडकरी त्यांच्या पुण्यातल्या कसबा पेठेतील घरात राहायचे. त्यांच्या घरावर फलक होता– 'गडकरी मास्तर कामात आहेत. उद्या भेटावे.' एकदा एक मुलगा त्यांच्या घरात त्यांच्या परवानगीविना घुसला.

मास्तरांनी विचारलं, "तू आत कसा आलास. तुला फलक दिसला नाही?"

"तो फलक तर तिथं कायमच असतो. म्हटलं आपण काय काम करताय ते पाहावं म्हणून आत आलो. तुम्ही तर बिड्या ओढताय!"

"तू बाहेर हो! तुला कळायचं नाही. मी बिड्या ओढतो तेव्हाच खरा कामात असतो!"

काम न करता ही माणसं मोठी कशी झाली? त्यांनी आपल्या नेहमीच्या जागृत मनातील विचारांची आगगाडी एका बाजूला ठेवली. निद्रिस्त मनामध्ये प्रवेश केला. आपलं मन जागृत व निद्रिस्त अशा दोन प्रकारचं असतं. निद्रिस्त मनामध्ये ज्याला वावर करता आला त्याला नेहमीच्या जागरूक मनापेक्षा अधिक लाभ होतो. त्याला अनेकविध कल्पना सुचतात. त्याची निर्मितिक्षमता वाढते.

विचार करण्याच्या तीन पद्धती

१. प्रतिक्षिप्त क्रिया : आपण आपल्या अनेक क्रिया या अवतीभवती वावरणाऱ्या लोकांच्या वर्तणुकीनुसार करत असतो. यासाठी आपण स्वतंत्रपणानं काहीही विचार करत नाहीत. प्रतिक्षिप्त क्रिया ही आपल्या गाडीला आपल्या नकळत ब्रेक लावण्यास भाग पाडते. याला कारण अनपेक्षितरीत्या समोर आलेली एखादी गाडी असते. यावेळी विचार करून कृती करायला वेळच नसतो. म्हणून आपण आधी कृती करतो आणि नंतर विचार करतो.

२. विचार करण्याची दुसरी पद्धत आपल्या बौद्धिक जागृतावस्था, या स्थितीत आपण प्रश्न सोडविण्यासाठी पुढे जात असतो. कमीत कमी वेळात मी माझं काम करू शकेन. आपण सुट्टीला कोठे जाऊ शकू. वैचारिक सावधगिरी ही प्रश्न सोडविण्याच्या दिशेनं सक्रिय असते. समस्येला जाणून घेऊन त्यावर मार्ग काढणं हे समस्येचं फक्त निरीक्षण करण्यापेक्षा अधिक उपयुक्त असतं. या बौद्धिक सावधपणाच्या स्थितीत आपण आपला विचार करण्यातला बराचसा वेळ वापरतो. याचा वापर आपल्याला शिक्षण, नोकरी आणि अन्य ठिकाणी वापर करण्यास शिकवलेला असतो.

तिसरा प्रकार बुद्धीच्या अंतर्मनातील आहे. या पद्धतीत प्रश्न सोडविण्यापेक्षा प्रश्नाच्या स्वरूपातच अधिक रस निर्माण होतो. त्यामुळे प्रश्नाकडे काल्पनिक वृत्तीनं पाहिलं जातं. त्या प्रश्नाला खेळवत ठेवलं जातं. प्रश्न खूप संवेदनक्षम असेल, तो सोडविताना काहींना नैराश्य येणार असेल तर तो प्रश्न सोडविण्याऐवजी केवळ निर्णय प्रक्रियेच्या अवस्थेत ठेवला जातो.

या प्रकाराला 'कासवाच्या गतीचं मन' म्हणतात. इथं प्रश्न सोडविण्याऐवजी रेंगाळत ठेवतात. यावेळी काही नावीन्यपूर्ण कल्पना पुढे येऊ शकतात.

पण हे चालू शकेल का?

कार्यशाळेत सहभागी झालेल्या एकानं असं मत नोंदविलं होतं–

जर एखादा प्रश्न तुम्ही पाच मिनिटात सोडविला नाहीत तर तुम्ही पुरेसे हुशार नसाल किंवा प्रश्न न सुटण्याजोगाच असावा.

शाळा कॉलेजमधील शिक्षण आपल्याला एखाद्या प्रश्नाला सावधपणे सामोरं जायला शिकवतं. पण प्रश्नाची जलद उत्तरं शोधणं हे मात्र दुर्लक्षित राहतं. आपण तर्कशुद्ध रीतीने प्रश्न सोडविण्यास शिकतो. याचा उपयोग गणित सोडविताना किंवा चाचणी परीक्षेत होऊ शकतो. पण गती आणि आपण प्रश्नांकडे काय पद्धतीनं पाहतो यावर आपल्या कामाचं मूल्य ठरतं.

अशी कल्पना करा की तुम्ही तुमच्या सहकाऱ्यांना असं सांगितलं की तुम्ही बागेतील झाडाखाली बसून आपल्या सहकाऱ्यांसह विचार करण्यात पूर्ण दिवस व्यतीत करणार आहात. तुम्ही जेव्हा परत येता त्यावेळी जर मोकळेपणाने कबूल केलं की तुम्हाला एकही नावीन्यपूर्ण कल्पना दिवसभरात सुचली नाही, तर याचा फारसा उपयोग होणार नाही.

पण जर तुम्ही एखादी खळबळजनक मूलभूत कल्पना पुढे आणलीत तर तुमचं कल्पक म्हणून कौतुक होईल. ही कल्पना हाती घेतलेल्या प्रश्नाला अगदी सामोरं जाऊन भिडायचं. नाहीतर उत्साहभंगाची शक्यता असते.

आपल्या अंतर्मनाची साद घेत विचार करणं आणि प्रश्न सोडविणं हे अतिशय उपयुक्त असतं. जेव्हा आपला नेहमीचा सामान्य, जलद आणि प्रश्नाभिमुख दृष्टिकोन उपयुक्त ठरत नाही तेव्हा आपल्या अंतर्मनाला साद घाला. मनाच्या सूचनेप्रमाणे कामाला लागा. इतरांना त्यामध्ये फारसा रस असो वा नसो. आपलं ध्येय पूर्ण करा.

तंत्र १ : विचारांच्या गाभाऱ्यात

अनेकदा काही अद्भुत आणि उपयुक्त कल्पना माणसाला अचानक सुचतात. आईनस्टाईननं म्हटल्याप्रमाणे त्याला सुचलेल्या अनेक कल्पना या त्याला अंघोळ करताना सुचलेल्या आहेत. आपल्यालादेखील आपले प्रश्न सोडविणाऱ्या अनेक कल्पना रस्त्यानं जात असताना किंवा रात्री कुत्र्याच्या ओरडण्यानं झोपेतून अचानक जाग आल्यावर सुचलेल्या असतात. आपण जिथे आणि ज्यावेळी आपल्याला इतक्या उपयुक्त कल्पना सुचतील अशी कल्पनाही केलेली नसते किंवा आपण ज्यावेळी प्रश्नांचा गांभीर्यानं विचारही करत नसतो अशावेळी आपल्यासमोर अचानक या कल्पना चमकून जातात.

यालाच 'कल्पनांचं गर्भागार' असं म्हणतात. या स्थितीत आपण अन्य कामं करत असतानाही आपल्या मनाला आपल्या समस्येभोवती वावरायची परवानगी देत असतो. अशा पद्धतीनं आपल्या मनाला आणि विचार पद्धतीला समस्या सोडवणुकीची सवय लावणं ही आपल्या जीवनाच्या दृष्टीनं मोठी कमाई असते.

प्रसिद्ध कादंबरीकार मार्टिन ॲमिज् म्हणतो, "तुमच्या समोर एखादी कल्पना आली, की तिच्या विकासासाठी ती मनाच्या गाभाऱ्यात सोडून द्यायची आणि मनाच्या गाभाऱ्यात तिचा विकास झाल्यावर पेन उचलून कागदावर लिहायला सुरुवात करणं एवढंच काम बाकी उरतं." हे मनाच्या गर्भागाराचं उत्तम उदाहरण आहे. आपल्या डोळ्यांसमोर प्रश्न उभा करून त्याच्याभोवती फिरत राहण्यापेक्षा प्रश्न मनाच्या गाभाऱ्यात सोडून आपल्या नित्य कामात स्वतः गुंतून जाणं हा समस्येवर

उपाय शोधण्याचा उत्कृष्ट मार्ग असतो. यासाठी आवश्यक असणाऱ्या गोष्टी खालीलप्रमाणे–

१. अपेक्षित वेळेपूर्वी विचार करण्यासाठी किंवा आव्हान स्वीकारण्यासाठी प्रश्न मनाच्या गर्भगृहात सोडून द्या.
२. प्रश्नामुळे गोंधळून जाऊ नका किंवा प्रश्नाचा दबाव आपल्यावर आहे असंही मानू नका. असं केलं तर ते चुकीचं ठरेल किंवा तुम्हाला जो पर्याय उपलब्ध होणं शक्य आहे त्याहून कमी प्रतीचा पर्याय स्वीकारणं भाग पडेल.
३. अंतर्मनावर विश्वास ठेवा. त्याला विचलित न करता अगर त्याच्यामागे घाई न करता प्रश्न मनात घोटाळत राहू दे. आपल्या अंतर्मनाच्या हुशारीला प्रकट होण्यासाठी फार मोठं तंत्र अगर साधनांची गरज नाही. फक्त आपण आपल्या अंतर्मनाला योग्य चौकटीत प्रश्नावर विचार करण्याची संधी देणं गरजेचं आहे.

आपण कुकरमध्ये वस्तू शिजण्यासाठी ठेवतो आणि ती योग्य वेळेत शिजेल यावर विश्वास ठेवतो किंवा आपण झाड लावून त्याला पाणी घालत राहतो आणि ते योग्य पद्धतीनं वाढेल यावर विश्वास ठेवतो. याच पद्धतीनं आपल्याला कल्पना आपल्या मनात सोडून त्याच्यातून नैसर्गिक पद्धतीनं समस्येचं उत्तर मिळेल अशी आपली मानसिकता विकसित करावी लागते. या संदर्भात अधूनमधून प्रश्नाची आठवण करणं हे आक्षेपार्ह नसलं तरी सतत प्रश्नाभोवती फिरत राहणं उपयुक्त ठरत नाही.

तंत्र २ : आश्वासक स्वप्नरंजन

दिवास्वप्नरंजनाची अवस्था आपण सगळे ओळखतो. पूर्ण जागृतावस्था आणि निद्रावस्था याच्यामधील अर्धजागृतावस्था म्हणजे ही स्थिती. त्यावेळी आपण एका वेगळ्या अद्भुत विश्वात प्रवास करत असतो. दिवास्वप्नांच्या बाबतीत आपण आपला भूतकाळ आठवत नसतो तर आपण आपल्यासाठी नवी वास्तवता निर्माण करायचा प्रयत्न करत असतो. आपण वास्तवाचा अशा पद्धतीनं अर्थ लावतो की नवी परिस्थिती उपजावी. मग ती कितीही चमत्कारिक का असेना.

मग या स्थितीत आपण कसे जाऊ शकतो याचं उत्तर मनश्चक्षूंसमोर दृश्य कल्पना साकारणं हे असतं. ज्यांनी प्रदीर्घ श्वसन आणि मन:शांती हे भाग वाचले असतील तर तीच पद्धती इथेही वापरावी लागते. पण इथे तिचा वापर मन:शांतीपेक्षा नव्या कल्पनांसाठी करायचा असतो. अर्थात यातूनही मन:शांती आणि मनोरंजन होतं हा भाग वेगळा. यासाठी आपल्याला तीन पद्धतींचा वापर करावा लागतो.

१. **मनोमुक्ती**

सक्रिय दृश्यीकरणाच्या प्रक्रियेत आपलं मन शांत करावं लागतं. थोडक्यात विचार करणं थांबवावं लागतं. हे करण्यासाठी आपल्या श्वासोच्छ्वासाकडे लक्ष केंद्रित करावं लागतं. आपण खूपदा श्वासोच्छ्वासाचा उपयोग ज्या पद्धतीनं करायला हवा त्या पद्धतीनं करत नाही. ज्यावेळी आपण श्वासोच्छ्वासावर लक्ष केंद्रित करतो त्यावेळी आपण आपलं मन निर्विकार करू शकतो.

२. **विशिष्ट स्थळाचा विचार करणं.**

जिथे आपल्याला भावेल, मोकळं वाटेल आणि जिथे आपण स्पष्टपणे आणि मुक्तपणे विचार करू शकू असं स्थळ आपल्या मनासमोर आणा. मग ते खरं असो किंवा काल्पनिक. उदा. समुद्रकिनारा, उद्यान, नदीकिनारा, गुहा, जंगल अशी कोणतीही जागा जिच्याबद्दल आपण वाचलंय, चित्रपटात पाहिलंय किंवा मनात कल्पिलं आहे.

३. **सक्रिय मार्गदर्शकाची निर्मिती**

असा मार्गदर्शक ज्याला आपण मान द्यावा आणि विश्वास ठेवावा असा असतो. तो मूलभूत आणि शहाणा असतो असा मार्गदर्शक हा वास्तव अगर काल्पनिक असू शकतो. मग तो व्यक्ती, भूमिका, एखादा प्राणी किंवा कोणत्याही स्वरूपात असू शकतो. तो आपल्याशी प्रत्यक्ष संवाद साधणारा किंवा उद्दिष्ट दाखविणाराही असू शकतो.

या पद्धतीत शक्य तेवढ्या कल्पनांवर विचार करणं अपेक्षित असतं. दृश्य, ध्वनी, स्पर्श, वास आणि चव याच्याद्वारे आपण अधिक समृद्ध आणि अधिक कृतिशील अनुभव प्राप्त करू शकतो.

दृश्यीकरणाची प्रक्रिया

नाकाद्वारे प्रदीर्घ श्वास घ्या. फुप्फुसं पूर्ण भरली जातील असं पहा. तोंडाद्वारे हळुवारपणे श्वास सोडा. फक्त श्वास घेणं आणि सोडणं यातील नादबद्धतेवर लक्ष केंद्रित करा. मनात काही विचार येऊ देऊ नका. मनातील विचार दूर जातील असं पहा. मनात विचार आल्यास तो एखाद्या ढगाप्रमाणे वितळून जाईल अशी कल्पना करा. विचारांशी झगडण्याचा प्रयत्न करा. त्यांना हळुवारपणे लुप्त होऊ द्या.

आपण आपल्या आवडत्या इच्छित स्थळी पोचतो आहोत अशी कल्पना करा. त्या जागेचे शक्य तेवढे तपशील नजरेसमोर आणण्याचा प्रयत्न करा, ज्यामुळे तुम्ही प्रत्यक्षच तिथे आहात असं तुम्हाला वाटेल. तिथे येणारे गंध आणि ध्वनी हे अनुभवल्याचा प्रयत्न करा आणि आपल्याला किती शांत आणि मोकळं वाटतंय हे

पाहण्याचा प्रयत्न करा. या अनुभवात काही काळ घालवा.

आता दूरवरून तुमच्याकडे कोणी येत आहे अशी कल्पना करा. हा तुमचा काल्पनिक निर्मिती मार्गदर्शक आहे. तुम्ही तुमच्या या काल्पनिक मार्गदर्शकाच्या संगतीने मोकळेपणा आणि उत्तेजकता अनुभवत आहात अशी कल्पना करा. त्याच्या सहवासात तुम्हाला फार सुखाचे क्षण अनुभवता येत आहेत अशी कल्पना करा.

आता अशी कल्पना करा की तुम्ही तुमचं उद्दिष्ट किंवा समस्या तुमच्या काल्पनिक मार्गदर्शकाला समजावून सांगत आहात. ही तुम्ही प्रत्यक्ष बोलून, लिखित स्वरूपात किंवा मानसिक संवेदनेच्या रूपाने जी पद्धत योग्य वाटेल त्या पद्धतीनं विशद करत आहात असं माना. प्रतिसादासाठी काही वेळ थांबा. तुमचा मार्गदर्शक मूलभूत कल्पनेसह तुम्हाला सुनिश्चित पर्याय उपलब्ध करून देईल याबद्दल आश्वस्त रहा. तुमचा मार्गदर्शक तुमच्याशी बोलेल, तुम्हाला उद्दिष्ट सांगेल किंवा तुम्हाला ते दृश्य स्वरूपात दाखवेल असं माना.

मार्गदर्शकानं दाखविलेलं उद्दिष्ट किंवा सांगितलेली कल्पना किंवा दृश्य हे काही प्रमाणात अस्पष्ट, धूसर असण्याची शक्यता आहे म्हणून वेगवेगळ्या कल्पनांवर विचार करण्यासाठी काही काळ खर्च करा.

तुमच्या समोर येणारी चिन्हं किंवा खुणा कशाचं प्रतिनिधित्व करतात याचा शोध घेण्याचा प्रयत्न करा. तुमच्या कल्पना फारच विचित्र किंवा चमत्कारिक असतील तरी त्याची काळजी करू नका.

स्वप्नं पाहत रहा.

लोकांच्या असं लक्षात येतं की फक्त तार्किक पद्धतीनं विचार केला असता आणि स्वप्नरंजनाची मदत घेतली नसती तर प्रश्न सोडविण्याच्या दिशेनं त्यांची वाटचालच झाली नसती. त्यामुळे नजरेसमोर स्वप्नदृश्य रंगवण्यामुळे मोठ्या कल्पनांच्या दिशेनं वाटचाल तरी करता आली.

ही पद्धती तात्काळ यश देणारी पद्धती नाही. ती सरावानं सुधारते. आपण दृश्यीकरणाचा जेवढा सराव करू तितक्या प्रमाणात आपण नव्यानव्या उपयुक्त कल्पना निर्माण करण्यात यशस्वी ठरू.

तंत्र तिसरं : स्वयंस्फूर्त लिखाण

स्वयंस्फूर्त लिखाण हे आपल्या सजगतेच्या प्रवाहाचं शब्दांकन असतं. आपल्या मनात येणारे सर्वच विचार हे मनात नोंद करून ठेवणं हे खूपदा अवघड असतं आणि त्यामुळे आपल्या कल्पनांचं मूल्यांकन करण्याऐवजी आपण आपल्या अंतर्मनाच्या

मागे जाऊन प्रवाहपतित होऊन वाहवत जाण्याची भीती असते. म्हणून प्रथम आपल्याला आवडणारी मानसिक जागा सुनिश्चित करा. आपल्या जवळ कागद पेन आहे याची खात्री करा. मन शांत स्थितीत न्या आणि लिहायला सुरुवात करा. समजा विचारांचा प्रवाह खंडित झाला तर नव्या विचारांच्या मदतीनं परत लिहायला सुरुवात करा. आपल्या मनातील कल्पना या अधिक खोलातून आणि अंतर्ज्ञान असणाऱ्या जागेतून व्यक्त होतील असं पहा. विचार विचित्र वाटला तरी बिचकून जाऊ नका. आपण जेव्हा मुक्त विचारांच्या अंतिम किनाऱ्यापर्यंत आपली विचारशक्ती नेण्याचा प्रयत्न करू त्याचवेळेला जुने संदर्भ टाळून वैशिष्ट्यपूर्ण कल्पना प्रकट करण्यात आपण यशस्वी होऊ.

काही सूचना

१. तुम्ही काय लिहिता आहात यावर कुणाचं लक्ष नाही आणि तुम्ही काय लिहिलंत ते कुणी पाहणारही नाही. त्यामुळे लिखाणाचा ओघ वाहता राहू दे.
२. जितक्या गतीनं लिहिता येईल तितक्या गतीनं लिहा.
३. परवलीचा शब्द जवळ ठेवा. तुम्हाला काही सुचेनासं झालं तर काळजी करू नका. परवलीचा शब्द तुम्हाला पुन्हा विचारक्षम बनवेल.
४. लिखाणाला व्याकरणाचे संदर्भ असू देत. म्हणजेच असंबद्ध शब्दरचना नको. याचा अर्थ ती साहित्यिक कलाकृती असली पाहिजे असा मात्र नाही.
५. या प्रयोगाकडे प्रारंभ म्हणून पहा. यातून तुम्हाला उत्तर प्राप्त होईलच असं नाही. पण हे तुम्हाला उत्तराच्या दिशेनं मात्र नक्की घेऊन जाईल.
६. आपल्या लिखाणाचं परीक्षण करा. त्यात सुधारणा करा.

'फाइंडिंग फॉरेस्टर'मध्ये सीन कॉनेरी कुणाला तरी लिहायला शिकवतो. तो म्हणतो प्रथम तुम्हाला हृदयापासून लिहिता आलं पाहिजे आणि त्यानंतर डोक्याचा वापर केला पाहिजे. स्वयंस्फूर्त लिखाण हे असं हृदयापासून उमटलं पाहिजे.

लोकांच्या असं लक्षात येतं की सक्रिय विचारांची सुरुवात करण्यासाठी ही योग्य पद्धत आहे. पण यातून सुचवलेल्या कल्पना प्रत्यक्ष वापरात आणण्यापूर्वी त्या गाळून घेणं, सुधारणं आणि नीटनेटक्या करणं आवश्यक असतं. या स्वप्नरंजनातून उपलब्धीच्या शक्यता या निरंतर स्वरूपाच्या असतात.

■

करूया सुरुवात

एखादी गोष्ट शिकत शिकत पूर्णत्वास नेणारा विद्यार्थी आणि त्याचे शिक्षक यात फरक आहे. विद्यार्थ्यास प्रत्येक गोष्टीचं स्वतंत्र ज्ञान असतं आणि शिक्षकास सर्व गोष्टींच्या सुयोग्य प्रमाणातील वापराचं कौशल्य ज्ञात असतं.

सर्व तंत्र आणि साधनं यांचा सुयोग्य आणि परिणामकारक वापर प्रभावीपणे कसा करावा आणि या कल्पनांच्या साहाय्यानं अधिक यशस्वी आणि अधिक परिणामकारक जीवनपद्धती कशी विकसित करावी हे या पुस्तकातील या शेवटच्या प्रकरणात सांगितलं आहे.

ह्या विहंगमावलोकनातून आपण आपल्या मनाचा वापर दोन दृष्टिकोनातून करू शकतो.

१. आपण गोष्टी योग्य पद्धतीनं आणि चुकीच्या पद्धतीनं करण्यातील फरक सांगू शकतो. जे या पुस्तकात जागोजागी सांगितलं आहे आणि तो माइंड जिमचा उद्देश आहे.
२. इथे असं काही आहे ज्याद्वारे आपण काही प्राप्त करू शकतो अथवा सुधारू इच्छितो.

या दृष्टिकोनाने जर तुम्ही समाधानी असाल तर तुमच्या मनाचा नव्या पद्धतीनं वापर करण्यास तुम्ही सिद्ध रहा. ज्यामुळे तुम्ही स्वत: खूप काही प्राप्त करू शकाल आणि ते इतरांनाही वाटू शकाल. ही कदाचित पूर्णपणे नवी सुरुवातही असेल.

सैरभैर मन

आपण जर इतरांच्या मनात डोकावण्याचा प्रयत्न केला तर पुष्पा या महिलेचं चिंतन हे सतत बडबडणाऱ्या रेडिओसारखं वाटेल. स्वत:शीच केलेली कोणत्याही आणि प्रत्येक गोष्टीवरील चिंता–

कर्जावरील व्याजदर वाढले तर काय होईल? माझी काय परिस्थिती होईल? जर मी माझं सर्व कर्ज फेडू शकले तर पुन्हा मी हिमालयात भटकंतीसाठी जाऊ शकेन. आणि याच्या पाठोपाठ दुसऱ्या विषयास प्रारंभ होईल की अमुक वस्तू

सवलतीत मिळते आहे. त्याने माझ्या रक्तातील फॅट्सचं प्रमाण कमी होईल का? अशी असंख्य विचारांची सातत्यपूर्ण साखळी पुष्पाच्या मनात निर्माण होत असते.

पुष्पाच्या मनात अनेक विचारांचा गोंधळ चालू असतो. तिला जर विचारले– ''तुझ्या मनात काय विचार चालले आहेत?'' तर ती अगदी सविस्तरपणे सांगेल. पण प्रत्येकजण पुष्पासारखा नसतो. ही पहा दुसरी स्त्री, कलापिनी. ''तू काय करतेस?'' ती शांतपणे उत्तर देईल, ''मी ते चित्र पाहत होते,'' ''मी ते गाणं ऐकत होते.'' पुष्पाच्या मनात संभाषण चालू आहे तर कलापिनीचं बाह्य गोष्टीकडे लक्ष आहे. त्या दोघींचं लक्ष व ते कुठे केंद्रित होतं यात फरक आहे.

अंतर्मनात लक्ष : पुष्पाचे वैशिष्ट्य

आपलं लक्ष अंतर्मनात असतं तेव्हा आपण आपल्याशी काही एक संभाषण करीत असतो. मनातील आवाज आत्तासुद्धा तुम्ही ऐकत असाल. हे वाचन पुढे चालू ठेवावं की नाही याचाही विचार करीत असाल. आता चहा किंवा त्याहीपेक्षा अधिक तलफ देणारं पेय घ्यावं का असाही विचार मनात येऊ शकतो. स्वयंपाक घरातील गॅस चालू राहिला का हेही मनात येत असेल. पुढील सुटीत गावाला कुठे जावं, आपल्या चलाख मित्राशी कसं वागावं असे अनेक विचार मनात येऊ शकतात.

आपलं लक्ष अंतर्मनाकडे असतं, तेव्हा आपण विचार करत आहोत इकडे आपलं लक्ष असतं. ऐकणं आणि मनातल्या गोष्टी चालू राहणं हे दोन्ही एका वेळी होत असतं.

बाह्य गोष्टीकडे लक्ष : कलापिनीचे वैशिष्ट्य

आता आपण कोठे आहात ते पहा. आपल्याभोवती काय घडत आहे? आपल्याला किती प्रकारचे आवाज ऐकू येत आहेत? आपल्या जवळपास कोण आहे? तुम्हाला कोणकोणते रंग दिसत आहेत? आपल्याला नवीन आणि वेगळं असं काय दिसतंय? आपल्या डोक्याबाहेरील गोष्टींवर आपण ध्यान केंद्रित करतो तेव्हा बाह्य जागरुकता निर्माण होते. असं करताना आपण विचार करीत आहोत हे ध्यानात येत नाही. आपलं लक्ष काय चाललंय इकडे जातं. काय विचार करतो आहोत याकडे ते जात नाही. त्याचा अर्थ काय, त्याचा भविष्यात काय परिणाम होईल इकडे लक्ष जात नाही.

आपण एखाद्या गोष्टीत पूर्ण रस घेत असू, फुटबॉल मॅच रंगात आलीय, ती पाहत असू त्यावेळी आपलं पूर्ण लक्ष त्यामध्ये केंद्रित झालेलं असतं. पण मनात वेगवेगळे विचार यायला लागले, 'माझी कामं राहिली आहेत,' 'रमेशचं वागणं बरोबर नाही,' तर आपलं लक्ष अंतर्मनात डोकावू लागेल.

आपलं लक्ष कोठे आहे हे आपण पाहू लागलो तर आपण अंतर्मनाकडे आपोआपच वळलो असं होतं. बाह्य गोष्टींपेक्षा अंतर्मनाकडे वळणं सोपं असतं.

आपल्या डोक्यात काय आहे?

आपलं मन नेहमी दोनपैकी एका जागी असतं. डोक्यामध्ये किंवा डोक्याबाहेर असतं. एकाचवेळी दोन्हीकडे नसतं. दोन गोष्टींपैकी एकीकडील लक्ष बंद करणं एवढाच मार्ग उरतो. हे मनाला थोडी शिस्त लावल्यास शक्य होतं.

चांगल्या आणि वाईटासाठी

अंतर्मन आणि बाह्यमन यातील कोणतं चांगलं? मी पुष्पासारखं राहावं की कलापिनीसारखं? याचं उत्तर आहे– कोणाही एकीसारखं नाही, किंवा दोघींसारखंही.

या दोन्हीमध्ये वावरत राहणं हे स्वाभाविक आहे. अंतर्गत मन आणि बाह्य मन यामध्ये फायदे आणि तोटे दोन्हीही आहेत.

लक्ष केंद्रित केल्यामुळे यश, प्रभाव, कार्यकुशलता वाढते तेव्हा ते लाभदायक असतं. मग हे लक्ष अंतर्गत असो वा बाह्य.

आपण लक्ष केंद्रित केल्यानं आपल्या ध्येयापासून दूर जात असू, आपली क्षमता वापरू शकत नसू तर ते लक्ष कोणतंही असो नुकसानकारक होईल.

आत आणि बाहेर

ग्रामीण भागातील घराचं चित्र कागदावर काढा.

काही वेळा मनात येईल– 'मी हे चित्र बरोबर काढतोय का?', 'मला हे जमणं अवघडच!' किंवा 'हे चित्र फारच सुरेख आहे.' काही वेळा त्या घरावरील धुराडे आणि त्यातून बाहेर येणारा धूर पाहाल.

क्षणात तुम्ही बाहेरील चित्र पाहता आणि दुसऱ्याच क्षणी ते कागदावर बरोबर उतरतंय ना हे पाहता.

सारं एकत्र आणा.

आपण अंतर्गत आणि बाह्य मनाचे लक्ष एकत्र आणूया. त्यांचे लाभ आणि तोटे हेही एकत्र आणूया. मग आपणास चार प्रकारच्या मनाच्या अवस्था ध्यानात येतील.

	अंतर्गत (पुष्पा)	बाह्य (कलापिनी)
लाभदायक	विचार	कार्यमग्न
हानीकारक	अभ्यासू टीका	आपोआप फिरणारा

जेव्हा गोष्टी बरोबर होत नाहीत तेव्हा आपण गोष्टीचा कीस पाडत बसलेलो

असतो. टीका करत असतो. आपोआप फिरत असतो. यामध्ये बराच वेळ जातो. जेव्हा गोष्टी बरोबर होतात तेव्हा आपण विचार आणि कार्यमग्नता यासाठी वेळ देत असतो.

आपली ध्येयं गाठण्यासाठी आपण अधिकाधिक वेळ लाभदायक क्षेत्रात घालवायला हवा. यासाठी आपण कोणत्या प्रकारात मोडतो हे पाहावयास हवं.

१. आपोआप होणारी प्रतिक्षिप्त क्रिया

मनाच्या सवयी

नमस्कार. माझं नाव आहे समीर. आजचा दिवस मी तुमच्याबरोबर राहणार आहे. तुमच्या आपोआप घडणाऱ्या प्रतिक्षिप्त क्रियांप्रमाणे मी तुमचा मार्गदर्शक राहणार आहे. आपण आपल्या कामावर चाललोय. निघायला नेहमीप्रमाणेच पाच मिनिटं वेळ झालाय. दररोज जातो त्याच रस्त्यानं आपला प्रवास होणार आहे. या रस्त्याची गेली तीन वर्षं सवय झाली आहे. वाटेत कोणी विचारलं, 'कसे आहात?' तर आपोआपच विनाविलंब उत्तर येणार आहे, 'ठीक आहे. धन्यवाद.' कामाच्या ठिकाणी कोणी राजकीय घडामोडींबद्दल बोलेल, हे तुम्हाला मान्य नाही. त्यावरचं तुमचं उत्तरही अगदी ठरलेलंच असतं. आपल्या मनात ठरावीक उत्तरांचा मोठा साठा आहे.

त्वरेने, लगेच विचार करण्याचे शॉर्टकट आपल्या मनात रुतलेले आहेत. त्या शॉर्टकटमुळेच आपली कामं भराभर होत असतात. पण या आपोआप विचारांच्या शॉर्टकटमुळे आपण आपली स्वतंत्रपणे, वेगळी विचार करण्याची शक्ती पुरेशी वापरत नाही. बऱ्याच नव्या संधी गमावून बसतो. सर्वोत्कृष्ट असं काम आपल्या हातून होत नाही. आपल्या संगणकावरील काही बटणे दाबली की शेवटचं उत्तर पुढ्यात येतं; पण प्रक्रियेतील आनंद मिळत नाही. वेगळ्या वाटा सुचत नाहीत. विचारशक्तीला विपुल दालन उपलब्ध आहे, पण वापर होत नाही.

घरातील सर्व दिवे सुरू आहेत. घरभर प्रकाश पडलाय. परंतु घरात कोणीच नाही, अशी स्थिती झालीय.

असं का घडतं?

एके काळी आव्हानात्मक, सर्जनशील वाटणारं काम आता नित्याचं आणि कंटाळवाणं झालंय असं वाटलं की तिथे ही प्रतिक्षिप्त क्रिया धावत आलीच म्हणून समजा. मग आपली विचारशक्ती थांबते. आपण चाकोरीबद्ध रीतीने काम करू लागतो.

समजुतीचा घोटाळा

ठरावीक गोष्ट दिसली की त्याचा विशिष्ट अर्थ होतो असं आपण मनाशी गणित बांधून ठेवलेलं असतं. आजूबाजूच्या जगाची आपण तशी ओळख करून घेतो.

उदा. आपण एक रडणारी व्यक्ती पाहतो. त्यावरून तो खूप दुःखी आहे असा अन्वयार्थ लावतो. याचा इतरही काही अर्थ असू शकतो; पण आपण तसा विचार करणं थांबवलेलं असतं. रडणारी व्यक्ती कदाचित तसा अभिनय करीत असेल. कदाचित त्याच्या डोळ्यांत धूळ गेली असेल. ती व्यक्ती कांदा कापीत असेल. हसून पुरेवाट झाली म्हणूनही डोळ्यांतून पाणी येत असेल. परंतु समजुतीच्या चक्रात आपण अडकलेले असल्याने आपली अन्य मार्ग धुंडाळण्याची प्रक्रिया बंद होते.

पियानो वाजवणारे काही कलाकार पियानोच्या बटणांचे धडे घेत नाहीत. ते पियानोशी खेळत राहतात. त्यांना नव्या नव्या चाली सुचतात.

विमानतळावरील सुरक्षा अधिकाऱ्यांना वेगवेगळ्या कामावर नेमतात. त्यामुळे त्यांच्या तपासणीमध्ये परिणामकारकता राहते. एकच स्क्रीन सतत पाहिल्यास एखाद्याच्या बॅगेतला बॉम्बसुद्धा नजरेतून सुटून जायचा.

एकच दृष्टिकोन

आपण जेव्हा एखादा प्रश्न सोडवण्याचा प्रयत्न करतो तेव्हा आपण असं गृहीत धरतो की आपणास तो प्रश्न वाटतो तसाच तो आहे. पण असंच असतं असं नाही. निर्मितिक्षम विचार करायचा असेल तर प्रश्नाकडे आपल्याला वेगळ्या दृष्टिकोनातून पाहायला शिकले पाहिजे. त्यासाठी प्रथम आपण हे जाणून घेतले पाहिजे की आपण तात्पुरत्या आखलेल्या स्वतःच्या सीमित विश्वात रममाण होणारे आपोआप होणाऱ्या विचाराने वाहवणारे आहोत.

गुरुंवर दबाव

दबावामुळे आपण स्वयंप्रेरित आपोआप विचाराचे होतो.

मानसशास्त्रज्ञांनी हे दाखवून दिलंय. जवळच्या ठिकाणी गोष्टी सांगण्यासाठी त्यांनी प्रशिक्षणासाठी आलेल्या गुरुंना एक बोधप्रद गोष्ट लिहून काढायला सांगितली. त्यानंतर त्यांनी त्या गुरुंचे दोन विभाग केले. एका गटाला सांगितले की आपणास व्याख्यानाच्या ठिकाणी पोहोचायला थोडाच वेळ आहे. आधीच निघायला उशीर झालाय. दुसऱ्या गटास तसं सांगितलेलं नाही.

वाटेत रस्त्यात त्यांना एक माणूस घसरून पडल्याचं दिसलं. त्याला बरंच लागलं होतं.

त्याच्या मदतीसाठी किती लोक थांबतील? कोणते?

ज्यांना भरपूर वेळ आहे अशा गटातील ६१% लोक त्याच्या मदतीसाठी थांबले. ज्यांना वेळ कमी आहे असे सांगितले त्यांच्यापैकी १०% लोकच थांबले.

गडबडीनं जायचंय या प्रतिक्षिप्त क्रियेमुळे हा फरक झाला.

प्रतिक्षिप्त क्रिया केव्हा टाळावी?

कोणताही बदल करावा न लागणारी अगदी नेहमीची साधी क्रिया प्रतिक्षिप्त क्रियेने चालेल. परंतु ती पुढील बाबतीत नसावी.

- यापूर्वी केलेले नाही असे नवीन काही करावयाचे आहे किंवा गेल्या वेळेपेक्षा यावेळी परिस्थिती वेगळी आहे.
- गेल्या वेळेपेक्षा आपल्याला अधिक चांगले करून दाखवायचे आहे.
- पूर्वीपेक्षा काम करण्याची अधिक चांगली पद्धत आपणास वापरायची आहे.

२. टीका करणारा चिकित्सक

स्वतःचा शत्रू

क्रीडा समालोचक क्रीडापटूंबद्दल नेहमी चांगलं बोलत नाहीत–

"त्यानं बेजबाबदार असा फटका मारला...."

"इंग्लंडच्या संघाला फक्त दुसऱ्यांना नावं ठेवायला जमतं..."

"त्या खेळाडूची चूक ही एखाद्या शाळकरी मुलासारखी होती..."

आपण टीकाकाराच्या भूमिकेत असतो तेव्हा आपला आतला आवाज नेहमीच्या काय गोष्टी आपण करतो ते सांगत राहतो. आपण गोष्टी वेगळेपणाने कशा कराव्यात ते सांगत नाही. "तूच तुला फसवीत आहेस," "तू पुढे काय करणार आहेस? काही तरी कर!", "जरा चेहऱ्यावर हास्य ठेव. अगदी एरंडेल प्यायल्यासारखा राहू नकोस," अशा प्रकारचं तो बोलतो.

'तूच तुझा शत्रू आहेस' असं याचं वर्णन करता येईल. खेळाच्या बाबतीत समालोचकाच्या शब्दांत म्हणता येईल, "ते आज दोन संघांविरुद्ध खेळत आहेत. एक विरुद्धचा आणि दुसरा स्वतःचाच!"

आपल्याशी संबंधित गोष्ट असली की टीकेचा स्वर उच्चारला जातो. मग तो टेनिसचा खेळ असो, बैठकीत महत्त्वाचा मुद्दा पटवून देणं असो, वा नळकऱ्याशी पैशाच्या बिलाबाबत घासाघीस करणं असो.

आवाज वाढत जातो. आपण काय करतोय, कसं करतोय, आपण बरोबर करतोय का असं बोललं जातं. विचाराच्या दृष्टीनं हा आवाज हितकारक नाही. तो हानीकारक आहे. आपल्याला काही वेळ झोप काढावी वाटतं, परंतु झोप येत नाही. तसंच हे आहे. आपण आता झोपलं पाहिजे हे वरचेवर स्वतःला सांगत असतो. झोप यावी म्हणून प्रयत्न करीत असतो पण जागेच राहतो.

लोकांशी वागताना असंच होतं. आपलं अंतर्मन म्हणतं, "हे सांग" किंवा "मला कंटाळा येऊ लागलाय" किंवा "आतापर्यंत काही तरी नवी कल्पना तू मांडायला हवी होती" अशा सूचना आपल्याला अस्वस्थ करतात. आपला आत्मविश्वास

घालवतात. आपल्या कार्यात अडथळे निर्माण करतात.

तिमोथी गॅल्वे, टेनिस गुरू व व्यवस्थापनातील गुरू याला 'स्वत: १' असे संबोधतो. टेनिसपटूंवर त्यांच्या खेळात सुधारणा हवी असा दबाव लोकांकडून आणला जातो. तो त्याला हानीकारक असतो.

मला जमणार नाही – एक विकार

"आता तर मला सांगितलं. मला हे जमणार नाही." असं म्हणणारा 'जमणार नाही' विकारानं ग्रासलेला असतो.

टीकाकार गटात मोडणाऱ्या माणसाचं हे उदाहरण आहे.

पांढरपेशा वर्गाची ही प्रवृत्ती असल्याचं बरेच वेळा आढळतं.

३. विचार

मला वाटतं यामुळं काहीतरी बरं करतोय.

विविध पर्यायांची चाचपणी आपण करतो, काय करावं, प्रश्न कसा सोडवावा, काय परिणाम होतील, काम काय घडेल, विचारमालिका कशी गुंफावी याबाबत विचार करतो. विचार स्वच्छ, थोडक्यात सारांशरूपानं मांडलेले आणि सकारात्मक असावेत.

पुढील प्रसंगी याचा उपयोग होतो.

प्रश्न सोडविणे

नवीन काम स्वीकारताना आपण त्याचे लाभ व तो पाहतो. न्याहरीच्या वेळी दूध घ्यावं की संत्र्याचा रस घ्यावा हे ठरवितो. सुटीत सहलीला कुठे जायचं याची योजना करतो. अडचणीचं बोलणं साहेबाशी किंवा प्रेयसीशी कसं बोलायचं हे ठरवितो.

या सर्व वेळी आपण 'विचार' हे माध्यम वापरतो. मग आपण का व कसं करायचं हे ठरवितो. 'बाह्य स्रोत' या प्रकाराकडे आपण वळायला लागतो.

अरेच्चा! हे चुकीच्या मार्गावरून चाललंय.

आपल्या योजनेप्रमाणे होत नाही असं ध्यानात आल्यावर आपण पुनर्विचार करावा. आपल्याला उपलब्ध असलेल्या पर्यायांचा विचार करावा.

गतस्मृती

पूर्वी काय झालं असता आपल्या हातून चांगलं काम झालं व केव्हा वाईट झालं याचा विचार करावा. पूर्वानुभवावरून धडा घ्यावा. तसाच प्रसंग पुन्हा घडल्यास कसं वागावं हे आठवावं. त्यामुळे आपण अधिक ज्ञानी, जागरूक आणि कालांतराने सक्षम होतो.

अर्थबोध घ्यावा

घराचे नूतनीकरण हे त्याची किंमत वाढविण्यासाठी चाललंय की मला राहायला

अधिक चांगली जागा व्हावी यासाठी चाललंय हे समजून घ्यायला हवं. माझे दुसऱ्याशी संबंध किती लवकर जुळून आले आणि आता ते का तुटताहेत? यातून काही बोध व्हायला हवा. मी काम का बदलतोय याची कारणं शोधून त्यातूनही बोध घ्यायला हवा.

मोठ्या प्रश्नांची उकल करून उत्तरं शोधणं हे मानसिक साधन आहे. त्यासाठी मात्र आपल्याला योग्य प्रश्न विचारले पाहिजेत. सुयोग्य उत्तरं प्राप्त केली पाहिजेत.

वेगळ्या वाटेनं विचार करावा यासाठी या पुस्तकात विविध मार्ग, साधनं, उपाय सुचविले आहेत. आपल्या मनाचा वापर अधिक चांगल्या रीतीने करण्यासाठी त्या साऱ्यांचा उपयोग करावा. आपण बाह्य गोष्टीकडे पाहतो, कार्यरत असतो त्यावेळी त्या मार्गांचा अधिक लाभ होतो.

४. क्रियाशील

गुंतलेलं असणं, बंदिस्त असणं, व्यस्त असणं, बुडून जाणं अशा अनेक शब्दांची योजना यासाठी करता येईल. जेव्हा आपण बाह्य वस्तूंकडे पाहत असतो त्यावेळी आपल्या अवतीभवतीच्या वातावरणात आपण सर्वोत्कृष्ट पद्धतीनं वागत असतो. किमानपक्षी आपण रूढ पद्धतीनं तरी वागत असतो. ज्यावेळी तुम्ही ड्रायव्हिंग करता त्यावेळी तुम्हाला तुम्ही पहिल्यांदा किल्ली लावा, आरसा बघा, गिअर बदला या गोष्टींचा विचार न करता ड्रायव्हिंग केलेला क्षण आठवते. पण तरीसुद्धा, तुमचं लक्ष रस्त्यावर आणि अन्य वाहनांवर असतं त्याचप्रमाणे आपण ई-मेल पाठवत असताना, बैठकीत सहभागी होताना, इतरांशी बोलताना किंवा पुस्तक वाचत असताना हेच घडत असतं. यावेळी आपल्यावर काय करावं आणि काय करू नये याचा बिलकूल दबाव नसतो. ज्यावेळी आपण करत असलेल्या कामात पूर्णांगाने गुंतून गेलेलो असतो मग ते लोकांशी बोलताना असेल, गोष्ट वाचताना असेल, त्याक्षणी आपण गुंतवणुकीच्या स्थितीत असतो. या स्थितीमध्ये आपल्या कृतीची समीक्षा न करता आणि आपल्या कृतींमध्ये हस्तक्षेप न करता आपल्या क्षमतांना आपण पूर्णपणे सक्रिय करत असतो. मानसशास्त्रज्ञ तिमोथी गॅल्वे याला 'स्वत: २' असे म्हणतो.

उपयुक्त मार्गाकडे वळूया.

विचार – प्रतिक्षिप्त अशा आपोआप क्रियांपासून दूर जाणे.

त्यासाठी आपल्या धड्याकडे पुन्हा पाहू.

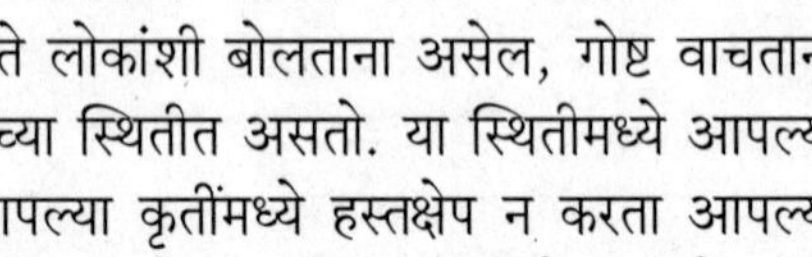

नवा मार्ग शोधूया

इथे आपण परिस्थितीचं निरीक्षण करत असतो. काय नवं आहे हे सावधपणे पाहत असतो. आपण स्वत:लाच असे प्रश्न विचारतो की गेल्या वेळेस जातानाही आपल्याला ती फुलं दिसली होती. माझ्या समोरच्या माणसानं पायात काय घातलं आहे? यामुळे आपलं लक्ष वर्तमानावर केंद्रित होतं आणि आपण परिस्थितीबाबत अधिक जागृत होतो. प्रतिक्षिप्त क्रियेच्या अधीन होण्याऐवजी आपण काय नवं आहे आणि काय वेगळं आहे हे शोधायचा प्रयत्न करतो. मग आपण आपला दृष्टिकोन आणि त्यातून प्रकट होणारा अर्थ शोधण्याचा प्रयत्न करतो. ऋतू बदलतोय का? नवी फॅशन उदयाला येतेय का? अशा पद्धतीचे विचार करून आपण विचारांच्या अवस्थेत जातो. आपण प्रतिक्षिप्त क्रियेच्या जाळ्यात का जातो याचं एक कारण आपण एका ठरावीक पद्धतीनं प्रश्नाकडे पाहायला शिकतो आणि आपण यावर विश्वास ठेवतो की असं आणि असंच सतत घडत राहील. या विचार पद्धतीतून आपण नव्यानं विचार करण्यापासून आपली सोडवणूक करून घेतो. याचा परिणाम आपण साचेबद्ध पद्धतीनं विचार करण्यात होतो. जगाकडे जास्त बंदिस्त आणि कमी मोकळेपणाने पाहण्याने आपण आपल्याला बंदिस्त अवस्थेत नेत असतो. जेव्हा आपण सक्रियतेने विचार करतो, सल्ला देतो, आणि विवाद नियंत्रित करण्याचा प्रयत्न करतो, ह्याप्रकारे अन्य विषय जे आपण ह्या पुस्तकात वाचले आहेत, त्या तंत्रांचा वापर नियम म्हणून करण्याऐवजी परिस्थितीनुरूप करावा.

जग बदलत असतं

काही गोष्टी या अशाच घडत असतात असं आपण आपल्या प्रतिक्षिप्त क्रियेतून पाहत असतो. त्यामुळे आपण फारसा विचार न करता निर्णय घेतो. विचार करण्याचे कष्ट घेत नाही. त्यामुळे आपोआप घडेल तसंच जायचं याच प्रवृत्तीचे बनतो.

जग असंच असतं असं न मानता ते बऱ्याच वेळा वेगवेगळं, बदलत असतं असं मानावं. त्यासाठी आपली विचारशक्ती अधिक वापरायला हवी. निर्मितिक्षम होणं, सल्ला स्वीकारणं, भांडणं सोडविणं अशा बाबतीत या पुस्तकात दिलेला सल्ला हा जसाचा तसा घेऊ नये. तो त्या त्या बदलत्या परिस्थितीप्रमाणे वापरावा.

इतर लोकांचा दृष्टिकोन

तुम्ही तुमचे वरिष्ठ किंवा सहकारी असह्य, उद्धट, आक्रमक आणि दुराग्रही आहेत असं मानता का? तुम्ही जे मानता तसंच त्यांचंही स्वत:बद्दल मत असतं का? तर तसं असणार नाही. तुम्ही त्यांना त्यांचं स्वत:चं मूल्यमापन करायला सांगितलं तर ते प्रामाणिक, सुस्पष्ट, सकारात्मक आणि नम्र असंच स्वत:चं वर्णन करतील.

अनेकदा परिस्थिती हाताबाहेर जाते याचं कारण आपण प्रतिक्षिप्तरीत्या वागतो किंवा विचार न करता प्रतिक्रिया देतो किंवा आपण संबंधितांचा दृष्टिकोन जाणून घेत नाही आणि मग आपल्याला त्यांचा दृष्टिकोन हे प्रमाणबद्ध आहे असं वाटू लागलं की आपण मनाच्या प्रतिक्षिप्त साच्यातून बाहेर पडतो आणि अधिक विधायक मार्गानं विचार करू लागतो.

टीका नको विचार हवा

जेव्हा आपल्याला टीकाकाराच्या भूमिकेतून विचारवंतांच्या भूमिकेत जायचं असेल त्यावेळी आपण स्वत:ला वस्तुस्थिती काय आहे आणि त्याचे परिणाम काय होतील या दृष्टीनं मनास विचार करायला लावलं पाहिजे.

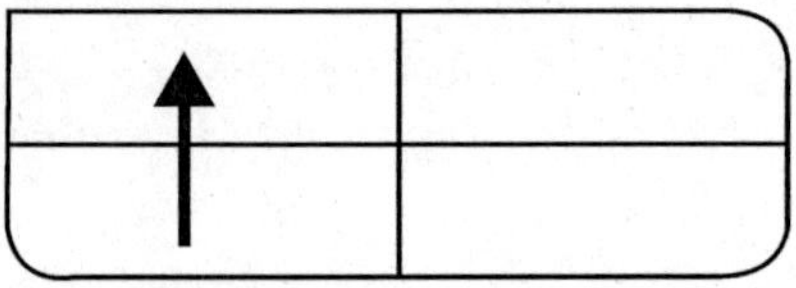

टीकाकार ते विचारवंत असा प्रवास करण्यासाठी पुढील गोष्टी करा.

- आपल्या विचारात सर्वसमावेशकता व पृथक्करण करण्याची क्षमता यायला हवी. उदा. सत्य काय आहे, गृहित काय धरले आहे याचा विचार व्हावा.
- आशावादी माणसासारखा विचार करावा.

मागील अनुभवांचा नियमितपणे वापर

जागृत आशावादी पद्धतीनं विचार केला पाहिजे. या पद्धतीनं आपण वागू लागलो की आपण काय मिळविलं, आपण काय केलं आणि आपण वेगळ्या पद्धतीनं काय करायला हवं होतं याचा विचार करणं गरजेचं होतं. गोल्फ खेळणारा खेळाडू आपल्या प्रत्येक चालीनंतर असं करू शकेल. हे आपल्याला शक्य नसलं तरी दिवसाच्या शेवटी आपण असा विचार करणं गरजेचं असतं.

आपण जेव्हा स्वत:ला सकारात्मक कामांमध्ये गुंतवून घेतो त्यावेळी आपल्या मनातील टीकाकार आपलं म्हणणं आपल्या अंतर्मनास ऐकवू लागतो. अशावेळी आपल्याला करण्याजोग्या अनेक गोष्टी असतात.

कृतिशील राहणे

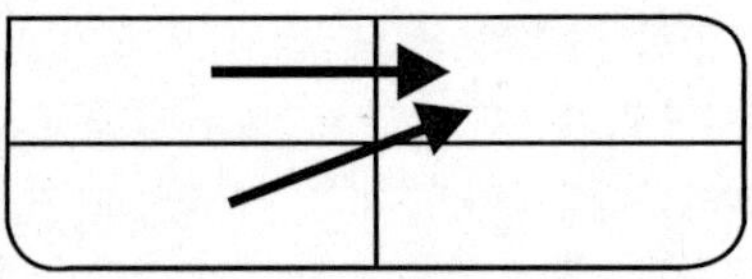

टीकेचा आवाज ऐकू येतोय– 'तुला ते करायलाच नको'– तरीही आपल्याला कार्यरत राहायचंय. मनात

विचार चाललेत परंतु बाह्य गोष्टीकडे लक्ष जात नाही. यातून मार्ग काढूया.

महत्त्वाचे घटक

समोरच्या घटनेची प्रतिक्रिया ही आपण करत असलेल्या कामाचा महत्त्वाचा घटक असते. तिचा परिणामाशी प्रत्यक्ष संबंध नसला तरी परिणामावर त्याचा प्रभाव निश्चित असतो. टेनिस खेळताना महत्त्वाचा घटक समोरून येणाऱ्या चेंडूची गती, हा असतो. टेलिफोनवर बोलताना समोरच्या माणसाचा आवाज हा महत्त्वाचा घटक असतो किंवा मुलाखत घेताना महत्त्वाचा घटक मुलाखत घेणाऱ्याची वागणूक हा असतो. अशावेळी या महत्त्वाच्या घटकांसहित आपल्या मनातील टीकाकाराला गप्प बसवून स्वत:वर विश्वस्त होऊन योग्य ती कृती करणं गरजेचं असतं. या महत्त्वाच्या घटकांवर आपण लक्ष केंद्रित केलं की आपण अधिक जागरूक आणि परिस्थिती संदर्भात सतर्क होतो आणि यामुळे आपल्या मनातील टीकाकाराचा आवाज आपोआप बंद होतो.

परिणाम नव्हे प्रक्रिया

जेव्हा आपण आपलं लक्ष परिस्थितीतून निघालेल्या तात्पुरत्या विषयावर केंद्रित करतो त्या वेळेला आपल्या मनातील टीकाकार हा सहजपणे सभापतीची जागा बळकावतो. तो म्हणतो, ''मी पर्वताच्या शिखरापर्यंत कधीच पोहोचू शकणार नाही,'' ''विक्रीचे हे उद्दिष्ट फारच मोठं आहे,'' ''घराची एवढी सजावट करायला मला कितीतरी वेळ लागेल.''

हा टीकात्मक कुरकुरणारा आवाज बंद करण्यासाठी आपण स्वत:ला कार्यरत ठेवणं आणि एकूण कामाच्या छोट्या छोट्या भागावर लक्ष केंद्रित करणं गरजेचं असतं. गिर्यारोहकाचं लक्ष हे तो जेव्हा खरोखरच दमून गेलेला असतो त्यावेळी फक्त पुढच्या पावलांवर केंद्रित असतं. एखादा विक्रेता पूर्ण ध्येयाची काळजी न करता संभाव्य ग्राहकावर लक्ष केंद्रित करत असतो.

अशाप्रकारे पुढे काय होईल इकडे लक्ष देणं आपण बंद केलं की आपण टीकाकाराच्या बंधनातून मुक्त होऊ शकतो. आपण वर्तमानावर लक्ष द्यावं. जर आपण करत असलेल्या कृतीवर लक्ष एकाग्र करणं आणि स्वत:ला गुंतवून घेणं यात टाळाटाळ केली तर आपण परत अंतर्मनातील टीकाकाराच्या ताब्यात जाण्याची भीती असते.

आव्हानं आणि कौशल्य यांचा समतोल.

आव्हानं आणि कौशल्य यांचा समतोल ही फार नाजूक बाब असते. जर

आव्हान फार मोठं असेल आणि आपल्याकडे कौशल्याचा अभाव असेल तर आपण कामाच्या पूर्णत्वाबाबत चिंताक्रांत होतो. साधा चहा करायला येत नसेल आणि पंचवीस माणसांचा स्वयंपाक करण्याची वेळ आली तर कठीणच. या उलट आपल्या कौशल्याच्या तुलनेत समोरचं काम किरकोळ असेल तर आपल्याला औदासीन्य वाटू लागेल आणि कौशल्य आणि आव्हानं दोन्हींचाही अभाव असेल तर आपल्याला सारंच अर्थहीन वाटू लागेल.

आपल्या कौशल्यानुरूप आव्हानं असतील तर आपण जे करत आहोत त्याचा आनंद आपल्याला मिळू शकतो. यातून आपल्या क्षमतेनुरूप गोष्टी साध्य करणं म्हणजे आव्हानं आणि कौशल्य यांचा सुयोग्य ताळमेळ घालणं असतं.

विचार करणं आणि कार्यरत राहणं.

कामात राहणं आणि विचार करणं या दोन्ही क्रिया एकमेकांत परिस्थितीनुरूप मिसळता आल्या पाहिजेत. त्या संदर्भात निश्चित नियम नसले तरी नृत्याच्या पदन्यासाप्रमाणे संगीत आणि ताल यांत मेळ घालता आला पाहिजे.

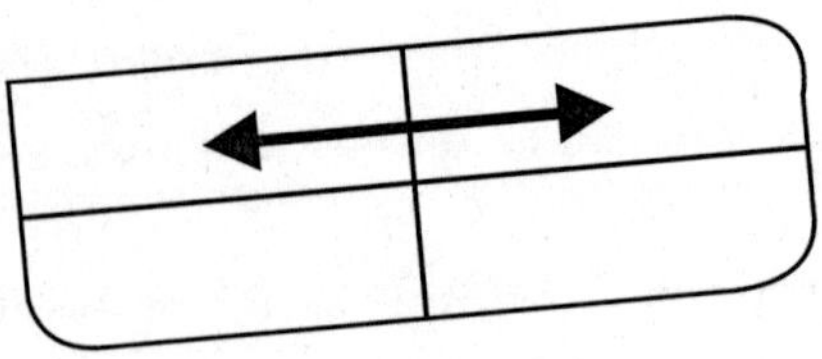

तुमच्या मनात असा विचार येतो की आपल्याला मार्केटिंगच्या मीटिंगला जायचं आहे अशावेळी आपण आकर्षक दिसावं म्हणून तुम्ही तुमच्या आवडीचे कपडे निवडता. त्यानंतर या संदर्भात अधिक विचार न करता तुम्ही तुमच्या कामात गुंतून जाता. तुम्ही जात असताना पुढील कामांचा विचार करत असता. एवढ्यात तुम्हाला तुमचा वरिष्ठ अधिकारी भेटतो, ज्याची नुकतीच संचालक म्हणून नेमणूक झालेली असते. तुम्ही त्याचं अभिनंदन करून त्याच्याशी बोलण्यात गुंतून जाता. एवढ्यात तुमचा सहकारी त्याच्या नव्या कामासंदर्भातील त्याची भूमिका सुस्पष्ट करू लागतो. तुम्हाला हा सहकारी उपयुक्त वाटू लागतो. आपल्या सहकाऱ्याच्या बोलण्याचा आपल्या कामात वापर कसा करून घेता येईल याचा तुम्ही विचार करू लागता. या सर्व काळात तुम्ही परिस्थितीनुरूप आंदोलित होत असता. काही वेळा तुम्ही विचारवंतांच्या भूमिकेत असता किंवा काही वेळा कामात गुंतून गेलेले असता. यावेळी तुम्ही अंतर्गत मानसिक आंदोलनं यांचा विचार आणि बाहेरील परिस्थितीचा सामना यातील गुंतवणूक एकाच वेळी करत असता. एका भूमिकेतून दुसऱ्या भूमिकेत लिलया जाणं हेच आपल्यापुढील आव्हान असतं.

प्रारंभासाठी समारोपाचे शब्द

हे पुस्तक वाचल्याबद्दल मन:पूर्वक अभिनंदन आणि आभारही. या वाचनाने तुम्हाला निश्चितच लाभ झाला असेल. तुमचं मन जागृत झालं असेल. ते जागृत कसं करायचं हे समजलं असेल. जीवनात जे काही करावं वाटतं ते करण्यासाठी मनाचा वापर कसा करावा हे समजलं असेल.

आता पुढचं आव्हान जरा कठीण आहे. ते म्हणजे या पुस्तकी ज्ञानाचा व्यवहारात उपयोग करायचा. ते करण्यासाठी मात्र कोणतं पुस्तक, प्रयोग नाही. ते स्वत:च करावं लागणार. आतापर्यंतचं वाचन तुम्ही जीवनात प्रत्यक्ष उतरवू शकाल. ते फक्त तुमच्याच हातात आहे.

आता तुम्ही एकटे नाही. माइंड जिममध्ये तुमच्यासारखी समविचारी अनेक मंडळी आहेत. त्यांच्यापुढेही तुमच्याप्रमाणेच अनेक आव्हानं दंड थोपटून उभी आहेत. ते त्यांचे अनुभव सांगतील. ते सल्ला देतील. त्यांच्याप्रमाणे तुम्हीही इतरांना याबाबतीत शिकवू शकाल. त्यासाठी आपण बरेच प्रश्न सोडविलेत. खेळ खेळलात. युक्तीच्या चार गोष्टी ऐकल्यात. काही गोष्टींची मात्रा तुम्हाला लगेच लागू पडेल. काही बाबतीत बराच वेळ लागेल. तर काही बाबतीत प्रयत्न निष्फळ ठरतील. आपल्याला उपयुक्त वाटतील त्या युक्त्यांचा स्वीकार करा. त्या अंगीकारा. ज्या त्याज्य वाटतात त्या सोडून द्या. पण सोडण्यापूर्वी प्रयोग करून त्याची उपयुक्तता आहे का नाही हे अनुभवा.

या जगात सारं काही आहे. त्यातून हवं ते घेऊन आपली ध्येयं गाठता येतात. त्यासाठी इथं सांगितलेले मार्ग, प्रयोग, युक्त्या यांचा वापर करा. कधी कधी चुकाही होतील म्हणून मार्गक्रमण करणं थांबवू नका. जगातील सर्वात मोठी चूक कोणती असेल? आपल्या हातून चूक होईल या भीतीखाली दबून राहणं ही होय. यशासाठी चालत रहा. तू चाल पुढं तुला रं गड्या भीती कशाची?

■

द मॅजिक ऑफ थिंकींग बिग

लेखक
डेव्हिड जोसेफ श्वार्त्झ

अनुवाद
प्रशांत तळणीकर

उच्च ध्येयं आपल्यासमोर ठेवा...
आणि मग त्याहीपेक्षा अधिक साध्य करा!

'द मॅजिक ऑफ थिंकींग बिग' हे पुस्तक वाचून जगभरातल्या लक्षावधी लोकांनी आपल्या जीवनात सुधारणा घडवून आणलेली आहे. प्रेरणा (motivation) या विषयावरचे एक आघाडीचे तज्ज्ञ म्हणून मान्यता असलेले डॉ. श्वार्त्झ, तुम्हाला अधिक चांगली विक्री करण्यासाठी, अधिक चांगलं व्यवस्थापन करण्यात, अधिक पैसा मिळवण्यात आणि सर्वांत महत्त्वाचं म्हणजे अधिक समाधान आणि मन:शांती मिळवण्यामध्ये, या पुस्तकाद्वारे मदत करतात.

'द मॅजिक ऑफ थिंकींग बिग' या पुस्तकात तुम्हाला निव्वळ पोकळ आश्वासनं नाही, तर व्यवहार्य, प्रत्यक्ष करून पाहण्याजोग्या पद्धती सापडतात. यातल्या कल्पना आणि तंत्रं इतकी स्वतंत्र प्रज्ञेची आहेत, की त्या समजावून सांगण्याकरता लेखकाला एक संपूर्णपणे नवा शब्दसंग्रहच निर्माण करण्याची गरज पडलेली आहे. नोकरी वा उद्योग, वैवाहिक आणि कौटुंबिक जीवन आणि सामाजिक तसेच सांस्कृतिक कार्यक्रम या सर्वच बाबतीत भव्य प्रमाणात जगण्याचा एक सुनियोजित कार्यक्रमच डॉ. श्वार्त्झ आपल्यासमोर सादर करतात. आपल्या आसपासच्या इतर लोकांपेक्षा श्रेष्ठ ठरण्यासाठी तुमच्याजवळ अफाट बुद्धिमत्ता किंवा महान प्रतिभा असण्याची गरज नाही. गरज आहे ती यश मिळवून देणाऱ्या पद्धतीनं विचार आणि आचार करण्याची, हे ते सिद्ध करून दाखवतात. आणि हे कसं साध्य करायचं, याची गुपितं हे पुस्तक तुम्हाला पुरवतं!